താക്-സോ-മിക്കേ

സ്കാൻഡിനേവിയൻ സ്കെച്ചുകൾ

Thack- So- Mike
Scandinavian sketchukal
Travelogue

Ginu Samuel

CHINTHA PUBLISHERS
Thiruvananthapuram

First Edition
January 2026

Published & Typesetting
Chintha Publishers, Thiruvananthapuram

Printed at
Time Offset Printers, Thiruvananthapuram

Cover Design
Vinod Mangoes

ISBN : 978-93-7587-939-8

CO - 3765 / 7651

Email: chinthapublishers@gmail. com
Website: www. chinthapublishers. com

A version is available at National Libraries
Kolkata, Mumbai, Chennai and Delhi

Distribution
DESHABHIMANI BOOKHOUSE
H O Thiruvananthapuram 695035

Branches & Agencies
Head Office Kunnukuzhi • Statue Thiruvananthapuram
Saphalyam Complex Thiruvananthapuram
Machingal Lane Thrissur • IG Road Kozhikode
Mavoor Road Kozhikode • NGO Union Building Kannur
Central Bus Terminal Complex Thavakkara Kannur
Revenue Tower Ernakulam • Sulthanpetta Palakkad
Postoffice Road Kottaym • Hospital Road Nilamboor
Old Municipal Bus Stand Kalpatta

താക്-സോ-മിക്കേ

സ്കാൻഡിനേവിയൻ സ്കെച്ചുകൾ

ജിനു സാമുവൽ

ചിന്ത പബ്ലിഷേഴ്സ്
തിരുവനന്തപുരം 695 035
വില: ₹ **280**

ജിനു സാമുവൽ

ആലപ്പുഴ ജില്ലയിലെ ചെങ്ങന്നൂർ സ്വദേശി. മാവേലിക്കര ബിഷപ് ഹോഡ്ജസ് ഹൈസ്കൂളിൽനിന്നും സ്കൂൾ വിദ്യാഭ്യാസം പൂർത്തീകരിച്ചതിനുശേഷം മാവേലിക്കര ബിഷപ് മൂർ കോളേജ്, കോയമ്പത്തൂർ ഭാരതീയാർ യൂണി വേഴ്സിറ്റി എന്നിവിടങ്ങളിൽനിന്നും ബിരുദ ബിരുദാനന്തര പഠനം പൂർത്തിയാക്കി.

വിപ്രൊ ടെക്നോളജീസ്, ടാറ്റ കൺസൾട്ടൻസി സർവീസ സ് എന്നിവിടങ്ങളിൽ ജോലി ചെയ്തതിനുശേഷം നില വിൽ സ്വീഡനിലെ സ്റ്റോക്ക്ഹോമിൽ ജോലി ചെയ്യുന്നു.

2022 മുതൽ ലോക കേരളസഭയിൽ അംഗമാണ്. യാത്ര മാഗസിനുകളിലും മറ്റ് ആനുകാലികങ്ങളിലും യാത്ര എഴുതു ന്നു. അതോടൊപ്പം പ്രമുഖ ദൃശ്യ മാധ്യമങ്ങളിൽ യാത്രകളും മറ്റു വാർത്താ വിശേഷങ്ങളും പങ്കുവെക്കാറുണ്ട്.

ഭാര്യ	:	റീന
മക്കൾ	:	ക്രിസ്, സ്റ്റീവ്
ഇൻസ്റ്റാഗ്രാം	:	@Swedish.Mallu
Email	:	Ginu@swedishmallu.com

ഉള്ളടക്കം

പ്രസാധകക്കുറിപ്പ്

ലോകത്ത് സന്തോഷത്തിന്റെ സൂചികയിൽ മുന്നിട്ടുനിൽക്കുന്ന ഒരു ഇടമായി നോർവേ നമ്മുടെ മനസ്സിൽ നിലനിൽക്കുന്നു. ഒരു മലയാളി നോർവേയിൽ ജീവിച്ചുകൊണ്ടു നടത്തുന്ന സഞ്ചാരമാണ് ഈ കൃതി. നോർവേയിലെ മങ്ങിയ പ്രകാശവും കുളിരണിമഞ്ഞും നമ്മെ ആകർഷിക്കും. എന്നാൽ ലോകമാധ്യമങ്ങൾ വരച്ചുകാട്ടുന്ന ചിത്രമല്ല നോർവേ. കർശന നിയമങ്ങളുടെ മറവിൽ മികച്ച സന്തോഷസൂചികയുടെ പ്രചരണകോലാഹലങ്ങൾക്കിടയിൽ നോർവേയിലെ സാധാരണക്കാരുടെയും ആദിമനിവാസികളുടെയും ജീവിതം മറച്ചുപിടിക്കപ്പെട്ടിരിക്കുന്നു. ജിനു സാമുവൽ എന്ന എഴുത്തുകാരന്റെ യാത്ര കാലത്തിലൂടെയും ചരിത്രത്തിലൂടെയും വ്യക്തി അനുഭവങ്ങളിലൂടെയും നമ്മെയും സഞ്ചാരത്തിലെ പങ്കാളിയാക്കും.

ചിന്ത പബ്ലിഷേഴ്സ്

ആമുഖം

വളരെ യാദൃച്ഛികമായിട്ടാണ്.

പെട്ടെന്നൊരുദിനം സ്കാൻഡിനേവിയയിലേക്ക് ജീവിതം പറിച്ചുനടപ്പെട്ടത്. ഐടി മേഖലയിൽ പല ഘട്ടങ്ങളിലൂടെ, പല നാടുകളിലൂടെ, പല കമ്പനികളിലൂടെ കടന്ന് ഒടുവിലെത്തിച്ചേർന്നത് വർഷത്തിൽ ഒട്ടുമുക്കാൽ ദിനവും തണുപ്പും മഞ്ഞും ചുറ്റിപ്പിടിക്കുന്ന ഓസ്ലോയിലും സ്റ്റോക്ഹോമിലുമൊക്കെയാണ്. പ്രിയപ്പെട്ട എസ് കെയുടെ സഞ്ചാരകഥകളിലൂടെ കുട്ടിക്കാലത്തെന്നോ വായിച്ചറിഞ്ഞ അതേ ഇടം. പ്രിയപ്പെട്ട സ്കാൻഡിനേവിയ. വെളിച്ചത്തിനേക്കാൾ, ഇരുൾ വീഴുന്ന നാട്. ഇവിടെ എത്തിച്ചേർന്നതുമുതൽ കാണുന്നതെല്ലാം ഒരു കൗതുകമായിരുന്നു. വടക്കൻ ധ്രുവത്തോട് ചേർന്നുള്ള ഗ്രാമങ്ങളിലെ ജീവിതവും അനുഭവങ്ങളും യാത്രകളുമെല്ലാം അതിന്റെ വ്യത്യസ്തതകൊണ്ട് പലപ്പോഴായി കുറിച്ചുവച്ചിരുന്നു. ചിലതൊക്കെ ഓൺലൈൻ, പ്രിന്റ് മാഗസിനിലുകളിൽ പ്രസിദ്ധീകരിക്കപ്പെട്ടിരുന്നു. ആ അനുഭവങ്ങളൊക്കെയാണ് ഇപ്പോൾ ചിന്തയിലൂടെ പുസ്തകരൂപത്തിലെത്തുന്നത്. നേരിട്ട് കണ്ടതും അനുഭവിച്ചതുമായ സ്കാൻഡിനേവിയ കുട്ടിക്കാലത്തെ സ്വപ്നങ്ങളിൽനിന്നും ഏറെ വ്യത്യസ്തമാണ്. ആ കാഴ്ചകൾ, അനുഭവങ്ങൾ ഇവിടെ സ്കെച്ച് ചെയ്യുന്നു.

പുസ്തകരൂപത്തിൽ അത് നിങ്ങൾക്കായി സമർപ്പിക്കുന്നു.

ജിനു സാമുവൽ

ഓ... പ്രിയ ഓസ്ലോ!

"ഓസ്ലോ എയർപോർട്ടിൽ വിമാനം ലാൻഡ് ചെയ്യാൻ തയ്യാറെടുക്കുന്നു.." ക്യാപ്റ്റന്റെ അലസമായ അറിയിപ്പ് എന്നെ മയക്കത്തിൽ നിന്നും ഉണർത്തി.

വിമാനത്തിന്റെ ചില്ലുജാലകത്തിലൂടെ പഴയ നാലാം ക്ലാസ്സുകാരൻ അവന്റെ പറവക്കണ്ണുകൾകൊണ്ട് ഓസ്ലോ നഗരത്തെ നോക്കി. വെള്ളപ്പട്ടു പുതച്ച മണവാട്ടിയെ പോലെ അതീവസുന്ദരിയായി ഓസ്ലോ. കേട്ടു പരിചയം മാത്രമുള്ള പാതിരാസൂര്യന്റെ മണ്ണിൽ ഞാനിതാ ആദ്യ ചുവട് വെയ്ക്കാൻ പോകുന്നു!

2017 ഫെബ്രുവരിയിലെ പ്രണയദിനത്തിൽ, കൊച്ചിയിൽനിന്ന് ഖത്തറിലേക്കും അവിടെനിന്നും ഖത്തർ എയർവെയ്സിന്റെ ക്യൂ ആർ 175-ാം നമ്പർ വിമാനത്തിൽ നോർത്തേൺ ലൈറ്റ് വാനിൽ വർണ്ണകമ്പളം നെയ്യുന്ന സ്വപ്നഭൂമിയിലേക്കും പറന്നപ്പോൾ, രണ്ടു വർഷം മുന്നേ പാതിയിൽ മുറിഞ്ഞുപോയ മറ്റൊരു സ്വപ്നത്തിന്റെ പൂർത്തീകരണമായി. അന്ന് ഞങ്ങൾ—ഞാനും യാത്രയിലും ജീവിതത്തിലും പങ്കാളിയായ റീനയും ആറു വയസ്സുകാരൻ ക്രിസ്സും മൂന്ന് വയസ്സുകാരൻ സ്റ്റീവും— മഞ്ഞു കാണാൻ പോയതായിരുന്നു. കുളു മണാലിയിലേക്ക്. മഞ്ഞിന്റെ മൂടുപടമണിഞ്ഞ ഹിമാലയൻ മലനിരകൾ നേരിൽ കാണുകയായിരുന്നു യാത്രയുടെ ലക്ഷ്യം. എന്നാൽ റോത്താങ് ചുരത്തിലൂടെയുള്ള യാത്ര പാതി വഴിയിൽ തടയപ്പെട്ടു. അങ്ങനെ മഞ്ഞിൽ വിരിയേണ്ട സ്വപ്നപ്പൂക്കൾ, മഞ്ഞിൽ കൊഴിഞ്ഞ പൂക്കളായി...

ഓസ്ലോയിൽ വിമാനമിറങ്ങിയ ഉടനെ ആദ്യ കടമ്പയായ ഇമിഗ്രേഷൻ പരിശോധനയിലേക്ക് കടന്നു. യൂറോപ്പിലെ ചുവന്ന പാസ്പോർട്ട് ഉടമകൾക്കും എന്നെപ്പോലുള്ള നീല പാസ്പോർട്ട് ഉടമകൾക്കും വെവ്വേറെ കൗണ്ടറുകൾ ഉണ്ടായിരുന്നു. യൂറോപ്യൻ പൗരത്വം ഇല്ലാത്തവർക്കായി നമ്മുടെ നാട്ടിലെ ബിവറേജ് ക്യൂവിനെ അനുസ്മരിപ്പിക്കുന്ന നീണ്ടനിര കാണാം. ഇമിഗ്രേഷൻ കൗണ്ടറിലെ സായിപ്പ് ചോദിച്ചാൽ കാണിക്കാനായി ഞാൻ നോർവേയിലെ ജോലിയുടെ ലെറ്ററും പാസ്പോർട്ടും കൈയിൽ എടുത്തു പിടിച്ചു. എന്റെ മുന്നിൽ നിൽക്കുന്നവരോട് ഓഫീസർ എന്തൊക്കെയോ ചോദിക്കുന്നുണ്ട്. അവർ പല പേപ്പറുകളും ബാഗിൽ നിന്ന് എടുത്തു കാണിക്കുന്നുണ്ട്. അയാൾ അല്പം ഗൗരവക്കാരനാണ്. എന്തായിരിക്കാം സായിപ്പ് എന്നോട് ചോദിക്കാൻ പോകുന്നത്? ആധി കൂടിക്കൊണ്ടിരുന്നു. അതിനിടയിൽ എന്റെ ഊഴമെത്തി. ഞാൻ പാസ്പോർട്ടും ബോർഡിങ് പാസ്സും നീട്ടി. അവ രണ്ടും സൂക്ഷ്മമായി പരിശോധിച്ചശേഷം ഓഫീസർ എന്റെ മുഖത്തേക്ക് തറപ്പിച്ചുനോക്കി. ശേഷം പാസ്പോർട്ടിലെ പേജുകൾ മറിച്ച് ഓസ്ലോ വിമാനത്താവളത്തിന്റെ സ്റ്റാമ്പ് പതിപ്പിച്ചു. 'വെൽക്കം റ്റു നോർവേ...' അയാൾ ഹൃദ്യമായി പുഞ്ചിരിച്ചു. ഞാൻ ഉരുകിയ മഞ്ഞുപോലെ മറുചിരി കൊടുത്തു.

പരാജയപ്പെട്ട മഞ്ഞുകാണൽ യാത്ര ഏറെക്കാലം എന്നെ വിടാതെ പിന്തുടർന്നിരുന്നു. ആ നിരാശ ജോലിസ്ഥലത്തെ പല സുഹൃത്തുക്കളുമായും ഞാൻ പങ്കുവെയ്ക്കുകയുണ്ടായി. ആയിടയ്ക്കാണ് മാനേജർ ഉത്തരധ്രുവത്തിലെ മഞ്ഞുരാജ്യമായ നോർവേയിലെ പുതിയ പ്രോജക്ടിന്റെ കാര്യം പറഞ്ഞത്.

പാതിരാസൂര്യന്റെ നാട്... കേട്ടപ്പോൾമുതൽ മനസ്സിൽ വല്ലാത്തൊരു ടുപ്പം അലയടിച്ചു തുടങ്ങി.

എൺപതുകളിൽ മാവേലിക്കര എ എം എം സ്കൂളിൽ നാലാം ക്ലാസ്സിൽ പഠിക്കുന്ന സമയം. എൽ എസ് എസ് സ്കോളർഷിപ്പ് പരീക്ഷയ്ക്ക് വേണ്ടി തയ്യാറെടുക്കുകയാണ് ഒരു ഒൻപത് വയസ്സുകാരൻ.

പാതിരാസൂര്യന്റെ നാട് - നോർവേ! ഒരു മന്ത്രംപോലെ അവൻ പലതവണ ഉരുവിട്ടു.

അമേരിക്കയിലും യു കെയിലും മറ്റും ഇന്ത്യൻ വിവരസാങ്കേതിക കമ്പനികൾ പ്രോജക്ട് ചെയ്തു തുടങ്ങിയിട്ട് പതിറ്റാണ്ടുകൾ പലതായി. എന്നാൽ നോർവേയിലേക്ക് അധികം മലയാളികൾ പോയിട്ടില്ല. ഈ ചിന്തകൾ എന്നിൽ ആശങ്കകൾ നിറച്ചുകൊണ്ടേയിരുന്നു. ഇതിനിടയിൽ ഗൂഗിളിൽ പരതി തലസ്ഥാനം 'ഓസ്ലോ' ആണെന്ന് നോക്കിവെച്ചതാണ് ആകെ ചെയ്ത കാര്യം.

എങ്ങനെയായിരിക്കും ഓസ്ലോയിലെ ജീവിതം..? ഇന്ത്യൻ ഭക്ഷണം പാചകം ചെയ്യാനുള്ള സാധനങ്ങൾ അവിടെ കിട്ടുമോ? ഇംഗ്ലീഷ് ഭാഷ കൊണ്ട് അവിടെ പിടിച്ചു നിൽക്കാൻ പറ്റുമോ? നാട്ടിലെ തണുപ്പ് പോലും താങ്ങാൻ കഴിയാത്ത എനിക്ക് നോർവേയിലെ അതിശൈത്യത്തെ അതിജീവിക്കാൻ കഴിയുമോ?

ഒരായിരം സംശയങ്ങൾ കടന്നൽക്കൂടിളകിയതുപോലെ തലയ്ക്കുള്ളിൽ മൂളിപ്പറന്നു. നോർവേയെക്കുറിച്ചും അവിടത്തെ സാധ്യതകളെക്കുറിച്ചും കൂടുതൽ അന്വേഷിച്ചു. പിന്നെ ഏറെയൊന്നും ആലോചിക്കേണ്ടിവന്നില്ല, പുതിയ പ്രോജക്ടിൽ കയറിക്കൂടാൻ...

യാത്ര ചെയ്തിട്ടുള്ള വിമാനത്താവളങ്ങളിൽ നിന്നൊക്കെ വ്യത്യസ്തമായി ഓസ്ലോയിൽ എന്നെ ആകർഷിച്ചത് തടിയിൽ നിർമ്മിച്ച അതിന്റെ ചട്ടക്കൂടാണ്. കോൺക്രീറ്റും സിമന്റും പരിമിതമായി മാത്രം ഉപയോഗിച്ച് പ്രകൃതിക്കിണങ്ങുന്ന തരത്തിലുള്ള പരമ്പരാഗത നിർമ്മിതി.. നോർവേ എന്ന രാജ്യത്തെ ഞാൻ അറിഞ്ഞുതുടങ്ങുകയായിരുന്നു ആ പ്രഥമ കാഴ്ചയിൽ നിന്ന് തന്നെ...

ഒരാൾക്ക് മാത്രം കടന്നുപോകാവുന്ന കണ്ണാടിവാതിൽ കറങ്ങിക്കൊണ്ടേയിരിക്കുന്നു. ഓരോരുത്തരായി അതിൽക്കൂടി നടന്നു നീങ്ങി. രണ്ടാം നമ്പർ കൺവയർ ബെൽറ്റിൽ ആണ് ഞങ്ങളുടെ ചെക്കിൻ ബാഗ് എന്ന് മുകളിലെ സ്ക്രീനിൽ തെളിഞ്ഞു. ബിസിനസ് ക്ലാസ്സിലെയും പണം കൂടുതൽ കൊടുത്തു യാത്ര ചെയ്യുവരുടെയും എല്ലാം ബാഗുകൾ മുൻഗണനാക്രമത്തിൽ ബെൽറ്റിലൂടെ ഒഴുകിനീങ്ങുന്നുണ്ട്.

ട്രാൻസിറ്റ് സമയത്ത് ചെക്കിൻ ബാഗ് നഷ്ടപ്പെട്ട കഥകൾ മുൻപ് പലരും പറഞ്ഞു കേട്ടിട്ടുണ്ട്. കാത്തുനിന്ന് മുഷിഞ്ഞപ്പോൾ അത്തരം ചിന്തകൾ മനസ്സിൽ പുകയാൻ തുടങ്ങി. ഇട്ടിരിക്കുന്ന തുണി അല്ലാതെ ബാക്കി എല്ലാം ബാഗിലാണ്. അതെങ്ങാനും വന്നില്ലെങ്കിൽ ആകെ ബുദ്ധിമുട്ടാവും. കുറച്ചു ഭക്ഷണസാധനങ്ങൾ, അച്ചാറുകൾ, മസാലപ്പൊടികൾ അങ്ങനെ മലയാളികളുടെ ഗൃഹാതുരത്വം തുളുമ്പുന്ന ഉരുപ്പടികളാണ് ബാഗിൽ ഏറെയും. കുടംപുളിയിട്ടുവെച്ച മീൻകറിയുടെ മുന്നിൽ അലിഞ്ഞില്ലാതാവുന്ന മനുഷ്യനാണ് ഞാൻ. പെട്ടിയിൽ കുറച്ചു കുടംപുളിയുമുണ്ട്. മുൻപ് ഓസ്ട്രേലിയയ്ക്ക് പോയപ്പോൾ ഭക്ഷണസാധനങ്ങൾ കൊണ്ടുപോവാൻ ശ്രമിച്ച് പരാജിതനായത് ഓർമ്മിച്ചു. നോർവേയിൽ സ്ഥിതി അല്പം വ്യത്യസ്തമാണ്. ഭക്ഷണസാധനങ്ങൾ കൊണ്ടുവരുന്നതിന് വിലക്കില്ല. ഇനി കുറച്ചധികം ഭക്ഷണവസ്തുക്കൾ ഉള്ളതിനാൽ പെട്ടി പിടിച്ചു വെച്ചിരിക്കുകയാണോ? അറുതി ഇല്ലാത്തവിധം ഓരോ ചെറിയ കാര്യങ്ങളിലും ഞാൻ ആകുലപ്പെട്ടുകൊണ്ടിരുന്നു.

അല്പ നിമിഷങ്ങൾക്കുശേഷം ആശങ്കകൾക്ക് വിരാമമിട്ടുകൊണ്ട് ബെൽറ്റിൽ കൂടി പെട്ടി എന്റെയടുത്തേക്കൊഴുകിയെത്തി.

പുറത്ത് നിർത്താതെ മഞ്ഞു പെയ്യുന്നു. ജീവിതത്തിൽ ഇതുവരെ മഞ്ഞു കണ്ടിട്ടില്ലാത്ത, കൊടുംതണുപ്പിന്റെ സൂചിമുനകളേറ്റിട്ടില്ലാത്ത ഞാൻ ആദ്യ ശൈത്യകാല അനുഭവത്തിലേക്ക് കടക്കുകയാണ്. എന്റെ ജീവിതത്തിലെ ഏറ്റവും അവിസ്മരണീയനിമിഷങ്ങളിൽ ഒന്ന്. ഞാൻ കൈവെള്ളയിൽ മഞ്ഞു കോരിയെടുത്തു. രുചിച്ചു, പിന്നെ മണത്തു. പന്തു പോലെ ഉരുട്ടി. നീണ്ട കാത്തിരിപ്പിനൊടുവിൽ മഞ്ഞു നേരിൽ കണ്ട സന്തോഷത്തിൽ ഒരു കൊച്ചുകുട്ടിയെപ്പോലെ ഞാൻ തുള്ളിച്ചാടി.

വിമാനത്താവളത്തിന് പുറത്തു മുത്തുമാലകൾ പോലെ ടാക്സിക്കാറുകൾ യാത്രികരെ കാത്തുകിടപ്പുണ്ട്. ഞാൻ കമ്പനി ഏർപ്പാടാക്കിയ താമസസ്ഥലത്തിന്റെ വിലാസം ഒരു ടാക്സി ഡ്രൈവറെ കാണിച്ചു. 900 നോർവീജിയൻ ക്രോണർ ആണ് നിരക്ക്. നാട്ടിലെ ഏതാണ്ട് എണ്ണായിരം രൂപ. മഞ്ഞും തണുപ്പും താങ്ങാനാവാതെ നിന്ന എന്റെ മരവിപ്പെല്ലാം ഒറ്റ നിമിഷംകൊണ്ട് ഇല്ലാതായി! ഞാൻ പാവം മല്ലുവായി. പാതിരാസൂര്യന്റെ നാട്ടിൽ കാര്യങ്ങൾ വിചാരിച്ചപോലെയല്ല. ഞാൻ മനസ്സില്ലാ മനസ്സോടെ പെട്ടിയും പ്രമാണങ്ങളും എടുത്തു വണ്ടിയിൽ വെച്ചു.

അബ്ദി, എന്റെ സൊമാലിയൻ ബന്ധു

മഞ്ഞുമൂടിയ ഭൂമിയുടെ നടുവിൽ റിബൺ വലിച്ചു കെട്ടിയതുപോലെ നീണ്ടുകിടക്കുന്ന യൂറോപ്യൻ റോഡ്. E6 എന്നാണ് ഈ നാലുവരി പാതയുടെ പേര്. അമ്പതു കിലോമീറ്റർ യാത്രയ്ക്ക് അരമണിക്കൂറിൽ താഴെ സമയമാണ് ഗൂഗിൾ മാപ്പിൽ കാണിക്കുന്നത്.

അല്പം പോലും സമ്മർദ്ദം ഇല്ലാതെയാണ് അബ്ദി കാർ ഓടിക്കുന്നത്. ഞാൻ മുൻ സീറ്റിൽ ഇരുന്ന് അയാളോട് കുശലാന്വേഷണം ആരംഭിച്ചു.

സൊമാലിയയുടെ അരാജകത്വത്തിൽനിന്നും പലായനം ചെയ്തു നോർവേയിൽ എത്തിയതാണയാൾ.

“എന്റെ ഗ്രാമം തകർക്കപ്പെട്ടു, അമ്മ, അച്ഛൻ, പിന്നെ ഞാനും രക്ഷപ്പെട്ട് ഇവിടെയെത്തി. പക്ഷേ, കലാപം എന്റെ ഇളയ സഹോദരനെ കവർന്നു.”

അബ്ദിയുടെ കഥകൾ നൈൽ നദിപോലെ ഒഴുകാൻ തുടങ്ങി.

“ഇവിടെയെത്തിയപ്പോൾ എല്ലാം വ്യത്യസ്തമായിരുന്നു - ഭാഷ, കാലാവസ്ഥ, ആളുകൾ ഞങ്ങളെ നോക്കുന്ന രീതി പോലും. പക്ഷേ, ഞങ്ങൾ ഇവിടെ സുരക്ഷിതരായിരുന്നു, അതായിരുന്നു പ്രധാനം.”

അബ്ദി ദീർഘനിശ്വാസമുതിർത്തു.

“എന്നാൽ കഴിയുന്ന എല്ലാ ജോലികളും ഞാൻ ചെയ്തു - ക്ലീനിങ്, ഫാക്ടറി ജോലി, പത്രവിതരണം..... എന്തും. സൊമാലിയയിൽ, ഉപജീവനത്തിനായി ഞാൻ ട്രക്കുകൾ ഓടിച്ചിരുന്നു, ഇവിടെ എത്തിയതിന്

ശേഷം ഡ്രൈവിങ് ഒരു സ്വപ്നമായി തുടർന്നു. ഞാൻ ഭാഷ പഠിച്ചു, ഡ്രൈവിങ് ലൈസൻസ് എടുത്തു. ഒടുവിൽ ടാക്സി ലൈസൻസ് ലഭിച്ചു. ഇപ്പോൾ, എനിക്ക് ലോകമെമ്പാടുമുള്ള ആളുകളെ കാണാനും അവരുടെ കഥകൾ കേൾക്കാനും ചിലപ്പോഴൊക്കെ എന്റെ കഥകൾ പങ്കിടാനും കഴിയുന്നു."

കടന്നുവന്ന പരുക്കൻവഴികൾ പകർന്ന കരുത്ത് അയാളുടെ വാക്കുകളിൽ അലയടിച്ചിരുന്നു.

പത്തു വർഷങ്ങൾക്ക് മുൻപാണ് അബ്ദി ഇവിടെ എത്തിയത്. തന്റെ ഇരട്ട സ്വത്വത്തെ-കറുത്ത വംശജനായ കുടിയേറ്റക്കാരൻ- മുറുകെപ്പിടിച്ച് അയാൾ ജീവിക്കുന്നു. തണുത്തുറഞ്ഞ ഈ നഗരത്തിൽ അയാൾ സന്തുഷ്ടനാണെന്ന് എനിക്കു തോന്നി.

അബ്ദിയെപ്പോലെ ധാരാളം സൊമാലിയക്കാർ നോർവേയിൽ ഉണ്ട്. പലരും അടിസ്ഥാനജോലികൾ ചെയ്ത് ഉപജീവനം നടത്തുന്നവർ.

സംഭാഷണങ്ങൾക്കിടയിലും ഞാൻ പുറത്തെ കാഴ്ചകൾ ആസ്വദിച്ചു കൊണ്ടിരുന്നു. മരച്ചില്ലകളിലും കൃഷിയിടങ്ങളിലും ഹിമകണങ്ങൾ സമൃദ്ധമായി പൊഴിയുന്നുണ്ട്!

നിരനിരയായി ചിട്ടയോടെ നീങ്ങുന്ന വാഹനങ്ങൾ. ഹോൺ മുഴക്കിയുള്ള ശബ്ദമലിനീകരണം അല്പംപോലുമില്ല. പരസ്പര സഹകരണത്തോടെ വാഹനങ്ങൾ നിയന്ത്രിക്കുന്ന മനുഷ്യർ. എല്ലാം എനിക്ക് പുതിയ കാഴ്ചകൾ ആയിരുന്നു. ഇരുവശത്തും മഞ്ഞുമൂടി കിടക്കുമ്പോഴും റോഡിൽ അല്പംപോലും മഞ്ഞില്ല. മഞ്ഞു പെയ്യുന്ന നാടുകളിൽ മഞ്ഞ് നീക്കം ചെയ്യാനും രാസവസ്തുക്കൾ ഉപയോഗിച്ച് മഞ്ഞ് ഉരുക്കിക്കളയാനും സംവിധാനങ്ങൾ ഉണ്ടെന്നു മുൻപെവിടെയോ വായിച്ചത് ഓർമ്മ വന്നു.

കമ്പനി എനിക്ക് അനുവദിച്ച താമസസ്ഥലം ഓസ്ലോ നഗരത്തിന്റെ ഏതാണ്ട് മധ്യഭാഗത്തായിരുന്നു. നഗരത്തിലേക്ക് പ്രവേശിച്ചപ്പോൾ ഞാനാദ്യം ശ്രദ്ധിച്ചത് നഗരത്തിന്റെ ഒത്ത നടുവിൽ സ്ഥിതിചെയ്യുന്ന പിച്ചളയിൽ തീർത്ത കടുവയുടെ ശില്പമാണ്. ദി ടൈഗർ സിറ്റി എന്ന പേരിൽ ഒരുകാലത്ത് അറിയപ്പെട്ടിരുന്ന ഓസ്ലോ നഗരത്തിന്റെ സഹസ്രാബ്ദ വാർഷികത്തോടനുബന്ധിച്ച് നഗരഹൃദയത്തിൽ സ്ഥാപിച്ചതാണ് ഈ ശില്പം. ഒരുപാട് വിനോദസഞ്ചാരികളുടെ തലോടൽ ഏറ്റതിനാലാവാം കടുവയുടെ മുഖത്തിന് ശരീരത്തേക്കാൾ തിളക്കം തോന്നിക്കുന്നുണ്ട്.

ഓസ്ലോയിലെ പ്രധാന റെയിൽവേസ്റ്റേഷനാണ് സെൻട്രൽ സ്റ്റേഷൻ. അതിന്റെ അടുത്താണ് ജോലിസ്ഥലം. ബ്യോർവിക എന്നാണ് ആ തെരുവിന്റെ പേര്. അങ്ങോട്ടേക്കാണ് ആദ്യം പോകുന്നത്. താമസസ്ഥലത്തിന്റെ താക്കോൽ സഹപ്രവർത്തകൻ ആശിഷ് വാങ്ങിവെച്ചിട്ടുണ്ട്. എന്റെ വരവുംകാത്ത് ആശിഷ് ഓഫീസിന്റെ മുന്നിത്തന്നെ നിൽപ്പുണ്ടായിരുന്നു.

തോരാതെ പെയ്യുന്ന മഞ്ഞിൽ പുതഞ്ഞു കിടക്കുകയാണ് തെരുവുകൾ. ഉച്ചകഴിഞ്ഞതേയുള്ളൂ. തെരുവുവിളക്കുകൾ അപ്പോഴും തെളിഞ്ഞിരിക്കുന്നു. പകൽപോലും സൂര്യൻ ഉദിക്കാത്ത പാതിരാസൂര്യന്റെ നാട് എന്നെ ആശ്ചര്യപ്പെടുത്തി. നടുമുറ്റമുള്ള ഒരു ഫ്ളാറ്റ് സമുച്ചയത്തിന്റെ കവാടത്തിനുമുന്നിൽ അബ്ദി കാർ നിർത്തി. തുള്ളിക്കൊരു കുടം മഴ എന്നൊക്കെ നമ്മൾ മലയാളികൾ പെരുമഴയെ വർണ്ണിക്കാറുണ്ടല്ലോ. കനത്ത മഞ്ഞിനെ എങ്ങനെ വിവരിക്കും..? അത്രയ്ക്ക് തകർപ്പൻ മഞ്ഞുവീഴ്ചയാണ് വെളിയിൽ. ഞാൻ കാറിൽ നിന്നിറങ്ങി. അപ്പോഴേക്കും അബ്ദി പെട്ടി പുറത്തു എടുത്തുവെച്ചിരുന്നു. എന്റെ നന്ദിവാക്കിന് കാത്തുനിൽക്കാതെ അബ്ദി വേഗത്തിൽ കാറോടിച്ചു പോയി.

ആശിഷ് തന്ന താക്കോൽക്കൂട്ടത്തിൽനിന്നും ഒന്നെടുത്തു വലിയ നടുമുറ്റത്തേക്കുള്ള പ്രവേശനകവാടം പതിയെ തുറന്നു. അകത്തേക്ക് കയറിയ ഞാൻ അല്പം ആശയക്കുഴപ്പത്തിലായി. എന്റെ ഫ്ളാറ്റ്ഏതാണ്? താക്കോൽക്കൂട്ടം കൈയിൽ പിടിച്ച് ഞാൻ ശങ്കിച്ചുനിന്നു. തിരക്കിനിടയിൽ ആശിഷിനോട് ചോദിക്കാൻ മറന്നു. ഒന്നാം നിലയിലേക്ക് പെട്ടി വലിച്ചു കയറ്റി. രണ്ടും കല്പിച്ചു കൈയിലിരിക്കുന്ന താക്കോൽ കൊണ്ട് വാതിൽ തുറന്നു. ഭാഗ്യം ഇതുതന്നെ ഫ്ളാറ്റ്. സുദീർഘമായ യാത്ര എന്നെ നന്നേ ക്ഷീണിപ്പിച്ചിരുന്നു.

പൈപ്പ് തുറന്ന് ഒരു ചില്ല് ഗ്ലാസ് നിറയെ വെള്ളം കുടിച്ചു. ആഹാ.. ഇന്നാട്ടിലെ വെള്ളത്തിന് പറഞ്ഞറിയിക്കാനാവാത്തത്ര രുചി. ലോകത്തിലെ പല മുന്തിയ ഇനം കുടിവെള്ള ബ്രാൻഡുകളും നോർവേയിലെ പൈപ്പ് വെള്ളമാണെന്നു പലരും തമാശ രൂപേണ പറഞ്ഞുകേട്ടിട്ടുണ്ട്. കുടിച്ചു കഴിഞ്ഞപ്പോൾ അതിൽ അല്പംപോലും അതിശയോക്തിയുണ്ടെന്ന് എനിക്കു തോന്നിയില്ല.

റൂമിലെ വൈഫൈ പാസ്‌വേർഡ് തപ്പിയെടുത്തു ഞാൻ പുറംലോകവുമായി ബന്ധം സ്ഥാപിച്ചു. ലോകത്തിന്റെ വിവിധ ദിക്കുകളിൽനിന്നും ചറപറാ വാട്സാപ്പ് സന്ദേശങ്ങൾ. ഇരു ധ്രുവങ്ങൾ താണ്ടിയുള്ള സുദീർഘമായ വിമാനയാത്ര ശരീരത്തെ വല്ലാതെ തളർത്തിയിരുന്നു. ഉറക്കം മഞ്ഞുപെയ്ത്തുപോലെ എന്നെ ആശ്ലേഷിച്ചു, സ്വപ്നങ്ങളുടെ ശാന്തമായ താഴ്വരയിലേക്ക് അതെന്നെ കൂട്ടിക്കൊണ്ടുപോയി. അവിടെ ഞാൻ എന്റെ പൂർവികരെ കണ്ടു. ലക്ഷക്കണക്കിനു വർഷങ്ങൾക്ക് മുന്നെ ആഫ്രിക്കൻ വൻകര താണ്ടി ഇന്ത്യൻ ഉപഭൂഖണ്ഡത്തിൽ കുടിപാർത്തവർ. ആ കൂട്ടത്തിൽ അബ്ദിയുടെ പിൻമുറക്കാർ ഉണ്ടായിരുന്നോ...?

ഒരു മീറ്റർ അകലം എന്ന വിചിത്ര സൈക്കോളജി

മരം കോച്ചുന്ന തണുപ്പിൽ ഒരു കപ്പ് ചൂട് കാപ്പിയുമായി ഞാൻ ജനാലയിലൂടെ പുറത്തേക്ക് നോക്കിയിരുന്നു. ജനാലയ്ക്ക് അഭിമുഖമായാണ് ഫ്ളാറ്റിന്റെ നടുമുറ്റം. സ്വർഗത്തിൽനിന്നും പൊഴിയുന്ന നൂറായിരം മഞ്ഞുകണങ്ങൾ ഭൂമിയെ ചുംബിക്കുന്നു. കാപ്പി അല്പാല്പമായി നുണഞ്ഞു ദൂരക്കാഴ്ചകളിൽ ഞാൻ ആണ്ടുമുങ്ങി. തെരുവിന്റെ ഒരു വശത്തായി പാർക്ക് ചെയ്തിരിക്കുന്ന കാറുകൾക്ക് മുകളിൽ പഞ്ഞിമെത്തയുടെ കനത്തിൽ മഞ്ഞ് കട്ടിപിടിച്ചുകിടക്കുന്നുണ്ട്. നോർവീജിയൻ ശൈത്യകാലത്തെ മങ്ങിയ വെളിച്ചം ആകാശക്കോണിലൂടെ അരിച്ചിറങ്ങിവന്നു.

റീനയ്ക്ക് നോർവേയിൽ ജോലി ശരിയായിട്ടുണ്ട്. രണ്ടുമാസം കഴിയുമ്പോൾ അവൾ നോർവേക്കു വിമാനം കയറും. ഇവിടത്തെ ജീവിതസാഹചര്യം മനസ്സിലാക്കിയിട്ട് ക്രിസ്സിനെയും സ്റ്റീവിനെയും കൊണ്ടുവരാനാണ് പദ്ധതി. അതുവരെ ഇവിടത്തെ ഇരുൾ മൂടിയ ദിനങ്ങളിൽ തനിച്ചാണല്ലോ എന്ന ചിന്ത ചെറുതല്ലാത്തവണ്ണം എന്നെ അസ്വസ്ഥനാക്കി.

സമയം ആറു മണിയാകുന്നതേയുള്ളൂ. എന്റെ ബയോളജിക്കൽ ക്ലോക്ക് ഇപ്പോഴും കൊച്ചിയിലാണ്. നാട്ടിലെ സമയത്തിൽനിന്നും നാലര മണിക്കൂർ പിന്നിലാണ് നോർവേയിലെ സമയം. ഞാൻ ഓഫീസിൽ പോകാനുള്ള തയ്യാറെടുപ്പുകളിലേക്ക് കടന്നു.

കമ്പിളിവസ്ത്രങ്ങളിൽ പൊതിഞ്ഞു ഞാൻ പുറത്തേക്കിറങ്ങി. ഇത്രയും കനമുള്ള വസ്ത്രങ്ങൾ ധരിച്ചു നടക്കുന്നത് ആദ്യമായിട്ടാണ്. ബാംഗ്ലൂരിൽനിന്നും വാങ്ങിയ നാല് കിലോയോളം ഭാരമുള്ള ജാക്കറ്റാണ് വേഷം. പര

മരിച്ചവന്റെ കഴുത്തിൽ ചുറ്റിപ്പിണഞ്ഞു കിടക്കുന്ന പാമ്പ് പോലെ മഫ്ളർ കഴുത്തു ചുറ്റി ഇറുങ്ങിക്കിടന്നു. കൈപ്പത്തി കറുത്ത ഗ്ലൗസിൽ പൊതിഞ്ഞു. ശൈത്യത്തെ പ്രതിരോധിക്കാൻ യുദ്ധസമാനമായ ഒരുക്കങ്ങൾ നടത്തിയാണ് ഞാൻ ജോലിസ്ഥലത്തേക്ക് പോകുന്നത്.

ഗൂഗിൾ മാപ്പിനെ ആശ്രയിച്ച് ബസ് വരുന്നതിനും പതിനഞ്ചുമിനിറ്റ് മുന്നേ തന്നെ വിജനമായ കാത്തിരിപ്പ് കേന്ദ്രത്തിൽ ഞാൻ എത്തി. എങ്ങും മഞ്ഞു മൂടിക്കിടക്കുന്നു. സൂര്യൻ തെരുവുവിളക്കുകളെ പണി ഏല്പിച്ചിട്ട് നാട്ടുവിട്ട് വേറെ ഏതോ രാജ്യത്ത് ജോലിക്ക് പോയിരിക്കുന്നു. കാത്തിരിപ്പുകേന്ദ്രത്തിലെ ഡിജിറ്റൽ ബോർഡിൽ ബസ് രണ്ടു മിനിറ്റിനുള്ളിൽ എത്തിച്ചേരുമെന്ന് എഴുതിക്കാണിക്കുന്നുണ്ട്. ഉറുമ്പുകൾ വരിവരിയായി നീങ്ങുന്നതുപോലെ എന്റെ പിന്നിലായി ആളുകൾ നിരന്നുതുടങ്ങി. എല്ലാവരും ഒരു നിശ്ചിത അകലം പാലിച്ചാണ് നിൽപ്പ്. കുറച്ചു മുൻപ് വരെ വിജനമായിരുന്ന കാത്തിരിപ്പുകേന്ദ്രം യാത്രികരെക്കൊണ്ട് നിറഞ്ഞു. ബസ് കൃത്യസമയത്തുതന്നെ എത്തി. തണുപ്പിന്റെ നീരാളിപ്പിടിത്തത്തിൽ നിന്നും രക്ഷതേടി ഞാൻ ധൃതിയിൽ ബസ്സിനുള്ളിൽ അഭയം പ്രാപിച്ചു.

അടഞ്ഞുകിടക്കുന്ന ബാറുകളും പബ്ബുകളും. നഗരത്തിന്റെ ഉല്ലാസകേന്ദ്രത്തിലൂടെയാണ് ബസ് കടന്നുപോകുന്നതെന്നു വിളിച്ചു പറഞ്ഞു. ഞാൻ ഭക്ഷണശാലകളുടെ നെയിംബോർഡിൽ തെരുവിന്റെ പേര് തിരഞ്ഞു. ഗ്രുണ്ട്ലോക്ക. അക്കർസെൽവ നദിക്കരയിൽ സ്ഥിതിചെയ്യുന്ന നഗരത്തിന്റെ ഉല്ലാസകേന്ദ്രം. അക്കർസെൽവ നദി പാലുപോലെ വെളുത്തുറഞ്ഞു കിടക്കുന്നു.

ബസ് യാത്ര കൗതുകം നിറഞ്ഞതായിരുന്നു. എന്റെ ശ്രദ്ധ മുഴുവൻ സഹയാത്രികരിലാണ്. ഇരിപ്പിടം ഉണ്ടായിട്ടും ഇരിക്കാതെ ഓരോ മീറ്റർ അകലം പാലിച്ചു നിന്ന് യാത്ര ചെയ്യുന്ന മനുഷ്യർ എന്നെ അത്ഭുതപ്പെടുത്തി. രണ്ടുപേർക്ക് ഇരിക്കാവുന്ന ഇരിപ്പിടങ്ങളിൽ ഒരാൾ മാത്രം ഇരിക്കുന്നു. ഞാൻ മടിച്ചുനിന്നില്ല. തൊട്ടടുത്തുകണ്ട ഒഴിഞ്ഞ സീറ്റിലേക്ക് ചാടിക്കയറി ഇരുന്നു. സീറ്റ് ഉണ്ടായിട്ടും നിന്ന് യാത്ര ചെയ്യുന്ന ഈ വിചിത്ര സൈക്കോളജി എനിക്കൊട്ടും ദഹിച്ചില്ല. ഇത് പിടികിട്ടാൻ ജോലിസ്ഥലത്തെ കൾച്ചറൽ ട്രെയിനിങ് വരെയേ എനിക്കു കാത്തിരിക്കേണ്ടി വന്നുള്ളൂ.

ഓസ്ലോയിലെ തണുപ്പ് മൈനസ് പത്ത് മുതൽ ഇരുപതു വരെയൊക്കെയാണ്. ആദ്യത്തെ കൗതുകം കഴിഞ്ഞതോടെ ഓസ്ലോയിലെ തണുപ്പിനെയും ഏകാന്തതയെയും ഞാൻ പഴിച്ചു തുടങ്ങി. വെയിലും മഴയും നല്ല സൂര്യപ്രകാശവും അനുഭവിച്ചുകൊണ്ടിരുന്ന ഞാൻ പൊടുന്നനെ തണുത്തിരുണ്ട തടവറയിൽ അകപ്പെട്ട അവസ്ഥ. സദാ ചീറിപ്പാഞ്ഞുകൊണ്ടിരിക്കുന്ന വാഹനങ്ങളും ഇടതടവില്ലാതെയുള്ള സംഭാഷണങ്ങളും

ഉച്ചത്തിലുള്ള പൊട്ടിച്ചിരികളും ആക്രോശങ്ങളും ഒക്കെ കണ്ടും കേട്ടും ശീലിച്ച എന്നെ സംബന്ധിച്ച് ഓസ്ലോ നഗരത്തിന്റെ നിശ്ശബ്ദത ചിന്തിക്കാവുന്നതിനും അപ്പുറത്തായിരുന്നു.

പാതിരാസൂര്യന്റെ നാട്ടിലെത്തിയ എനിക്ക് പകൽപോലും സൂര്യൻ ഉദിക്കാത്ത നാളുകൾ കടുത്ത മടുപ്പാണ് സമ്മാനിച്ചത്. പാതിരാസൂര്യൻ എന്ന പ്രതിഭാസം കേവലം ഒന്നോ രണ്ടോ മാസങ്ങളിൽ മാത്രം ഒതുങ്ങുന്ന ഒന്നാണെന്ന് ഞാൻ തിരിച്ചറിഞ്ഞു തുടങ്ങി. നോർവേ എന്ന യാഥാർഥ്യവും....

ഇത്രയും കഠിന കാലാവസ്ഥയുമായി മല്ലിട്ട് ജീവിക്കുന്ന ഈ മനുഷ്യർ എങ്ങനെയാണ് ലോകത്തിലെ ഏറ്റവും സന്തോഷമുള്ള ജനതകളിൽ ഒന്നായി മാറിയത്? ഉത്തരമില്ലാത്ത ഒരു ചോദ്യമായി അതെന്നെ അലോസരപ്പെടുത്തിക്കൊണ്ടിരുന്നു.

ആദ്യമായി നോർവേയിൽ എത്തിപ്പെടുന്ന ഒരു മനുഷ്യന് തോന്നുന്ന എല്ലാ സംശയങ്ങളും എനിക്കും ഉണ്ടായിരുന്നു.

"ഇത്രയും മോശം കാലാവസ്ഥയിൽ നിങ്ങൾ എങ്ങനെയാണ് ജീവിക്കുന്നത്?"

എന്റെ ചോദ്യം സഹപ്രവർത്തകർ അല്പം പരിഹാസം കലർന്ന ചിരിയോടെയാണ് കേട്ടത്.

"മോശം കാലാവസ്ഥയോ? മോശം കാലാവസ്ഥ എന്നൊന്നില്ല. മോശം വസ്ത്രങ്ങൾ മാത്രമേ ഉള്ളൂ.. (Det finnes ikke dårlig vær, bare dårlige klær) നിങ്ങൾ കാലാവസ്ഥയ്ക്കനുസരിച്ച വസ്ത്രങ്ങൾ ധരിച്ചാൽ കാലാവസ്ഥ ഒരു ബുദ്ധിമുട്ടുള്ള കാര്യമല്ല.."

ഉത്തരം കേട്ടപ്പോൾ ഞാൻ ആകെ ചൂളിപ്പോയി...

"നിങ്ങൾ ഫ്രീലുഫ്റ്റ് ലിവ് (friluftsliv) എന്ന് കേട്ടിട്ടുണ്ടോ? ഞങ്ങളുടെ ജീവിതത്തിന്റെ ഭാഗമാണത്."

ഞാൻ അറിയില്ല എന്ന ഭാവത്തിൽ തലയാട്ടി.

"ഞങ്ങളുടെ ജീവിതത്തിൽ ഔട്ഡോർ ലൈഫിന് വളരെ പ്രാധാന്യമുണ്ട്. ഉദാഹരണത്തിന് ശൈത്യകാലത്ത് ഞങ്ങൾ വീടിനു പുറത്ത് സ്കീയിങ്, സ്ലെഡ്ജിങ് തുടങ്ങിയ വിനോദങ്ങളിൽ ഏർപ്പെടുന്നു." അവർ പറഞ്ഞു.

"ഇന്നലെക്കൂടി സ്കീയിങ് ചെയ്തിട്ടാണ് ഞാൻ ഇന്ന് രാവിലെ ഓഫീസിൽ എത്തിയത്." കൂട്ടത്തിലുള്ള എലിസബത്ത് പറഞ്ഞത് കേട്ടപ്പോൾ ഞാൻ എന്തൊരു മടിയനാണെന്ന ചിന്തയാണ് എന്നിൽ ആദ്യം ഓടിയെത്തിയത്.

സഹപ്രവർത്തകർ നോർവീജിയൻ ജീവിതം വിവരിക്കുകയാണ്.

“വാരാന്ത്യത്തിൽ ഞങ്ങൾ കൂടുതൽ സമയം വീടിനു പുറത്തു ചെലവഴിക്കുന്നു. മഞ്ഞു മാറിയാൽ നടക്കാനും ഓടാനുമായി കാടുകളിൽ പോകുന്നു. കുട്ടികൾ ഉള്ളവർ അവരുമായിട്ടാണ് പുറത്തു സമയം ചെലവഴിക്കുന്നത്.”

കഠിനമായ കാലാവസ്ഥയിലൂടെ കടന്നുപോവുന്ന ഇവർ എത്ര സരസമായും പോസിറ്റീവായുമാണ് കാര്യങ്ങളെ സമീപിക്കുന്നത്. മഴയെ ശപിച്ച് പുറത്തിറങ്ങാതെ കാലാവസ്ഥയോട് നമ്മൾ തോറ്റു പിന്മാറാറുള്ള കാര്യമോർത്തു ഞാൻ അത്ഭുതംകൂറി.

സ്ലം ഡോഗ് മില്യണയർ

മറ്റു രാജ്യങ്ങളിൽനിന്നും ജോലിക്കെത്തുന്നവർക്ക് നോർവീജിയൻ സംസ്കാരം എന്തെന്ന് പരിചയപ്പെടുത്തുന്ന സെഷനാണ് കൾച്ചറൽ ട്രെയിനിങ്. നോർവേയിലെ ജീവിതത്തിൽ ചെയ്യാവുന്നതും ചെയ്യരുതാത്തതുമായ കാര്യങ്ങൾ പറഞ്ഞുതരികയാണ് ട്രെയിനിങ്ങിന്റെ മുഖ്യ ലക്ഷ്യം.

രണ്ടു പേർ ബസ് കാത്തിരിപ്പുകേന്ദ്രത്തിലെ നീളൻ ബെഞ്ചിന്റെ രണ്ടറ്റത്തും ഇരിക്കുന്ന പടം കാണിച്ചുകൊണ്ട് ട്രെയിനർ ഒരു ചോദ്യമെറിഞ്ഞു..

"നിങ്ങൾ ഇവരുടെ ഇടയിൽ ഇരിക്കുന്നത് നോർവീജിയൻ സംസ്കാരത്തിൽ അനുവദനീയമാണോ?"

എല്ലാവരും മുഖത്തോടുമുഖം നോക്കി.. ആർക്കും ഉത്തരം പറയാനുള്ള ധൈര്യമില്ല. ബസ്സിൽ ആളുകളെ തള്ളിമാറ്റി സീറ്റുകൾ തരപ്പെടുത്തി ഇരുന്ന ശീലമുള്ള ഞങ്ങൾക്ക് ചോദ്യത്തിൽ എന്തോ ഒരു പന്തികേട് മണത്തു.

ബസ് സ്റ്റോപ്പിലെ നീളൻ ബെഞ്ചിൽ പോലും രണ്ടുപേരുടെ ഇടയിൽ കയറി ഇരിക്കുന്നത് അത്ര ഔചിത്യം അല്ലത്രേ! പൊതുവെ അന്തർമുഖരായ നോർവീജിയൻസിന് അപരിചിതരുമായി ചങ്ങാത്തം കൂടുന്നത് സങ്കല്പിക്കാൻപോലും കഴിയില്ല. തങ്ങളുടെ ചുറ്റുമുള്ള ഒരു മീറ്റർ സ്ഥലം പ്രൈവറ്റ് സ്പേസ് ആണെന്നാണ് ആ മനുഷ്യരുടെ ചിന്ത.

ട്രെയിനിങ് തുടരുകയാണ്..

എന്റെ തല പെരുത്തു തുടങ്ങി. ഈശ്വരാ ഇങ്ങനെയുള്ള മനുഷ്യരുടെ ഇടയിലേക്കാണോ ഞാൻ പലപ്പോഴും ഇടിച്ചുകയറി ഇരുന്നത്.

രണ്ടുതരം നോർവീജിയക്കാരുണ്ട്. അന്തർമുഖരും ബഹിർമുഖരും. ഒരു അന്തർമുഖനായ നോർവീജിയനും ബഹിർമുഖനായ നോർവീജിയനും തമ്മിലുള്ള വ്യത്യാസം കണ്ടുപിടിക്കുന്നത് രസകരമാണ്. നമ്മളോട് സംസാരിക്കുമ്പോൾ അന്തർമുഖൻ തന്റെ തന്നെ ഷൂസിലേക്കു നോക്കി സംസാരിക്കും. അതേസമയം ബഹിർമുഖനായ നോർവീജിയൻ സംസാരിക്കുമ്പോൾ തലകുനിച്ച് നിങ്ങളുടെ ഷൂസിലേക്ക് നോക്കും.

തമാശ എന്ന് തോന്നുമെങ്കിലും മറ്റുള്ളവരുമായി അധികം ഇടപഴകാൻ താല്പര്യമില്ലാത്ത ഇന്നാട്ടുകാരുടെ സ്വഭാവ വിശേഷമാണ് ട്രെയിനർ സമർഥിക്കാൻ ശ്രമിച്ചത്.

"നിങ്ങളിൽ എത്ര പേർ വൈറ്റമിൻ ഡി സപ്ലിമെന്റ് എടുക്കുന്നുണ്ട്?". ആ ചോദ്യത്തോടെ ട്രെയിനർ പൊടുന്നനെ ഒരു ആരോഗ്യ വിദഗ്ധയായി മാറി. "ഉഷ്ണമേഖലാ നിവാസികളായ നിങ്ങളിൽ പലർക്കും മുൻപ് അതിന്റെ ആവശ്യം ഉണ്ടായെന്നു വരില്ല. സൂര്യപ്രകാശം ലഭിക്കാത്ത ഇന്നാട്ടിൽ നിങ്ങൾ വൈറ്റമിൻ ഡി ഗുളികകൾ കഴിക്കേണ്ടത് അത്യാവശ്യമാണ്. ക്ഷീണം, തളർച്ച, മാനസികസമ്മർദ്ദം, മൂഡ് സ്വിങ്, വിഷാദം ഇവയെല്ലാം വൈറ്റമിൻ ഡിയുടെ കുറവുകൊണ്ട് ഉണ്ടാവാം."

പ്രതീക്ഷയോടെയാണ് ഞാൻ പാതിരാസൂര്യന്റെ നാട്ടിൽ എത്തിയത്. ട്രെയിനിങ് സെഷനോടെ എന്റെ മനസ്സ് ഊഞ്ഞാൽപോലെ ആടാൻ തുടങ്ങി. അന്തർമുഖരായ ആളുകളുടെ ഒരു സമൂഹമാണോ ഇവർ? ആളുകളുടെ തിക്കിലും തിരക്കിലും ജീവിച്ച എനിക്ക് ഇവിടെ തുടരാനാകുമോ? മനസ്സിൽ ചോദ്യങ്ങൾ പിന്നെയും ബാക്കിയായി.

ഓഫീസിലെ ആദ്യദിനങ്ങൾ പരിചയപ്പെടലിന്റേതായിരുന്നു. പുതിയതായി വന്ന ഇന്ത്യൻ സഹപ്രവർത്തകനോട് കുശലം പറയാൻ പല നോർവീജിയൻ സഹപ്രവർത്തകരും സമയം കണ്ടെത്തി. സ്കാൻഡിനേവിയൻ സംഭാഷണങ്ങളിൽ കാലാവസ്ഥയാണ് പൊതുവെ കടന്നുവരുന്ന വിഷയം. ഓഫീസിലെ മീറ്റിങ്ങുകളിൽ പലതിലും കുശലാന്വേഷണം നടത്തുന്നത് കാലാവസ്ഥയുമായി ബന്ധപ്പെട്ട ചോദ്യങ്ങൾ ചോദിച്ചുകൊണ്ടാണ്.

അങ്ങനെയിരിക്കെ ഓഫീസിലെ പതിവ് സംഭാഷണത്തിനിടയിൽ ഒരു സഹപ്രവർത്തക ചോദിച്ചു:

"നിങ്ങൾ മഞ്ഞുകാലത്തു സ്കീയിങ് ചെയ്യാറുണ്ടോ?"

എന്റെ മുഖഭാവത്തിൽനിന്നും ചോദ്യത്തിലെന്തോ കുഴപ്പമുണ്ടെന്ന് അവർക്കു മനസ്സിലായി. പിന്നീട് കാലാവസ്ഥയെപ്പറ്റി ഒരു സ്റ്റഡി ക്ലാസ് തന്നെ എനിക്കെടുക്കേണ്ടി വന്നു. ഹിമാലയസാനുക്കൾ സ്വന്തമായുള്ള രാജ്യത്തുനിന്നും വന്ന ഒരാൾക്ക് സ്കീയിങ് അറിയില്ല എന്നത് അവർക്കു പുതിയൊരു അറിവായിരുന്നു.

ഒരൊറ്റ ബ്രഷ് കൊണ്ട് വരച്ച ഒരു ക്യാൻവാസാണ് അവരുടെ മനസ്സിലെ ഇന്ത്യ. *സ്ലം ഡോഗ് മില്യണയർ* സിനിമയിൽ ഡാനി ബോയിലിന്റെ ലെൻസിൽ പതിഞ്ഞ ഇന്ത്യയെ മാത്രം കണ്ടിട്ടുള്ളവരാണിവരിൽ പലരും. അവരുടെ മനസ്സിലെ ഇന്ത്യ, ചേരികളിൽ മാത്രം ജീവിക്കുന്ന മനുഷ്യരുടെ നാടാണ്. പട്ടിണിയും വിശപ്പും മാത്രം കൈമുതലായുള്ളവരുടെ നാട്. ചേരികളുടെയും കലഹങ്ങളുടെയും നാട്. തിരക്കേറിയ തെരുവുകളുടെ നാട്.

ഗ്രോൺലാൻഡിലെ പാകിസ്ഥാനി ഭായി

എന്നെപ്പോലെതന്നെ കൊച്ചിയിലെ ഓഫീസിൽനിന്നും ഓസ്ലോയിൽ എത്തിയതാണ് അനുരാജ്. ഗ്രോൺലാൻഡിലെ പാകിസ്ഥാനി കടകളെപ്പറ്റി അനുരാജാണ് പറഞ്ഞത്. ഓസ്ലോ നഗരത്തിന്റെ വേറിട്ടൊരു മുഖമാണ് അവിടം. ഒന്നുരണ്ടുവട്ടം അവൻ അവിടെ പോയിട്ടുണ്ട്. നഗരകേന്ദ്രത്തിൽ നിന്നും അകലെയല്ലാത്ത അവിടത്തെ കടകളിൽ പോയി അവൻ ഇന്ത്യൻ പച്ചക്കറികൾ, മസാലകളൊക്കെ വാങ്ങിയിട്ടുണ്ട്. ഓഫീസിൽനിന്ന് ഫ്ലാറ്റും, ഫ്ലാറ്റിൽ നിന്ന് ഓഫീസും എന്ന യാന്ത്രികജീവിതം നയിച്ചുകൊണ്ടിരുന്ന എനിക്ക് അവിടം ഒന്ന് കണ്ടാൽ കൊള്ളാമെന്ന മോഹമുദിച്ചു.

തൊട്ടടുത്ത വാരാന്ത്യത്തിൽ ത്തന്നെ ഞങ്ങൾ ഗ്രോൺലാൻഡിലേക്ക് ട്രെയിൻ കയറി. സ്റ്റേഷന്റെ പടിക്കെട്ടുകൾ താണ്ടി പുറത്തേക്കെത്തിയപ്പോൾ എന്റെ മുൻപിൽ ഓസ്ലോ നഗരത്തിന്റെ മറ്റൊരു ചിത്രം പ്രത്യക്ഷപ്പെട്ടു. കാറ്റിലൊഴുകിയെത്തുന്ന ഗന്ധം പോലെ വായുവിൽ ഒരു ഡസൻ ഭാഷകളിലെ ശബ്ദങ്ങൾ. ഉയരത്തിലുള്ള ഫ്ലാറ്റ്സമുച്ചയങ്ങൾ, അതിനുള്ളിൽ അഭയംപ്രാപിച്ച ജീവിതങ്ങൾ, അവർ കണ്ട സ്വപ്നങ്ങളുടെ കഥകൾ പറയുന്നു.

പുറത്തെ തണുപ്പിൽനിന്നും രക്ഷതേടി കാപ്പിക്കടകളിൽ ചൂട്കാപ്പിയുമായി സൊറ പറഞ്ഞിരിക്കുന്നവരുടെ കണ്ണുകളിലെല്ലാം നഷ്ടപ്പെട്ട ജീവിതത്തിന്റെ വേദന.

ഞാൻ നിത്യവും കാണുന്ന വൃത്തിയും വെടിപ്പുമുള്ള നഗരംതന്നെയോ ഇത്? ഞാൻ അമ്പരന്നു. കുടിയേറ്റക്കാർ തിങ്ങിപ്പാർക്കുന്ന പ്രദേശമാണ്

ഗ്രോൺലാൻഡിലെ തെരുവിന്റെ കാഴ്ച

അവിടം. പലരും പറഞ്ഞു പേടിപ്പിച്ചതും വായിച്ചറിഞ്ഞതും വെച്ച് ഓസ്ലോയിൽ കുറ്റകൃത്യങ്ങൾ ഏറെ നടക്കുന്ന ഒരിടം. വഴിയിൽ എങ്ങും ഉപേക്ഷിക്കപ്പെട്ട സിഗരറ്റ് കുറ്റികൾക്ക് പലായനത്തിന്റെ, പറിച്ചുനടലിന്റെ ഒരായിരം സങ്കടകഥകൾ പറയുവാനുണ്ടാവും. ഗ്രോൺലാൻഡിൽ ഓരോ ചുവടുവെക്കുമ്പോഴും എന്റെയുള്ളിൽ ആകാംക്ഷയോടൊപ്പം ഭയവും നൃത്തം ചെയ്തുകൊണ്ടിരുന്നു.

അപരിചിതമായ തെരുവിലെങ്ങും ബഹുസാംസ്കാരികതയുടെ അടയാളപ്പെടുത്തലുകളായി പലതരം കടകൾ. പച്ചക്കറികൾ, സുഗന്ധ വ്യഞ്ജനങ്ങൾ, ഭക്ഷണശാലകൾ, വസ്ത്രശാലകൾ...

മഞ്ഞ് തോരാതെ പൊഴിയുന്നുണ്ട്. ഞങ്ങൾക്ക് പോകേണ്ടത് പാകിസ്ഥാനി കടയായ നോർബിഗാട്ടയിലേക്കാണ്. ലാഹോറി കബാബ്, പഞ്ചാബ് തന്തൂരി, പഞ്ചാബി മസാല, ലക്ഷ്മി സ്റ്റോഫ്ഹുസ്, റൊട്ടി

ഷോപ്പ് ഓസ്ലോ, ബെയ്റൂട്ട് കബാബ്, എത്യോപ്യൻ ബ്യൂട്ടി, ദുബായ് ഷോപ്പ്, ആഫ്രോ സലൂൺ — വൈവിധ്യങ്ങളുടെ അടയാളപ്പെടുത്തലായി തെരുവിൽ കണ്ട കടകളുടെ പേര് ഓരോന്നായി ഞാൻ വായിച്ചെടുത്തു.

നോർബിഗാട്ടയിൽ സാധനം വാങ്ങാൻ നല്ല തിരക്കുണ്ട്. പാകിസ്ഥാനി നടത്തുന്ന കടയിൽ കസ്റ്റമേഴ്സ് ഒട്ടുമുക്കാലും ഇന്ത്യക്കാർ. ബദ്ധവൈരികളായി കരുതുന്നവർ ഭായി ഭായി ബന്ധമാണിവിടെ. അത്യാവശ്യം ഹിന്ദി അറിയാമെങ്കിൽ സംസാരിക്കാമെന്ന അവസ്ഥ. മട്ട അരിയാണ് ഞങ്ങൾക്ക് വേണ്ടത്. കുറേനാൾ ബോംബെയിൽ ജോലി ചെയ്തിരുന്ന അനുരാജിന് ഹിന്ദി നന്നായി കൈകാര്യംചെയ്യാനറിയാം.

നോർബിഗാട്ടയിലെ ഷോപ്പിങ്ങും കഴിഞ്ഞ് അസ്ഥിയിലേക്ക് അരിച്ചിറങ്ങുന്ന തണുപ്പിനെ ശമിപ്പിക്കാൻ ഞാനും അനുരാജും ശ്രീലങ്കൻ കടയായ റൊട്ടി ഷോപ്പ് ഓസ്ലോയിൽനിന്നും ഓരോ ചൂട് കൊത്തുപൊറോട്ടയും കാപ്പിയും അകത്താക്കി.

നോർവേയിലേക്കു കുടിയേറിയവർ പലരും തങ്ങളുടെ വംശീയ പശ്ചാത്തലം അനുസരിച്ചു താമസിക്കുവാൻ തെരഞ്ഞെടുത്ത ഒരിടമായിട്ടാണ് ഗ്രോൺലാൻഡിനെ ഞാൻ നോക്കിക്കണ്ടത്. സൊമാലിയക്കാരും, എറിത്രിയക്കാരും, തുർക്കികളും, ഇറാക്കികളും, പാകിസ്ഥാനികളും, എത്യോപ്യക്കാരും എന്നിങ്ങനെ അവിടെയുള്ളവരുടെ ഇടയിൽത്തന്നെ ചേരിതിരിവുകൾ പ്രകടമാണ്. ഇവരിൽ മിക്കവരും യുദ്ധത്തിന്റെ പരിണതഫലമായി നിർബന്ധിത പലായനത്തിന് വിധേയരായവരാണ്. തദ്ദേശീയരായ വെളുത്ത വർഗക്കാരെ മഷിയിട്ടുനോക്കിയാൽ പോലും അവിടെ കാണില്ല.

ലോകത്ത് സന്തോഷത്തിന്റെ ഉന്നതിയിൽ നിൽക്കുന്ന നാട്ടുകളിൽപ്പോലും വംശീയമായ ചേരിതിരിവ് നിലനിൽക്കുന്നു. ഈ സത്യം തിരിച്ചറിയാൻ ഗ്രോൺലാൻഡിലേക്കുള്ള യാത്രകൾ എന്നെ സഹായിച്ചു. ഇതര സംസ്ഥാനങ്ങളിൽനിന്നു നമ്മുടെ നാട്ടിൽ വന്നു ജോലി ചെയ്യുന്നവർ അനുഭവിക്കുന്നത്രയും വംശീയത ഇവർ ഇവിടെ അനുഭവിക്കുന്നുണ്ടാവുമോ? ഇങ്ങനെ ചിന്തിക്കാൻ തന്നെ ഞാൻ സ്വന്തം നാട് വിട്ട് അന്യനാട്ടിൽ പോയി ജീവിക്കേണ്ടിവന്നു എന്നത് ഒരു വിരോധാഭാസമായി എനിക്കു തോന്നി.

സ്വന്തം നാട്ടുപേക്ഷിച്ചു പലായനം ചെയ്യാൻ നിർബന്ധിതരായവർ. വീട്, കുടുംബം, സമ്പാദ്യങ്ങൾ എല്ലാം ഇട്ടെറിഞ്ഞു ജീവനുവേണ്ടി ഓടിയവർ, മെച്ചപ്പെട്ട തൊഴിൽ സ്വപ്നം കണ്ടു വന്നവർ... എല്ലാവരും ജീവിതം തിരികെപ്പിടിക്കാനുള്ള പരിശ്രമത്തിലാണ്. ഈ നഗരം അവരെ ചേർത്ത് നിർത്തുന്നുണ്ടോ?

നോർവേ നടുങ്ങിയ കൂട്ടക്കൊല

ഓസ്ലോയും പ്രാന്തപ്രദേശങ്ങളും ചുറ്റിനടന്നു കാണുന്നതായിരുന്നു വാരാന്ത്യങ്ങളിൽ സമയം കൊല്ലാനുള്ള പ്രധാന മാർഗം. നഗരഹൃദയത്തോട് ചേർന്നാണ് ഓസ്ലോ കത്തീഡ്രൽ. ഓസ്ലോ നഗരത്തിന്റെ ആകാശരേഖയാണ് ഈ കത്തീഡ്രൽ ഗോപുരം. ഒരു വാരാന്ത്യയാത്ര അവിടേക്കായിരുന്നു.

നഗരത്തിലെ പ്രധാന തെരുവാണ് കാൾയോഹാൻ. തെരുവിന്റെ വടക്കു കിഴക്കായാണ് കത്തീഡ്രൽ സ്ഥിതിചെയ്യുന്നത്. ബറോക്ക് ശൈലിയിൽ നിർമ്മിച്ച കത്തീഡ്രൽ പതിനേഴാം നൂറ്റാണ്ടിന്റെ അവസാനം മുതൽ നഗരത്തിൽ തല ഉയർത്തി നിൽക്കുന്നു. മനോഹരമായ സീലിങ്ങും ഗ്ലാസ് പെയിന്റിങ്ങുകളുംകൊണ്ട് സമ്പുഷ്ടമാണ് ഉൾവശം.

ഓസ്ലോയിലെ ഇപ്പോഴത്തെ കത്തീഡ്രൽ മൂന്നാം തലമുറയിൽ പെട്ടതാണ്. ആദ്യത്തെ കത്തീഡ്രൽ, ഹാൽവാർഡ്സ് കത്തീഡ്രൽ, 12-ാം നൂറ്റാണ്ടിൽ നിർമ്മിച്ചു. ഇന്നത്തെ കത്തീഡ്രലിൽനിന്ന് ഏകദേശം 1.5 കിലോമീറ്റർ കിഴക്കായി, പഴയ ബിഷപ്പ് പാലസിന് അടുത്തായിട്ടായിരുന്നു അത് സ്ഥിതി ചെയ്തിരുന്നത്.

1624 ലെ തീപിടിത്തത്തിനുശേഷം, അന്നത്തെ രാജാവ് ക്രിസ്ത്യൻ IV നഗരം പടിഞ്ഞാറേക്കു മാറ്റി സ്ഥാപിച്ചു. 1632 ൽ പുതിയ നഗരത്തിലെ പ്രധാന ചത്വരത്തിൽ പുതിയ കത്തീഡ്രൽ പണിതു. അതിനുശേഷം പഴയ ഹാൽവാർഡ്സ് കത്തീഡ്രൽ ഉപേക്ഷിക്കപ്പെട്ടു. അമ്പതുവർഷത്തിനുള്ളിൽത്തന്നെ പുതിയ കത്തീഡ്രൽ തീപിടിത്തത്തിൽ കത്തി

നശിച്ചു. അതിനുപകരമായി പണി കഴിപ്പിച്ചതാണ് ഇന്ന് കാണുന്ന ഓസ്ലോ കത്തീഡ്രൽ. 1697 നവംബറിൽ പുതിയ കത്തീഡ്രലിന്റെ പണി പൂർത്തീകരിച്ചു.

ബറോക്ക് ശൈലിയിൽ നിർമ്മിച്ച ഈ കത്തീഡ്രലിന് ചുടുകട്ടകൊണ്ടുള്ള മുൻഭാഗവും ചെമ്പ് ഗോപുരവുമുണ്ട്. 1850 ൽ, ജർമ്മൻ നോർവീജിയൻ ആർകിടെക്ട് അലക്സിസ് ഡി ചാറ്റിയൂനഫ് ഇത് നിയോ ഗോഥിക് ശൈലിയിൽ മോടി പിടിപ്പിച്ചു. ആ കാലഘട്ടത്തിലാണ് ഇതിന്റെ അകത്തളം പുതുക്കി പണിതത് . നോർവേയുടെ രാജകീയ വിവാഹങ്ങൾ, ശവസംസ്കാരങ്ങൾ, പ്രധാന ചടങ്ങുകൾക്കെല്ലാം വേദിയാവുന്ന ഒരിടം കൂടിയാണ് ഇവിടം.

ഒരു ആരാധനാലയം എന്നതിലുപരി, നോർവേയുടെ മതപരവും സാംസ്കാരികവുമായ പൈതൃകത്തിന്റെ സ്മാരകം കൂടിയാണ് ഈ കത്തീഡ്രൽ. പുതുക്കി പണിയലുകൾ പലതവണ നടത്തിയിട്ടുണ്ടെങ്കിലും ചരിത്രപ്രസിദ്ധമായ ഈ ദേവാലയത്തിന്റെ ഗാംഭീര്യം അതേപടി നിലനിർത്തിയിട്ടുണ്ട്.

കത്തീഡ്രലിനോട് ചേർന്ന് ഇരുമ്പിൽ നിർമ്മിച്ച റോസാപുഷ്പങ്ങൾകൊണ്ട് ഒരു സ്മാരകമുണ്ട്. ഇരുപത്തിയഞ്ചു രാജ്യങ്ങളിൽ നിന്നുള്ള ആയിരക്കണക്കിന് റോസാപുഷ്പങ്ങളാണ് നിരപരാധികളായ എഴുപത്തിയേഴ് പേരുടെ ഓർമ്മയ്ക്കായി ഇവിടെ സമർപ്പിച്ചിരിക്കുന്നത്. കാലപ്പഴക്കത്തിൽ റോസാപുഷ്പങ്ങൾക്കു നിറം മങ്ങിയിട്ടുണ്ടെങ്കിലും മരണപ്പെട്ടവരുടെ ഓർമ്മകൾക്ക് അല്പം പോലും മങ്ങലേറ്റിട്ടില്ല. സ്നേഹത്തിന്റെയും അനുകമ്പയുടെയും പ്രതീകമായ ഈ റോസാപുഷ്പങ്ങൾക്ക് ഒരു കഥ പറയാനുണ്ട്.

ഞാൻ നോർവേയിൽ എത്തുന്നതിന് ആറുവർഷങ്ങൾക്കുമുൻപ് നടന്ന സംഭവമാണ്. എഴുപത്തിയേഴ് പേർ രണ്ട് ആക്രമണങ്ങളിലായി ഒരേ ദിവസം കൊല്ലപ്പെടുന്നു. സ്വാഭാവികമായും കുടിയേറ്റജനത അല്പനേരത്തേക്കെങ്കിലും സംശയത്തിന്റെയും ഭയത്തിന്റെയും നിഴലിലായി.

ഓസ്ലോ നഗരത്തെ മുൾമുനയിൽ നിർത്തിയ ഒരു ദിവസമായിരുന്നു അത്. എങ്ങും പോലീസ് വാനുകൾ. ഹുങ്കാരശബ്ദം മുഴക്കി ചീറിപ്പായുന്ന ആംബുലൻസുകൾ. നഗരം ഭീതിയുടെ നിഴലിൽ അകപ്പെട്ട ദിനം.

നഗരത്തെ ചലിപ്പിക്കുന്നത് ഇവിടേക്ക് കുടിയേറിയ അഭയാർഥികൾ ആണെന്ന് പലപ്പോഴും തോന്നിയിട്ടുണ്ട്. സമ്പത്തും മികച്ച വിദ്യാഭ്യാസവും കൈമുതലായി വന്നപ്പോൾ തദ്ദേശീയരിൽ ഭൂരിഭാഗവും വൈറ്റ് കോളർ ജോലികളിലേക്ക് തിരിഞ്ഞു.

മുടി മുറിക്കുന്ന ജോലി, ബസ്സുകളും ടാക്സിയും ഓടിക്കുക, നഗരത്തിലെ മാലിന്യനിർമ്മാർജനം, വയോജനപരിപാലനം തുടങ്ങിയ ജോലികൾ

ചെയ്യുവാൻ തദ്ദേശീയർ വിമുഖത കാണിച്ച അവസരത്തിലാണ് അഭയാർഥികളായി വന്ന പലരും അത്തരം ജോലികൾ ഏറ്റെടുത്തത്. പതിയെ പതിയെ ഈ ജോലികൾ അഭയാർഥികളുടേതു മാത്രമായി മാറി.

അഭയാർഥികളായി വന്നവരിൽ പലരും വിദ്യാഭ്യാസപരമായി പിന്നോക്കമായിരുന്നത് മറ്റു പല ജോലികളും ലഭിക്കാൻ അവർക്കു തടസ്സമായിരുന്നു. എന്നാൽ ഇവരിൽ പലരുടെയും അടുത്ത തലമുറ പഠനത്തിൽ മുൻപന്തിയിൽ ആയി. അവർ മികച്ച വിദ്യാഭ്യാസം നേടി തദ്ദേശീയർ മാത്രം ചെയ്തിരുന്ന ജോലികൾ ചെയ്തു തുടങ്ങി.

വംശീയത മനസ്സിൽ കൊണ്ടുനടക്കുന്ന ഒരുപറ്റം തദ്ദേശീയരെ ഇത് അസ്വസ്ഥരാക്കി. തങ്ങളുടെ സംസ്കാരവും ജീവിതരീതികളും എല്ലാം കുടിയേറ്റക്കാർ ഇല്ലാതാക്കും എന്ന ചിന്ത അവരെ അലട്ടിക്കൊണ്ടിരുന്നു. അങ്ങനെയുള്ളവരുടെ പ്രതിനിധിയാണ് ആൻഡേഴ്സ് ബ്രെവിക്. നോർവേയിലെ പാശ്ചാത്യേതര കുടിയേറ്റത്തെ എതിർക്കുന്നതിന്റെ ഭാഗമായി ആൻഡേഴ്സ് ബ്രെവിക് ആസൂത്രണം ചെയ്ത ആക്രമണം ആയിരുന്നു 2011 ജൂലൈ 22 ന് ഓസ്ലോയിൽ നടന്നത്.

അങ്ങനെ ചെയ്തതിലൂടെ, ബ്രെവിക് നോർവേയിലെ വംശീയവിദ്വേഷാന്തരീക്ഷത്തെ ലോകത്തിന് മുന്നിൽ തുറന്നുകാട്ടുക മാത്രമല്ല, ഒരു ദിവസംകൊണ്ട് രാജ്യത്തിന്റെ വാർഷിക കൊലപാതകനിരക്ക് ഇരട്ടിയാക്കുകയും ചെയ്തു. ഏറ്റവും ആശങ്കാജനകമായ കാര്യം, എല്ലാ മുസ്ലീങ്ങളും തീവ്രവാദികളാണെന്ന് അഭിമാനത്തോടെ പ്രഖ്യാപിച്ചിരുന്ന ആൾട്ട്-റൈറ്റ് പ്രോഗ്രസ് പാർട്ടിയിലെ അംഗമായിരുന്നു അയാൾ എന്നതാണ്. തെറ്റായ വിദേശനിലപാടുകൾ ആയിരുന്നിട്ടും, ആക്രമണത്തിന് രണ്ട് വർഷത്തിനുശേഷം പാർലമെന്റ് തിരഞ്ഞെടുപ്പിൽ 16 ശതമാനത്തിലേറെ വോട്ട് നേടാൻ അവർക്ക് കഴിഞ്ഞു എന്നത് വളരെ ഗൗരവത്തോടെ നോക്കിക്കാണേണ്ട ഒന്നാണ്.

ഈ ജനപിന്തുണ മറ്റ് തീവ്ര വലതുപക്ഷ പാർട്ടികൾക്കും പ്രോത്സാഹനമായി. കുടിയേറ്റം സൃഷ്ടിച്ച ബഹുസാംസ്കാരികതയുടെ പരിണതഫലമാണ് ബ്രെവിക്കിന്റെ ചെയ്തികൾ എന്ന് പലരും വാദിച്ചു. നോർവേ പോലുള്ള ഒരു കൊച്ചു രാജ്യത്ത് കുടിയേറ്റത്തെ എതിർക്കുന്നവരുടെ എണ്ണം കൂടുവാനും ഈ സംഭവം കാരണമായി എന്നുവേണം കരുതാൻ.

നോർവേയിലെ കൂട്ടക്കൊല ആസ്പദമാക്കി 2018 ൽ *22 ജൂലൈ* എന്നൊരു ചിത്രം പുറത്തിറങ്ങുകയുണ്ടായി. ഇത്രയും സമാധാനപ്രിയരായ മനുഷ്യർ വസിക്കുന്ന ദേശങ്ങളിലും കൂട്ടക്കൊലകൾ നടക്കുന്നു എന്നത് എന്നെ സംബന്ധിച്ച് പുതിയ അറിവായിരുന്നു.

കൂട്ടക്കൊലകളും ആക്രമണങ്ങളും വാർത്തകളിലൂടെ വായിച്ചറിയാൻ താല്പര്യമുള്ളവരാണ് നമ്മൾ. അത് മറ്റു നാടുകളിൽ നടക്കുന്ന ഒന്നാ

ണെങ്കിൽ അതിന്റെ പേരിൽ കണ്ണീരൊഴുക്കാൻ അല്പംപോലും നമ്മൾ പിശുക്കു കാട്ടാറില്ല. സ്വന്തം നാട്ടിൽ അത് നടക്കുമ്പോൾ ഉണ്ടാവുന്ന പരിഭ്രമവും ഭയവും ചിന്തിക്കാവുന്നതിനും അപ്പുറത്താണ്. നോർവേയിൽ എത്തിക്കഴിഞ്ഞ് കൂട്ടക്കൊലയെപ്പറ്റി അറിഞ്ഞപ്പോൾ എന്റെ ഉള്ളിലെ പേടിത്തൊണ്ടൻ തലപൊക്കി. നമ്മുടെ നാട്ടിലാണെങ്കിൽ ഒരു വധശിക്ഷ എങ്കിലും കിട്ടേണ്ട കുറ്റം ചെയ്ത ആൻഡേഴ്സ് ബ്രെവിക് ഇന്നും നോർവേയിലെ ജയിലിൽ കഴിയുന്നു.

നോർവേയിലെ ജയിലുകൾക്ക് ഒരു പ്രത്യേകതയുണ്ട്. ഒരിക്കൽ ജയിലിൽനിന്നിറങ്ങി വീണ്ടും കുറ്റകൃത്യത്തിൽ ഏർപ്പെടുന്നവരുടെ തോത് ഇവിടെ 20% ആണ്. അമേരിക്കയിൽ അത് 60-70 ശതമാനത്തോളം വരും. അതുകൊണ്ടുകൂടിയാണ് ലോകപ്രശസ്തമായ *ടൈം മാഗസിൻ* ലോകത്തിലെ ഏറ്റവും മനുഷ്യത്വമുള്ള ജയിൽ ആയി നോർവീജിയൻ ജയിലിനെ തെരഞ്ഞെടുത്തത്.

പാബ്ലോ, ദി സ്നസ്സ് ഏജന്റ്

ഓഫീസിലെ മീറ്റിങ്ങിനിടയിലാണ് നോർവീജിയൻ സഹപ്രവർത്ത കൻ കാസ്പറിന്റെ കൈയിലെ ഡപ്പി ഞാൻ ശ്രദ്ധിച്ചത്. നാട്ടിലെ സ്വ ർണ്ണക്കടകളിൽനിന്നും വളകളൊക്കെ ഇട്ടുതരുന്ന പോലെയുള്ള ആക ർഷകമായ ഒന്ന്. മീറ്റിങ്ങിനിടയിൽ എന്റെ ചിന്ത കൗതുകകരമായ ആ ഡപ്പിയെപ്പറ്റിയായിരുന്നു.

മീറ്റിങ് പുരോഗമിക്കുന്നതിനിടെ മറ്റൊരു കാര്യം എന്റെ ശ്രദ്ധയിൽ പെട്ടു. കാസ്പർ പതിയെ ഡപ്പി തുറന്ന് ഒരു പൊതി പുറത്തെടുക്കുന്നു. ഏതാണ്ട് വലിയ രണ്ടു ഗുളികയുടെ വലിപ്പമുണ്ട് ആ പൊതിക്ക്. സാവ ധാനം ആ കുഞ്ഞുപൊതി എടുത്ത് ചുണ്ടിനടിയിൽ അയാൾ തിരുകി വെച്ചു.

എന്നിലെ കുതുകിയായ മലയാളി സടകുടഞ്ഞെഴുന്നേറ്റു. സംഭവം എന്താണെന്ന് അറിഞ്ഞിട്ടുതന്നെ കാര്യം എന്ന് മനസ്സിൽ ഉറപ്പിച്ചു. മീ റ്റിങ്ങിൽ ചൂടേറിയ ചർച്ചകൾ നടക്കുമ്പോഴെല്ലാം ഞാൻ പൊതിയുടെ ഉറവിടം കണ്ടെത്താനുള്ള പദ്ധതികൾ ആവിഷ്കരിക്കുകയായിരുന്നു.

മീറ്റിങ് കഴിഞ്ഞു. എന്റെ ചിന്തകൾ കാട് കയറി. കൂടിയ ഇനം മയക്കമരുന്നുകൾ ഒക്കെ പാശ്ചാത്യർ ഉപയോഗിക്കും എന്ന് കേട്ടിട്ടുണ്ട്. ആംസ്റ്റർഡാം പോലുള്ള പട്ടണങ്ങളിൽ കഞ്ചാവ് നിയമവിധേയവും സു ലഭവുമാണ് എന്ന് പലയിടത്തും വായിച്ചിട്ടുണ്ട്. ഇത്രയും കൂടിയ മയക്കു മരുന്നുകളൊക്കെ ആളുകൾ പരസ്യമായി ഉപയോഗിക്കുമോ? അതിന് ഉത്തരം കണ്ടെത്തുന്നതുവരെ എനിക്കിനി വിശ്രമമില്ലാത്ത നാളുകളാണ്.

അടുത്ത ദിവസം ഓഫീസിലെ കോഫി മെഷീനിൽനിന്നും കാപ്പി എടുക്കുകയായിരുന്ന കാസ്പറിന്റെ അടുക്കലേക്കു കുശലം ചോദിച്ചു ഞാൻ പറ്റിക്കൂടി. പൊതിയുടെ രഹസ്യം അറിയുകയാണ് ലക്ഷ്യം.

പതിയെ ഞാൻ വിഷയം അവതരിപ്പിച്ചു. കാസ്പർ എന്നിലെ കൗതുകത്തിനും ആകാംക്ഷയ്ക്കും തിരശീല ഇട്ടുകൊണ്ട് അതിന്റെ കഥ പറഞ്ഞു.

"ചെറിയ പൊതികളിലാക്കിയ പുകയിലയാണത്. 'സ്നസ്സ്' എന്നാണ് സംഭവത്തിന്റെ പേര്. ഉപയോഗിക്കാൻ വളരെ എളുപ്പമാണ്. പൊതു ഇടങ്ങളിൽപ്പോലും ഇത് ഉപയോഗിക്കാം. സിഗരറ്റ് പോലെ ചുറ്റുമുള്ളവർക്ക് ബുദ്ധിമുട്ട് ഉണ്ടാക്കുകയില്ല. നോർവേയിൽ പത്തു ശതമാനം ആളുകൾ സിഗരറ്റ് വലിക്കാർ ആണെങ്കിൽ സ്നസ്സ് ഉപഭോക്താക്കൾ ഏതാണ്ട് പതിമൂന്നു ശതമാനത്തോളം വരും."

കാസ്പർ ഏതാനും നിമിഷത്തേക്ക് സ്നസ്സിന്റെ മാർക്കറ്റിങ് മാനേജർ ആയി.

നോർവേയെക്കാളും സ്നസ്സിന് പ്രചാരം സ്വീഡനിലാണ്. യൂറോപ്പിൽ സ്വീഡൻ, നോർവേ, സ്വിറ്റ്സർലൻഡ് തുടങ്ങിയ ചുരുക്കം ചില രാജ്യങ്ങളിലാണ് ഇവയുടെ വില്പന അനുവദിച്ചിട്ടുള്ളത്. നിയമവിധേയമാണെങ്കിലും അമേരിക്കയിൽ വാങ്ങാൻ കിട്ടില്ല.

ഇതിനിടയിൽ രസകരമായ ഒരു കഥയും കാസ്പർ പറഞ്ഞു.

മുൻപ് ജോലി ചെയ്തിരുന്ന സ്ഥാപനത്തിൽനിന്നും അമേരിക്കയിലെ ഓഫീസിലേക്ക് അയാൾക്ക് താൽക്കാലികമായി സ്ഥലംമാറ്റം ലഭിച്ചു. പുതിയ സ്ഥലത്ത് കുട്ടികളുടെ സ്കൂൾ, താമസസൗകര്യം തുടങ്ങിയവയ്ക്കു കമ്പനിയുടെ ഭാഗത്തുനിന്ന് നൽകേണ്ട സഹായങ്ങൾ ചോദിച്ചറിയാനായി എച്ച് ആർ മാനേജർ ഒരു മീറ്റിങ് വിളിച്ചു. ആ മീറ്റിങ്ങിൽ കാസ്പർ ആവശ്യപ്പെട്ടത് അമേരിക്കയിൽ സ്നസ്സ് ലഭിക്കാനുള്ള സഹായങ്ങൾ ചെയ്തുതരണം എന്നാണ്. വളരെ വിചിത്രമായ ആവശ്യമായി തോന്നുമെങ്കിലും ഇവരുടെ പുകയിലപ്രേമത്തിന്റെ ആഴം വിളിച്ചോതുന്നതായിരുന്നു ആ സംഭവം.

എച്ച് ആർ മാനേജർ ഏതാനും ദിവസങ്ങൾക്കകംതന്നെ സ്നസ്സ് അമേരിക്കയിലേക്ക് അയച്ചുകൊടുക്കുന്ന വിതരണക്കാരുമായി ബന്ധപ്പെടുകയും അമേരിക്കയിൽ അവ എത്തിക്കുന്നതിനുള്ള ക്രമീകരണം ചെയ്തു കൊടുക്കുകയും ചെയ്തു എന്നാണ് കഥയുടെ ആദ്യ ഭാഗം.

ഇനി രണ്ടാം ഭാഗം തുടങ്ങുന്നത് കാസ്പർ അമേരിക്കയിൽ എത്തിയതിനുശേഷമാണ്. അവിടെ അയാളുടെ സഹപ്രവർത്തകർ പലരും സ്നസ്സ് ഉപഭോക്താക്കളായി മാറാൻ അധികകാലം വേണ്ടിവന്നില്ല. പതിയെ അയാൾ ജോലിസ്ഥലത്ത് ഒരു സ്നസ്സ് ക്ലബ്ബ് തന്നെ തുടങ്ങി. കൂടെ ജോലി ചെയ്യുന്ന സഹപ്രവർത്തകർക്കും സ്നസ്സ് വരുത്തിക്കൊടുത്തു.

സ്നസ്സിനു ജോലിസ്ഥലത്ത് പ്രിയമേറി വന്നു. മൂന്നു മാസത്തിൽ ഒരിക്കൽ അമേരിക്കയിലേക്ക് എത്തുന്ന സ്നസ്സിനായി സഹപ്രവർത്തകർ കാത്തിരുന്നു...

ജോലിസ്ഥലത്ത് അയാൾക്ക് പാബ്ലോ എന്ന പേരും സഹപ്രവർത്തകർ ചാർത്തിക്കൊടുത്തു. കൊളംബിയൻ കൊക്കൈൻ രാജാവായ പാബ്ലോ എസ്കോബാറിനെ പോലെ അമേരിക്കയിൽ സ്നസ്സ് എത്തിക്കുന്ന സ്കാൻഡിനേവിയൻ പാബ്ലോ...

ബെല്ലം ബ്രേക്കുമില്ലാത്ത സ്ലെഡ്ജിങ്

അഞ്ചുദിവസം സായിപ്പിന്റെ കമ്പനിയിൽ കഠിനാധ്വാനം ചെയ്ത് ആറാം ദിവസം കുളിരുകോരുന്ന തണുപ്പിൽ പുതപ്പിനുള്ളിൽ ചുരുണ്ടുകൂടി കിടന്നുറങ്ങുമ്പോഴാണ് ഫോൺ ചിലച്ചത്. അനുരാജ് കാളിങ് ...

"ഹലോ ജിനു, ഉറക്കമാണോ..." ചോദ്യം കേട്ടപ്പോഴേ ദേഷ്യം കൊണ്ട് വിറയൽ വന്നു. സുഖമായി ഉറങ്ങുന്നവനെ വിളിച്ചുണർത്തി ഉറക്കമാണോന്ന്!

"നമുക്കിന്ന്സ്ലെഡ്ജിങ്ങിനു പോയാലോ?" അടുത്ത ചോദ്യം എന്നെ ഉറക്കത്തിൽനിന്നും ചാടി എഴുന്നേൽക്കാൻ നിർബന്ധിതനാക്കി.

കക്ഷി അതേപ്പറ്റി ഗവേഷണം നടത്തി ഒരു പ്രബന്ധംതന്നെ ചുരുങ്ങിയ സമയത്തിൽ അവതരിപ്പിച്ചു. അത് കേട്ടുകഴിഞ്ഞപ്പോൾ പണ്ടെന്നോ എന്നെ നിരാശയിലാഴ്ത്തിയ ഒരു മഞ്ഞുകാലമോഹം ലഡ്ഡുവായി മനസ്സിൽ പൊട്ടിത്തെറിച്ചു.

സ്ലെഡ്ജിങ്ങിന്റെ ആവേശകഥകളോടൊപ്പം സ്ലെഡ്ജ് ചെയ്തു കാലൊടിഞ്ഞവരുടെ കഥകളും കേട്ടതുകൊണ്ടാവാം ആകാംക്ഷയോടൊപ്പം ഭയവും മനസ്സിൽ മുളപൊട്ടി. സൂര്യപ്രകാശം കുറവുള്ള സ്കാൻഡിനേവിയൻ രാജ്യങ്ങളിൽ വൈറ്റമിൻ ഡിയുടെ അഭാവം മൂലം അസ്ഥികൾ ഒടിയാനുള്ള സാധ്യത വളരെ കൂടുതലാണ്. ഓസ്ലോയിൽ ശൈത്യകാലങ്ങളിൽ നാലഞ്ചുമണിക്കൂർ സൂര്യപ്രകാശം കിട്ടിയാലായി. എന്നിരുന്നാലും വേനൽക്കാലത്ത് സൂര്യൻ തന്റെ സർവശക്തിയും പുറത്തെടുത്ത് അസ്തമിക്കാതെ അങ്ങനെ തെളിഞ്ഞുനിൽക്കും.

അനുരാജ് വീണ്ടും വിളിക്കുന്നു..

"സ്ലെഡ്ജിങ്ങിനു പോകാൻ നമ്മൾ ഏതാണ്ട് പത്തുപേരുണ്ട്. നമുക്ക് ഓസ്ലോ സെൻട്രൽ സ്റ്റേഷനിൽ കണ്ടുമുട്ടാം.."

മുൻ ധാരണപ്രകാരം മെട്രോ ട്രെയിനിൽ ഞങ്ങൾ ഓസ്ലോ സെൻട്രൽ സ്റ്റേഷനിൽനിന്നും ലക്ഷ്യസ്ഥാനമായ ഹോൾമെൻകോളെൻ സ്ലെഡ്ജിങ് പോയിന്റ് ലക്ഷ്യമാക്കി രാവിലത്തെ കൊടുംതണുപ്പിലൂടെ, അതിവേഗം കുതിപ്പാഞ്ഞു. അതിനേക്കാൾ വേഗത്തിലാണ് മഞ്ഞിലൂടെ ഒഴുകുവാനുള്ള എന്റെ മോഹങ്ങൾ ചിറകു വിരിച്ചു പറന്നത്.

ഓസ്ലോയുടെ വടക്കുപടിഞ്ഞാറൻ ഭാഗത്ത് സ്ഥിതിചെയ്യുന്ന കുന്നാണ് ഹോൾമെൻകോളെൻ. നഗരമധ്യത്തിൽനിന്ന് അവിടേക്കെത്താൻ 20-30 മിനിറ്റ് സമയമെടുക്കും. അതിഗംഭീരമായ അനുഭവമാണ് കുന്നിൻമുകളിലേക്കുള്ള ട്രെയിൻ യാത്ര.

നഗരത്തിലെ ഏറ്റവും പ്രശസ്തമായ ഉല്ലാസമേഖലകളിലൊന്നായ നോർഡ് മാർക്കയിലേക്കുള്ള കവാടമാണ് ഹോൾമെൻകോളെൻ പ്രദേശം. വേനൽക്കാലത്തും ശൈത്യകാലത്തും ഹൈക്കിങ് ചെയ്യാനുള്ള സ്റ്റാർട്ടിങ് പോയിന്റാണ് അവിടെയുള്ള ട്രിവാനും ഫ്രോഗ്നെർസെറ്ററനും. ഓസ്ലോയിലെ ഏറ്റവും പ്രശസ്തമായ സ്ലെഡ്ജിങ് ട്രാക്കാണ് ഹോൾമെൻകോളെന് സമീപമുള്ള കോർക്കെട്രെക്കെരെൻ. ഫ്രോഗ്നെർസെറ്ററൻ റെയിൽവേ സ്റ്റേഷനിൽനിന്നും മിഡ്സ്റ്റുയൻ വരെയാണ് സ്ലെഡ്ജിങ് ട്രെയിൻ.

സ്ലെഡ്ജ് ചെയ്യാനുള്ള ഹെൽമെറ്റും, സ്ലെഡ്ജും ഉൾപ്പെടെ എല്ലാ സാമഗ്രികളും അവിടെ വാടകയ്ക്ക് കിട്ടും. നൂറ്റിയമ്പത് നോർവീജിയൻ ക്രോണർ ഏകദേശം ആയിരത്തി മുന്നൂറ് ഇന്ത്യൻ രൂപ ആണ് ഒരു ദിവസത്തേക്കുള്ള വാടക.

സ്ലെഡ്ജ് വാങ്ങാൻ ചെന്നപ്പോൾ ഞങ്ങൾക്കത് കിട്ടുമോ എന്ന് പോലും ശങ്കയുണ്ടാക്കുന്ന വിധത്തിൽ ആളുകളുടെ ഒരു നീണ്ട നിര തന്നെ ഉണ്ടായിരുന്നു. മരം കോച്ചുന്ന ആ തണുപ്പിൽ ഏകദേശം ഒരു മണിക്കൂർ ക്യൂ നിൽക്കേണ്ടി വന്നു പണിയായുധങ്ങൾ കൈയിൽ കിട്ടാൻ.

രണ്ടു കിലോമീറ്ററിൽ അധികം ദൂരമുണ്ട് താഴ്വാരത്തിലേക്ക്. കുത്തനെയുള്ള ഇറക്കത്തിലൂടെ സ്ലെഡ്ജ് ചെയ്തു താഴേക്ക്. താഴെയുള്ള റെയിൽവേ സ്റ്റേഷനിൽനിന്നും ട്രെയിൻ കയറി മുകളിലേക്ക്. വീണ്ടും താഴേക്ക്. വളരെ സിമ്പിൾ ആയിട്ടുള്ള കലാപരിപാടി. ചെറുപ്പത്തിൽ പാളയിൽ നിരങ്ങിയിട്ടുണ്ട് .. അതാണ് എന്റെ ആകെയുള്ള എക്സ്പീരിയൻസ്.

ബെല്ലും ബ്രേക്കും ഇല്ലാത്ത ഈ നിരങ്ങൽ ആദ്യമായി ചെയ്യുന്നവർക്ക് ഭയപ്പെടുത്തുന്ന ഒരു അനുഭവമാണ്. ഞാൻ സ്ലെഡ്ജുമെടുത്ത് ഗോദയി

ലേക്കിറങ്ങി. ഒറ്റ നിരങ്ങൽ ആയിരുന്നു. ദാ കിടക്കുന്നു... ഞാനൊരിട ത്തും സ്ലെഡ്ജ് വേറൊരിടത്തും. രണ്ടുമൂന്നു തവണ ചെയ്തു കഴിഞ്ഞപ്പോൾ ടെക്നിക്ക് പിടികിട്ടി. മഞ്ഞിന്റെ തലപ്പാവണിഞ്ഞ വീടുകളെ പിന്ത ള്ളി ഞാൻ താഴേക്ക് നിരങ്ങി നീങ്ങി. വർണ്ണനാതീതമായ കാഴ്ചകളും സ്ലെഡ്ജിങ്ങിന്റെ ആവേശവും വീണ്ടും വീണ്ടും സ്ലെഡ്ജ് ചെയ്യാൻ മന സ്സിൽ ഉത്സാഹം നിറച്ചുകൊണ്ടേയിരുന്നു .

സ്ലെഡ്ജ് ചെയ്തുചെയ്ത് ശരീരം മുഴുവൻ ഹിമാവരണമണിഞ്ഞു. സ്വ ർണ്ണനിറമുള്ള വെയിൽ മാഞ്ഞുതുടങ്ങി. ഇനിയൊരു സ്ലെഡ്ജിങ്ങിനു കൂടി ബാല്യമില്ല എന്ന് മനസ്സ് പറഞ്ഞപ്പോൾ പിന്നീട് വരാം എന്ന പ്രതീ ക്ഷയോടെ അവിടെനിന്നും വിട പറഞ്ഞു. ശൈത്യകാലമായതിനാൽ സൂര്യൻ ചന്ദ്രന് ഡ്യൂട്ടി കൈമാറുന്നതിന് മുൻപേതന്നെ ഞങ്ങൾ തിരി കെപോകാനുള്ള ട്രെയിനിൽ സീറ്റ് പിടിച്ചു.

അവിശ്വാസികളുടെ ഈസ്റ്റർ

നോർവീജിയൻ സഹപ്രവർത്തകർ ഇടയ്ക്കിടെ ഓഫീസിലെ ചില്ലു ജാലകങ്ങളിലൂടെ പുറത്തേക്ക് നോക്കി നെടുവീർപ്പിടുന്നു. ഏപ്രിൽ മാസത്തിലും കട്ടപിടിച്ചുകിടക്കുന്ന മഞ്ഞിനെ നോക്കിയാണ് ഈ പരിഭവം. നോർവേയിലെ ആദ്യ വേനൽക്കാല അനുഭവത്തിനായി കാത്തുനിന്നിരുന്ന ഞാനും കാലാവസ്ഥയെപ്രതി ആകുലപ്പെടാൻ തുടങ്ങി.

ക്രിസ്ത്യൻ ഭൂരിപക്ഷരാജ്യമാണ് നോർവേ. എന്റെ മനസ്സിലുള്ള നോർവീജിയൻ ഈസ്റ്റർ ഒരു ഗംഭീര ആഘോഷമാണ്. നോർവേയിലെ ആദ്യ ഈസ്റ്ററിനെ ഏറെ പ്രതീക്ഷയോടെയാണ് ഞാൻ കാത്തിരുന്നത്. നാട്ടിലെ പാതിരാകുർബാനയും ആഘോഷവും ഈസ്റ്റർദിനത്തിലെ പ്രഭാത ഭക്ഷണവും ആർക്കാണ് മറക്കാൻ കഴിയുക.

“നിങ്ങൾ ഈസ്റ്ററിന് ഏതു പള്ളിയിലാണ് പോകുന്നത്?”

പതിവുപോലെ ജോലിസ്ഥലത്തെ ഒരു പൊതുവർത്തമാനത്തിനിടെ ഞാൻ കൂടെ ജോലി ചെയ്യുന്ന ഇൻഗ്രിഡിനോട് ചോദിച്ചു.

അരുതാത്തതെന്തോ ആണ് ഞാൻ ചോദിച്ചതെന്ന് അവരുടെ മുഖഭാവത്തിൽനിന്നും എനിക്കു മനസ്സിലായി. അവർ ഒരു നിമിഷം ചിന്തയിലാണ്ടു. പിന്നെ പതിഞ്ഞ സ്വരത്തിൽ പുഞ്ചിരിച്ചുകൊണ്ട് മറുപടി പറഞ്ഞു:

“ഇവിടെ ഞങ്ങൾ പള്ളിയിൽ പോകുന്നത് വിവാഹം, മരണം പോലുള്ള ഒഴിവാക്കാനാവാത്ത ചടങ്ങുകൾക്ക് മാത്രമാണ്. ഞങ്ങൾക്ക് ദൈവവിശ്വാസമില്ല. അതുകൊണ്ട് ഈസ്റ്ററിനു ഞങ്ങൾ കുടുംബത്തോടൊപ്പം ചെലവഴിക്കുന്നു.”

ഓസ്ലോയിൽ എത്തിയ നാൾ മുതൽ ഞാൻ ശ്രദ്ധിച്ചതാണ് ഓരോ കവലയിലുമുള്ള പള്ളികൾ. ഇത്രയും പള്ളികൾ ഉള്ള ഇന്നാട്ടിൽ ഇവരാരും പള്ളിയിൽ പോകാറില്ലത്രേ! ഞാൻ വിട്ടുകൊടുത്തില്ല.

“അപ്പോൾ ഈസ്റ്റർ, ക്രിസ്തുമസ് പോലുള്ള ആഘോഷങ്ങൾക്ക് അവധി കൊടുക്കുന്നതോ?”

എനിക്ക് ഈ നാടിനെപ്പറ്റി വലിയ ധാരണ ഒന്നുമില്ല എന്ന് ഇൻഗ്രിഡിന് ബോധ്യപ്പെട്ടു.

“ഞങ്ങളുടെ അവധിദിവസങ്ങൾ എല്ലാം പണ്ടുകാലത്ത് ക്രിസ്തീയ വിശ്വാസം ഉണ്ടായിരുന്നപ്പോൾ തീരുമാനിച്ചതാണ്. അതിന്നും മാറ്റമില്ലാതെ തുടരുന്നു..”

എന്റെ മനസ്സിൽ പിന്നെയും ചോദ്യങ്ങൾ ഉണ്ടായിരുന്നു.. മതനിഷേധികളും ദൈവരഹിതരുമായ ഇവർ നൂറ്റിയമ്പതിലേറെ രാജ്യങ്ങളെ പിന്തള്ളി ലോകത്തെ ഏറ്റവും സന്തോഷമുള്ള സമൂഹമായി നിലകൊള്ളുന്നത് എന്തുകൊണ്ടാണ്? മതമില്ലാത്ത ഇവർ എന്തിനാണ് വിവാഹത്തിനും മരണത്തിനും ഒക്കെ പള്ളിയിൽ പോകുന്നത്?

ഇൻഗ്രിഡിന് അലോസരം ആകുമോ എന്ന് കരുതി ഞാനാ ചോദ്യങ്ങൾ വെള്ളമില്ലാതെ വിഴുങ്ങി..

മതങ്ങളുടെ അതിപ്രസരത്തിൽ ജീവിക്കുന്ന നമ്മളെ സംബന്ധിച്ച് ആഴ്ചയിലൊരു ദിവസം പള്ളിയിൽ പോയില്ലെങ്കിൽ പാപമാണ്. നമ്മുടെ സാമൂഹിക വ്യവസ്ഥിതിയിൽ മതങ്ങളുടെ സ്വാധീനം എത്രമാത്രം ആണെന്ന് ഞാൻ ഒരു നിമിഷം ചിന്തിച്ചുപോയി. ഏതെങ്കിലും ഒരു മതത്തിന്റെ ഭാഗമായില്ലെങ്കിൽ ജീവിതം ബുദ്ധിമുട്ടാണ്. നമ്മുടെ സർക്കാർ സംവിധാനങ്ങൾ പോലും മതസ്ഥാപനങ്ങളെ ആശ്രയിച്ചാണ് നിലനിൽക്കുന്നത്. ആശുപത്രികൾ, സ്കൂളുകൾ, കോളേജുകൾ ഇവയിൽ വലിയൊരു ഭാഗവും മതങ്ങൾക്ക് വീതിച്ചുകൊടുത്തിരിക്കുകയാണല്ലോ. നോർവേ പോലുള്ള ക്ഷേമരാഷ്ട്രങ്ങളിൽ കാര്യങ്ങൾ വ്യത്യസ്തമാണ്. സർക്കാർ ആണ് ജനങ്ങളുടെ ക്ഷേമം ഉറപ്പിക്കുന്നത്. അതിൽ മതപരമായ വേർതിരിവുകൾ മഷിയിട്ടുനോക്കിയാൽ പോലും കാണില്ല.

ഈസ്റ്ററിനും ദുഃഖവെള്ളിക്കും പള്ളിയിൽ പോയിരുന്ന ഞാൻ, ഇതിനൊന്നും പള്ളിയിൽ പോകാത്ത നോർവീജിയൻസിനു പരലോകത്ത് എന്ത് ശിക്ഷയാകും ലഭിക്കുക എന്നോർത്തു കുണ്ഠിതപ്പെട്ടു. ഈ ഈസ്റ്റർദിനത്തിൽ എനിക്ക് നഷ്ടമാവാൻ പോകുന്നത് ഈസ്റ്റർദിനത്തിലെ പ്രഭാതഭക്ഷണമാണ് എന്ന് ഞാൻ സങ്കടത്തോടെ തിരിച്ചറിഞ്ഞു. അങ്ങനെ പള്ളിയിൽ പോകാത്ത, അപ്പവും ചിക്കൻ സ്റ്റൂവും കഴിക്കാത്ത, എന്റെ ആദ്യത്തെ നോർവീജിയൻ ഈസ്റ്റർ കടന്നുപോയി!

രാജാവിന്റെ നല്ല അയൽക്കാരൻ

"താമസസ്ഥലം എത്രയുംവേഗം ഒഴിയണം..."

എച്ച് ആർ മാനേജരുടെ ഇ-മെയിൽ ഞാൻ നെഞ്ചിടിപ്പോടെയാണ് വായിച്ചത്. കമ്പനിയുടെ താമസസ്ഥലം താല്ക്കാലികമാണ്. സ്വന്തമായി വാടകവീട് കണ്ടുപിടിക്കുന്നതുവരെയുള്ള ഒരു ക്രമീകരണം.

റീനയും കുട്ടികളും നാട്ടിൽനിന്നും നോർവേയിൽ എത്തിയിരുന്നു അപ്പോഴേക്കും. ആഴ്ചകൾക്കുള്ളിൽ താമസസ്ഥലം കണ്ടെത്തിയില്ലെങ്കിൽ കാര്യങ്ങൾ കൈവിട്ടുപോകും. എന്റെ നെഞ്ചിടിപ്പ് കൂടാൻ കാരണങ്ങൾ പലതാണ്. ലോകത്ത് താമസത്തിന് ഏറ്റവും ചെലവേറിയ നഗരങ്ങളിൽ ഒന്നാണ് ഓസ്ലോ. അത് മാത്രമല്ല, പണം കൊടുത്താൽ പോലും വാടകയ്ക്ക് വീട് കിട്ടാനും ബുദ്ധിമുട്ടാണ്. പാശ്ചാത്യർക്ക് വാടകയ്ക്ക് കൊടുക്കാനാണ് പൊതുവെ വീട്ടുടമസ്ഥർക്ക് താല്പര്യം. അവരാകുമ്പോൾ അധികം പാചകക്കസർത്തുകളൊന്നും നടത്തില്ല. നമ്മുടെ മസാല ഉപയോഗിച്ചുള്ള പാചകം ആണ് വില്ലൻ. ഓസ്ലോ നഗരത്തെ ആകെ മസാലയിൽ മുക്കാനുള്ള ശക്തി നമ്മുടെ പാചകത്തിനുണ്ട്...!

വാടകവീട് കിട്ടാനുള്ള ബുദ്ധിമുട്ടും ഭീമമായ വാടകയും ഏഷ്യൻ വൻകരയിൽ നിന്നുവന്ന എന്നെപ്പോലുള്ളവരെ മാത്രമല്ല മറ്റു യൂറോപ്യൻ രാജ്യങ്ങളിൽനിന്നും വന്നവരെപ്പോലും കുഴക്കുന്ന യാഥാർഥ്യമാണ്.

വീടുകൾ മാറി മാറി കണ്ടു എങ്കിലും എല്ലായിടത്തുനിന്നും ഒരേ മറുപടിയാണ് കിട്ടിയത്. "യു ആർ അൺലക്കി, വീ ജസ്റ്റ് എഗ്രീഡ് ടു ഗീവ് ടു അനദർ പേഴ്സൺ." മൂന്നാം ലോകരാജ്യത്തു ജനിച്ചതുകൊണ്ടാണോ നിർഭാഗ്യവാൻ എന്നവർ വിളിക്കുന്നത് എന്ന് തോന്നിപ്പോയ നിമിഷങ്ങൾ.

ഹറാൾഡ് 1

ആഫ്രിക്കൻ കവി വോൾസോയിങ്കയുടെ 'ടെലിഫോൺ കോൺവർസേഷൻ' എന്ന കവിതയിൽ കറുത്ത വർഗക്കാരൻ വെളുത്ത വർഗക്കാരിയായ വീട്ടുടമസ്ഥയുടെ വീട് വാടകയ്ക്ക് എടുക്കുന്നതാണ് പ്രമേയം. "How dark? Are you light or very dark?" എന്ന് വീട്ടുടമസ്ഥ ചോദിക്കുന്ന ചോദ്യത്തോട് അയാൾ രസകരമായി പ്രതികരിക്കുന്നുണ്ട്. പല വീടുകൾ മാറി മാറി കണ്ടപ്പോൾ എന്റെ മനസ്സിൽക്കൂടി കടന്നുപോയത് ഈ കവിതാശകലമായിരുന്നു.

ഒരേ മറുപടികൾ കേട്ട് മടുത്തിരിക്കുന്ന നേരത്താണ് യാദൃച്ഛികമായി ഒരു വീട് തരപ്പെടുന്നത്. വീട്ടുടമസ്ഥൻ ഇന്ത്യക്കാരോടൊപ്പം ജോലി ചെയ്തിട്ടുണ്ട് എന്നതായിരുന്നു എനിക്ക് വീട് ലഭിക്കുവാനുള്ള യോഗ്യത. മൂന്ന് നിലയുള്ള ഫ്ലാറ്റിലെ ഏറ്റവും മുകളിലെ നിലയിലായിരുന്നു ഫ്ലാറ്റ്. അങ്ങനെ ഞങ്ങൾ ഓസ്ലോ പട്ടണത്തിനു തൊട്ടടുത്തുള്ള സൊള്ളി എന്ന സ്ഥലത്തേക്ക് വീടെടുത്തു മാറി. ഒന്നേ മുക്കാൽ ലക്ഷം ഇന്ത്യൻ രൂപ മാസവാടക...!

നല്ലവനായ വീട്ടുടമസ്ഥനോട് ഞാൻ മനസ്സിൽ നന്ദി പറഞ്ഞു. എങ്കിലും വിദ്യാഭ്യാസപരമായും സാംസ്കാരികമായും ഉന്നതിയിൽ നിൽക്കുന്നു എന്ന് അവകാശപ്പെടുന്ന നാടുകളിലെ വംശീയത എന്നെ ഏറെക്കാലം വേട്ടയാടി.

രാജാവും രാജ്ഞിയും മക്കളും കൊച്ചുമക്കളും സഹോദരിയും അടങ്ങുന്ന രാജകുടുംബം താമസിക്കുന്നത് എന്റെ പുതിയ താമസസ്ഥലത്തുനിന്നും ഏതാനും ചുവട് അകലെയാണ് എന്നതാണ് പുതിയ സ്ഥലത്തെ ജീവിതത്തിന്റെ ഏറ്റവും വലിയ പ്രത്യേകത.

ക്യൂൻ മാർഗരറ്റ്

ഹരാൾഡ് അഞ്ചാമനാണ് (1991 മുതൽ) നിലവിൽ നോർവേയുടെ രാജാവ്. രാജാവിന് ഭരണഘടനാപരമായി എക്സിക്യൂട്ടീവ് അധികാരം നൽകുന്ന രാജ്യമാണ് നോർവേ. നോർവീജിയൻ സായുധസേനയുടെ സുപ്രീം കമാൻഡറും റോയൽ നോർവീജിയൻ ഓർഡർ ഓഫ് സെന്റ് ഒലാവിന്റെയും റോയൽ നോർവീജിയൻ ഓർഡർ ഓഫ് മെറിറ്റിന്റെയും ഗ്രാൻഡ് മാസ്റ്ററുമാണ് രാജാവ്.

ലോകത്ത് തന്നെ ചിലപ്പോൾ അപൂർവമായിരിക്കും ഇത്. കഥയിലെ നായകൻ ഒരു പെൻഗ്വിൻ ആണ്. നോർവീജിയൻ രാജാവിന്റെ അംഗരക്ഷകരിലൊരാളാണ് ഈ പെൻഗ്വിൻ. ഞെട്ടിയോ...! വരട്ടെ ഇതുകൂടി കേൾക്കൂ... 'ബ്രിഗേഡിയർ നിൽസ് ഒലാവ്' എന്ന പെൻഗ്വിൻ സുരക്ഷാ ഗാർഡ് ഇപ്പോൾ സ്കോട്ലൻഡിലെ എഡിൻബർഗ് മൃഗശാലയിലാണ് വാസം. 1972 മുതലാണ് രാജാവിന് പെൻഗ്വിൻ സുരക്ഷ ആരംഭിച്ചത്. മൂന്നാം തലമുറ അംഗരക്ഷകനാണ് നീൽസ് ഒലാവ്. 2005 മുതൽ നമ്മുടെ ബ്രിഗേഡിയർ നിൽസ് ഒലാവ്-III ഈ സ്ഥാനം അലങ്കരിക്കുന്നുണ്ട്.

അയൽക്കാരനായ രാജാവിനെ ഒരുനോക്ക് കാണാനുള്ള കാത്തിരിപ്പ് തുടരുമ്പോഴും ഞാൻ സ്വയം ചോദിച്ചുകൊണ്ടിരുന്നു; 'Are you light or very dark?'

വീഞ്ഞ് മണക്കുന്ന നാഷണൽ ഡേ

നോർവീജിയൻ നാഷണൽ ഡേയെ പറ്റി ചോദിച്ചപ്പോൾ സഹപ്രവർത്തക ആസ്റ്റിഡ് യെൻസന്റെ മുഖം സൂര്യനെപ്പോലെ തിളങ്ങി.

"നാളെ വലിയ ആഘോഷമാണ്. ജിനു നാളത്തെ പരേഡ് ഒഴിവാക്കരുത്." അവൾ ആവേശം മറച്ചുവെച്ചില്ല.

ഫോണിൽ അവൾ പരേഡിന് ധരിക്കാനുള്ള ബുനാദിന്റെ ചിത്രം കാണിച്ചുതന്നു. അമ്മ സമ്മാനമായി നൽകിയതാണ് അത്. നോർവീജിയൻ പരമ്പരാഗത വസ്ത്രമാണ് ബുനാദ്. കമ്പിളിയിൽ നിർമ്മിച്ച ഈ വസ്ത്രത്തിൽ നോർവീജിയൻ നാടോടിക്കഥകൾ തുന്നി പിടിപ്പിച്ചിട്ടുണ്ട്. നോർവേയുടെ വൈവിധ്യമാർന്ന ഭൂമിശാസ്ത്രം, പാരമ്പര്യം എന്നിവ പ്രതിപാദിക്കുന്ന കഥകൾ പറയുന്ന ഈ വസ്ത്രം മനോഹരമായ തുന്നൽ പണികൾകൊണ്ട് സമ്പന്നമാണ്. വിശിഷ്ട അവസരങ്ങളിൽ മാത്രമാണ് നോർവീജിയൻ സ്ത്രീകൾ ബുനാദ് ധരിക്കുന്നത്. നാഷണൽ ഡേ അതിൽ പ്രധാനപ്പെട്ടതാണ്.

ഈസ്റ്റർ കഴിഞ്ഞാൽ മെയ് 17 ലെ നാഷണൽ ഡേ നോർവേയിലെ വലിയ ആഘോഷങ്ങളിൽ ഒന്നാണ്. സഹപ്രവർത്തകർ ദേശീയ ദിനാഘോഷത്തെപ്പറ്റിയുള്ള ചർച്ചകൾ തുടങ്ങിയിരുന്നു. അതൊക്കെ കേട്ടുകേട്ട് എനിക്ക് ദേശീയ ദിനാഘോഷം കാണാനുള്ള തിടുക്കമായി. എല്ലാ നോർവേക്കാരും വീടുകളിൽ ദേശീയ പതാക ഉയർത്തി ആ ദിനത്തെ വരവേൽക്കാൻ തയ്യാറെടുക്കുകയാണ്.

നൂറ്റാണ്ടുകളോളം ബ്രിട്ടീഷുകാരുടെ കീഴിൽ അടിമത്തത്തിൽ ജീവിച്ച നമ്മൾ സ്വാതന്ത്ര്യ ദിനം ആഘോഷിക്കുന്നത് മനസ്സിലാക്കാം. നോർവീ

ജിയൻസ് എന്തിന്റെ പേരിലാണ് ആഘോഷിക്കുന്നത്? എന്തിനും ഏതിനും ഗൂഗിൾ നോക്കി ഉത്തരം കണ്ടുപിടിക്കുന്ന കാലത്ത് വേറെങ്ങും പോകേണ്ടി വന്നില്ല.

1814 മെയ് 17 ന് നോർവേയെ ഒരു സ്വതന്ത്രരാഷ്ട്രമായി പ്രഖ്യാപിച്ചു. രാജ്യത്തിന്റെ ഭരണഘടന ഒപ്പുവെച്ചതിന്റെ ഓർമ്മയ്ക്കായാണ് ഈ ദിനം കൊണ്ടാടുന്നത്. 1800 കളുടെ തുടക്കം വരെ നോർവേ സ്വീഡിഷ് ഭരണത്തിൻകീഴിലായിരുന്നു. മെയ് 17 ദേശീയ ദിനമായി നോർവേ കൊണ്ടാടുന്നത് സ്വീഡനും രാജകുടുംബത്തിനും എതിരായ പ്രകോപനമാണെന്ന് സ്വീഡിഷുകാർ വിശ്വസിച്ചു. അതുകൊണ്ടു തന്നെ കാൾ യോഹാൻ രാജാവ് ഈ ദിവസത്തെ ആഘോഷങ്ങൾ വിലക്കുകയുണ്ടായി. അതിനെതിരെ പ്രതിഷേധിക്കാൻ ഓസ്ലോയിലെ പ്രധാന ചത്വരത്തിൽ ജനങ്ങൾ ഒത്തുകൂടി. ഇത് പിന്നീട് 1829 ലെ സ്ക്വയർ യുദ്ധം എന്ന് അറിയപ്പെട്ടു. സ്വീഡന്റെ പ്രതിഷേധത്തെ വകവയ്ക്കാതെ നോർവേ പിൽക്കാലത്ത് ഈ ദിനം കുട്ടികളുടെ ആഘോഷമാക്കി മാറ്റി.

ഞങ്ങൾ താമസിച്ചിരുന്ന സൊള്ളിയിൽ ആയിരുന്നു രാജകൊട്ടാരത്തെ ചുറ്റിപ്പറ്റിയുള്ള ആഘോഷങ്ങളുടെ പ്രധാന കേന്ദ്രം. മെയ് പതിനേഴിന് രാവിലെ തന്നെ ഞങ്ങൾ കാഴ്ചകൾ കാണുവാൻ കൊട്ടാരത്തിനടുത്തു നിലയുറപ്പിച്ചു. രാജാവും രാജ്ഞിയും കൊട്ടാരത്തിന്റെ ബാൽക്കണിയിൽനിന്ന് കൈകളുയർത്തി കാഴ്ചക്കാരെ അഭിവാദ്യം ചെയ്തു.

ബാന്റ്മേളവുമായി പരേഡിൽ പങ്കെടുക്കുന്ന സ്കൂൾ കുട്ടികൾ

ബുനാദ് ധരിച്ച തദ്ദേശീയരോടൊപ്പം ഞങ്ങൾ

അങ്ങനെ കാത്തിരിപ്പിനൊടുവിൽ പുതിയ അയൽക്കാരെ ഞങ്ങൾ നേരിൽ കണ്ടു.

കുട്ടികൾ കൊടികളേന്തി വാദ്യമേളങ്ങളോടെ ഘോഷയാത്രയിൽ പങ്കെടുക്കുന്നു. ഓരോ സ്കൂളിന്റെയും പ്രത്യേകം ബാൻഡ് സംഘങ്ങൾ ഉണ്ട്. ഐസ്ക്രീം, ഹോട്ട് ഡോഗ് തുടങ്ങിയ ഭക്ഷണങ്ങളുടെ നീണ്ട നിര. എല്ലായിടവും നോർവീജിയൻ പതാകകൊണ്ട് അലങ്കരിച്ചിരിക്കുന്നു. വിവിധ പ്രായക്കാരായ സ്ത്രീകളും പുരുഷന്മാരും പരമ്പരാഗത വസ്ത്രമായ ബുനാദ് ധരിച്ച് ഘോഷയാത്രയിൽ പങ്കെടുക്കുന്നു. ഉച്ചത്തിലുള്ള സംഗീതത്തിന്റെ മുഴക്കം ഓരോ കോണിൽനിന്നും ഉയർന്നു കേൾക്കാം. അന്തരീക്ഷത്തിൽ എങ്ങും ബിയറിന്റെയും വീഞ്ഞിന്റെയും മണം. ഓസ്ലോയുടെ നിശ്ശബ്ദത ഒരു പട്ടം പോലെ പറന്നുപോകുന്നത് ഞാൻ നോക്കി നിന്നു.

സ്വാതന്ത്ര്യത്തെ നമുക്ക് പലവിധത്തിൽ വ്യാഖ്യാനിക്കാം. ഒരു രാജ്യത്തെ സംബന്ധിച്ച് വൈദേശിക ശക്തികളിൽനിന്നുമുള്ള സ്വാതന്ത്ര്യമാണ് പ്രധാനം. വ്യക്തികൾക്ക് സ്വതന്ത്രമായി ചിന്തിക്കാനും ഇഷ്ടമുള്ള ഭക്ഷണം കഴിക്കുവാനും വസ്ത്രങ്ങൾ ധരിക്കുവാനും തൊഴിൽ ചെയ്യുവാനും വിശ്വാസം തെരഞ്ഞെടുക്കാനുമുള്ള സ്വാതന്ത്ര്യം വേണം. വ്യക്തിസ്വാതന്ത്ര്യത്തിൽ നോർവേ ഒരുപടി മുന്നിലാണ്. സ്വാതന്ത്ര്യം ലഭിച്ച എന്നവകാശപ്പെടുന്ന പല ലോക രാജ്യങ്ങളിലും വ്യക്തിസ്വാതന്ത്ര്യം ഹനിക്കപ്പെടുന്നതും സ്വേച്ഛാധിപത്യത്തിലേക്കു നീങ്ങുന്നതും നമ്മുടെ കൺമുന്നിലെ കാഴ്ചയാണല്ലോ.

ദി ഗ്രേറ്റ് നോർവീജിയൻ ബട്ടർ ക്രൈസിസ്

മൂന്നുനേരം അരിയാഹാരം കഴിക്കുന്ന എനിക്ക് നോർവേയിലെ ഭക്ഷണരീതികൾ തീർത്തും പുതുമ നിറഞ്ഞതായിരുന്നു. ജോലിസ്ഥലത്തെ ക്യാന്റീനിൽ പ്രധാന ഉച്ചഭക്ഷണം ബ്രെഡ് ആണ്. ബ്രെഡ് എന്നൊക്കെ പറഞ്ഞാൽ നമ്മുടെ നാട്ടിൽ കിട്ടുന്ന തരത്തിലുള്ള പതുപതുത്ത മൈദകൊണ്ട് ഉണ്ടാക്കിയ ഒന്നല്ല. ഏതാണ്ട് നെയ്യപ്പത്തിന്റെ നിറമുള്ള മധുരം തൊട്ടുതീണ്ടാത്ത തരത്തിലുള്ള നാട്ടിലെ റസ്കിനെ അനുസ്മരിപ്പിക്കുന്ന ബ്രെഡ്. നോർവേയിലെ സൂപ്പർ മാർക്കറ്റിൽ അത്തരം ബ്രെഡിനാണ് ആവശ്യക്കാർ ഏറെയുള്ളത്. പാൽ ഉല്പന്നങ്ങളായ വെണ്ണയും ചീസും നോർവീജിയൻ ഭക്ഷണത്തിൽ ഒഴിച്ച് കൂടാനാവാത്ത ഒന്നാണ്.

വെണ്ണയും ചീസും കഴിച്ചു ജീവിക്കുന്ന ഇവിടത്തുകാർ 2011 ഡിസംബർ മാസത്തിൽ ഒരു വലിയ പ്രതിസന്ധിയിൽ അകപ്പെട്ടു. ആ വർഷത്തെ വേനൽക്കാലത്ത് പാലുല്പാദനം ഗണ്യമായി കുറഞ്ഞതിന്റെ ഫലമായി നോർവേയിൽ എമ്പാടും വെണ്ണയ്ക്ക് കഠിനമായ ക്ഷാമം അനുഭവപ്പെട്ടു. അതിനെ മറികടക്കാൻ ഇറക്കുമതി തുടങ്ങിയെങ്കിലും പ്രതിസന്ധി തരണം ചെയ്യാൻ അതൊന്നും പര്യാപ്തമായിരുന്നില്ല. ജനങ്ങൾ വെണ്ണ ലഭിക്കാതെ നെട്ടോട്ടമോടി. കാൽകിലോ വെണ്ണയ്ക്ക് രണ്ടായിരത്തി അഞ്ഞൂറ് ഇന്ത്യൻ രൂപ വരെ വിലയായി. സൂപ്പർമാർക്കറ്റുകളിൽ വരുന്ന മുറയ്ക്ക് വെണ്ണ തീർന്നുകൊണ്ടിരുന്നു. അങ്ങനെ 'ദി ഗ്രേറ്റ് നോർവീജിയൻ ബട്ടർ ക്രൈസിസ്'' എന്ന പേരിൽ ഈ സംഭവം ചരിത്രത്തിൽ ഇടം പിടിച്ചു.

കേൾക്കുമ്പോൾ രസകരം ആണെങ്കിലും ഇന്നാട്ടുകാരുടെ വെണ്ണയോടുള്ള സ്നേഹം വിളിച്ചോതുന്ന ഒന്നാണ് ഈ ചരിത്ര സംഭവം.

ജോലിസ്ഥലത്തേക്കുള്ള യാത്രയിൽ 'വെയ്ൽ ബർഗർ' എന്ന ബോർഡ് പലപ്പോഴും കണ്ണിൽ ഉടക്കാറുണ്ട്. എന്തെങ്കിലും പ്രത്യേക ബർഗർ ആയിരിക്കും എന്ന് കരുതിയ എന്നോട് ടോം ആണ് ആ കഥ പറഞ്ഞു തന്നത്. എന്നെപ്പോലെ തന്നെ കൊച്ചിയിൽനിന്നും ഓസ്ലോയിൽ ജോലിക്കെത്തിയതാണ് ടോമും. അവിടെ വിൽക്കുന്നത് തിമിംഗലത്തിന്റെ മാംസംകൊണ്ട് ഉണ്ടാക്കിയ ബർഗർ ആണത്രേ. ആദ്യം ഞാനത് വിശ്വസിച്ചില്ല. ഇത്രയും പ്രകൃതിസ്നേഹികളായ നോർവേക്കാർ തിമിംഗലത്തെ വേട്ടയാടുമോ? വിശ്വസിച്ചാലും ഇല്ലെങ്കിലും ലോകത്ത് തിമിംഗലത്തെ വേട്ടയാടാൻ അനുമതിയുള്ള ചുരുക്കം രാജ്യങ്ങളിൽ ഒന്നാണ് നോർവേ. വർഷംതോറും ആയിരക്കണക്കിന് തിമിംഗലങ്ങളെയാണ് ഇവർ വേട്ടയാടിപ്പിടിക്കുന്നത്.

9--ാം നൂറ്റാണ്ടിലും 10--ാം നൂറ്റാണ്ടിലും നോർവീജിയക്കാർ ട്രോംസോയുടെ തീരത്തിനടുത്ത് തിമിംഗലങ്ങളെ വേട്ടയാടിയിരുന്നു. ചെറുതിമിംഗലങ്ങളെ ഐസ്ലാൻഡിലെ ഫിയോർഡുകളിലേക്ക് ഓടിച്ചുകൊണ്ടുപോയി വേട്ടയാടുന്ന രീതിയായിരുന്നു നോർവേയിലെ വൈക്കിങ്ങുകൾക്ക്.

ഇതൊക്കെ കേട്ടപ്പോൾ എനിക്കും അതൊന്നു രുചിക്കാൻ ആഗ്രഹമായി. നോർവേയിലെ സൂപ്പർമാർക്കറ്റുകളിൽ തിമിംഗലത്തിന്റെ മാംസം

സീസൺ അനുസരിച്ചു ലഭിക്കും. ഞാനല്പം വാങ്ങി കറി വെച്ച് നോക്കി. എല്ലാവരോടും പറയാമല്ലോ തിമിംഗലത്തിന്റെ മാംസം കഴിച്ചിട്ടുണ്ട് എന്ന്. സംഗതി അത്ര രുചികരമായി തോന്നിയില്ല എങ്കിലും ആഗ്രഹം സഫലമായതിന്റെ സന്തോഷം എനിക്കു അടക്കിവെക്കാൻ കഴിഞ്ഞില്ല.

നോർവേ എന്ന് കേൾക്കുമ്പോൾ പലപ്പോഴും എന്റെ മനസ്സിൽ തെളിഞ്ഞുവരുന്ന ഒരു ചിത്രം നോർവീജിയൻ സാൽമണിന്റേതായിരുന്നു. കൊച്ചിയിലെ പല വമ്പൻ സൂപ്പർ മാർക്കറ്റുകളിലും സാൽമൺ വില്പനക്ക് വെച്ചിരിക്കുന്നത് കണ്ടിട്ടുണ്ട്. നമ്മുടെ നാട്ടിലെപോലെ കടൽ വിഭവങ്ങളിൽ അധികം വൈവിധ്യം ഒന്നും നോർവേക്ക് അവകാശപ്പെടാനില്ല എങ്കിലും ലോകത്തിലെ ഏറ്റവും വലിയ സാൽമൺ കയറ്റുമതിക്കാരാണ് ഇന്നാട്ടുകാർ. ജാപ്പനീസ് ഭക്ഷണമായ സുഷിയിൽ 1980 ൽ സാൽമൺ അവതരിപ്പിച്ചത് നോർവീജിയൻ ആളുകളുടെ ബുദ്ധിയിൽ ഉരുത്തിരിഞ്ഞ ഒരു കച്ചവടതന്ത്രമായിരുന്നു എന്നു കേട്ടിട്ടുണ്ട്. എന്തായാലും ഇന്ന് സാൽമൺ ഇല്ലാത്ത സുഷി ജപ്പാൻകാർക്ക് ഉപ്പില്ലാതെ കഞ്ഞിപോലെയാണ്.

വേനലിലെ സൈക്കിൾ യാത്രികർ

വസന്തത്തിൽനിന്നും വേനലിലേക്കു പ്രകൃതി പരിണമിച്ചുതുടങ്ങി. കറുത്ത രോമക്കുപ്പായത്തിൽ നിന്നും മോചിതരായ ആളുകൾ നിറമുള്ള വസ്ത്രങ്ങളിലേക്ക് സ്വാതന്ത്ര്യം പ്രഖ്യാപിച്ചു.

സൂര്യൻ ആ നാടിനു പകർന്നുനൽകുന്ന ഊർജം പറഞ്ഞറിയിക്കാനാവാത്തതാണ്. സൂര്യപ്രകാശം ഏറെയുള്ള നാട്ടിൽ ജീവിച്ച ഞാൻ അത് തിരിച്ചറിയാൻ നോർവേ വരെ എത്തേണ്ടിവന്നു. ഓസ്ലോ നഗരം അടിമുടി മാറി. വഴിയരികിൽ ഭക്ഷണശാലകൾക്കു മുൻപിൽ ബിയർ നുണഞ്ഞിരിക്കുന്ന തദ്ദേശീയർ, വർണ്ണങ്ങൾ വാരി വിതറി പൂത്തു നിൽക്കുന്ന ചെടികൾ, എങ്ങും എവിടെയും സൂര്യൻ നൽകുന്ന പ്രസരിപ്പ്. അസ്തമിക്കാൻ മടിയുള്ള സൂര്യൻ. അന്തരീക്ഷം ആനന്ദഭരിതം. ഓസ്ലോ നഗരം എന്റെ മനസ്സിലെ പാതിരാസൂര്യന്റെ നാടാകാനുള്ള തയ്യാറെടുപ്പുകൾ തുടങ്ങിയെന്ന് പതിയെ ഞാൻ തിരിച്ചറിയുകയായിരുന്നു.

ഓട്ടവും സൈക്ലിങ്ങും നടത്തവുമായി ആളുകൾ തെരുവുകൾ സജീവമാക്കി. സൈക്കിളിൽ ജോലിക്കുപോകുന്നവരെ അല്പം അവജ്ഞയോടെ കാണുന്ന സമൂഹത്തിൽനിന്നു വന്ന ഞാൻ കിലോമീറ്ററുകളോളം സൈക്കിളുകളിൽ യാത്ര ചെയ്തു ജോലിക്കെത്തുന്ന ഇന്നാട്ടുകാരെ നോക്കി അത്ഭുതം കൂറി.

വേനലിന്റെ വെളിച്ചം വീശിത്തുടങ്ങിയാൽ നോർവേയിൽ എങ്ങും സൈക്കിൾ യാത്രികരെ കൊണ്ട് നിറയും. പൊതുവെ ഏഴുമണിക്ക് ജോലിസ്ഥലത്തെത്തുന്ന നോർവീജിയൻസ് കിലോമീറ്ററുകൾ സൈ

ക്കിൾ ചവുട്ടിയാണ് വരുന്നത്. അറുപത്തിയേഴ് വയസ്സാണ് നോർവേയിലെ വിരമിക്കൽ പ്രായം. അതിനോടടുത്തു പ്രായമുള്ള പലരും സൈക്കിൾ ചവുട്ടി വരുന്നത് നമുക്കൊക്കെ ചിന്തിക്കാൻപോലും കഴിയില്ല. സൈക്കിൾ സൗഹൃദപാതകളും അധികം വിയർക്കാത്ത കാലാവസ്ഥയും ഒക്കെ ഈ സൈക്കിൾ ഭ്രാന്തിന്റെ പിന്നിലെ കാരണങ്ങൾ ആവാം.

വളരെ നാളത്തെ കാത്തിരിപ്പിനൊടുവിലാണ് അപ്പൻ 1994 ൽ എനിക്ക് ആദ്യമായി ഒരു സൈക്കിൾ വാങ്ങിച്ചു തന്നത്. പച്ച നിറമുള്ള ചക്രത്തിൽ മഴവിൽ നിറമുള്ള പൂക്കൾ പിടിപ്പിച്ച സൈക്കിൾ അന്നത്തെ ആഡംബരവാഹനം ആയിരുന്നു. മാവേലിക്കര അശ്വതി ട്രേഡേഴ്സിൽ പുതിയ സൈക്കിൾ കൂട്ടിയോജിപ്പിക്കുന്നത് ഞാൻ ശ്രദ്ധയോടെ കണ്ടുനിന്നിട്ടുണ്ട്. വളർന്നപ്പോൾ സൈക്കിൾ ബൈക്കിനും കാറിനും വഴിമാറി.

പതിവുപോലെയുള്ള ഓഫീസ് വർത്തമാനങ്ങൾക്കിടയിലാണ് കൂടെ ജോലി ചെയ്യുന്ന നോർവീജിയൻ സുഹൃത്ത് ആ കാര്യം വെളിപ്പെടുത്തിയത്. മുപ്പത്തഞ്ചു കിലോമീറ്റർ സൈക്കിൾ ചവുട്ടിയാണ് അയാൾ രാവിലെ ഓഫീസിൽ വരുന്നത്..! കേട്ടപ്പോൾ ഞാൻ ഒരു നിമിഷം തരിച്ചു നിന്നുപോയി. ഇത്രയും പണവും സൗകര്യവും ഉള്ള ഇവർ എന്തിനാണ് സൈക്കിൾ ചവിട്ടി കഷ്ടപ്പെടുന്നത്?

നോർവേക്കാരുടെ പ്രകൃതിക്കിണങ്ങിയ ജീവിതത്തിന്റെ മറ്റൊരു ദൃഷ്ടാന്തമായി ഈ സൈക്കിൾപ്രേമത്തെ കാണാം. ലോകത്തിലെ മികച്ച സൈക്കിൾ സൗഹൃദരാജ്യങ്ങളിൽ ഒന്നാണ് നോർവേ. ദീർഘദൂര സൈക്കിൾ യാത്രകൾക്കുതകുന്ന ഒൻപത് സൈക്കിൾപാതകൾ രാജ്യത്ത് നിലവിലുണ്ട്.

ദേശീയ സൈക്കിൾപാതകളിൽ ഏറ്റവും ദൈർഘ്യമേറിയത് തീരദേശ റൂട്ടാണ്. സിനസുണ്ടിൽ തുടങ്ങി ഏകദേശം 4,500 കിലോമീറ്റർ ദൈർഘ്യമുണ്ട് ഈ പാതയ്ക്ക്.

കനാൽ റൂട്ട് തെക്കൻ നോർവേയിലൂടെ കടന്നുപോകുന്നു. ഒരു കാലത്ത്ലോകത്തിലെഎട്ടാമത്തെഅത്ഭുതംഎന്നറിയപ്പെട്ടിരുന്നടെലിമാർക്ക് കനാൽ വഴിയാണ് ഈ പാത കടന്നുപോകുന്നത്.

നോർവേയുടെ ഗംഭീര പർവതങ്ങളും ഫിയോർഡുകളും ചേർന്ന പ്രകൃതിദൃശ്യങ്ങൾ നിറഞ്ഞ പാതയാണ് മറ്റൊന്ന്. 1,000 കിലോമീറ്റർ നീളമുള്ളതാണ് ഇത്.

ബെർഗൻ, ഫ്ലാം റെയിൽവേ ലൈനുകളുടെ നിർമ്മാണത്തിൽ നിന്നുള്ള ഒരു ഗതാഗത റോഡായ റാലാർവെഗൻ, ദേശീയ സൈക്കിൾ റൂട്ടിന്റെ ഭാഗമാണ്. 614 കിലോമീറ്റർ നീളമുള്ള ഈ ദേശീയ സൈക്കിൾ റൂട്ട് റാലാർവെഗന് അപ്പുറത്തേക്ക് വളരെ നീണ്ടുകിടക്കുന്നു.

ലാർവിക്കിൽനിന്ന് ആരംഭിക്കുന്ന 950 കിലോമീറ്റർ നീളമുള്ള നമെഡാൽ പാത, കിഴക്കൻ നോർവെയിലൂടനീളം കടന്നുപോകുന്നു. പഴയ ഖനി നഗരമായ കോങ്സ്ബെർഗിലൂടെയാണ് ഈ പാത കടന്നുപോകുന്നത്.

യുനെസ്കോയുടെ ലോക പൈതൃകസ്ഥലമായ റോറോസിൽ നിന്ന് ആരംഭിച്ച് 294 കിലോമീറ്റർ നീളമുള്ള സൈക്കിൾ പാതയാണ് സോഗ്നെഫെൽസ്വെഗൻ.

കിഴക്കൻ നോർവേയിലെ സ്വീഡിഷ് അതിർത്തിക്കടുത്തുള്ള ഹാൽഡൻ നഗരമാണ് 600 കിലോമീറ്റർ നീളമുള്ള പിൽഗ്രിമേജ് പാതയുടെ തുടക്കം.

വന്യപാതയുടെ ആരംഭം പിൽഗ്രിമേജ് പാതയുമായി വളരെ സാമ്യമുള്ളതാണ്. കിഴക്കൻ നോർവേയിലെ വനത്തിലൂടെ ഹെഡ്മാർക്കിലെ എൽവെറം, ട്രിസിൽ പട്ടണങ്ങൾവഴി ഏകദേശം 825 കിലോമീറ്ററാണ് ഇതിന്റെ നീളം .

നോർഡ്കാപ്പ് മുതൽ ലിൻഡസ്നെസ് റൂട്ട് ഒമ്പത് ദേശീയ സൈക്കിൾ റൂട്ടുകളിൽ ഏറ്റവും ദൈർഘ്യമേറിയ ഒന്നാണ്. ഇത് നോർവേയുടെ വടക്കേ അറ്റത്തുള്ള പോയിന്റായ നോർത്ത് കേപ്പിൽനിന്ന് ലിൻഡസ്നെസിലെ തെക്കേ അറ്റത്തേക്ക് യാത്രികരെ കൊണ്ടുപോകും.

അയൽരാജ്യത്തേക്കൊരു സൗജന്യയാത്ര

ഏറ്റവും കൂടുതൽ ജീവിതച്ചെലവുള്ള രാജ്യങ്ങളിൽ ഒന്നാണ് നോർവേ. പൂർണ്ണമായും നോർവീജിയൻ കമ്പനികൾ അടക്കിവാഴുന്ന സൂപ്പർ മാർക്കറ്റുകളിൽ എല്ലാത്തിനും പൊള്ളുന്ന വിലയാണ്. പലപ്പോഴും തലസ്ഥാനമായ ഓസ്ലോയിലെ ജീവിതച്ചെലവ് പുറംരാജ്യത്തുനിന്ന് വരുന്ന ആളുകൾക്ക് ഭാരമായി തോന്നാറുണ്ട്. നമ്മളിൽ പലരും മെച്ചപ്പെട്ട ജീവിതസാഹചര്യത്തേക്കാളുപരി പണം സമ്പാദിക്കുക എന്ന ലക്ഷ്യം കൂടി മനസ്സിൽ വെച്ചുകൊണ്ടാണല്ലോ വിദേശത്തേക്ക് ജോലിക്ക് എത്തുന്നത്.

കൊച്ചിയിൽനിന്നുള്ള പോളും രമ്യയുമൊത്തുള്ള കൂടിച്ചേരലുകളിൽ പലപ്പോഴും വർധിച്ച ജീവിതച്ചെലവ് സംസാരവിഷയമാകാറുണ്ട്. അത്തരമൊരു സംഭാഷണമധ്യേ പോൾ ഒരിക്കൽ സിൻസുണ്ടിനെപ്പറ്റി പറഞ്ഞു. നോർവേയുടെ അതിർത്തിയിൽ സ്വീഡനിൽ ആണ് സിൻസുണ്ട് സ്ഥിതിചെയ്യുന്നത്. അവിടെ ധാരാളം സ്വീഡിഷ് സൂപ്പർ മാർക്കറ്റുകൾ ഉണ്ട്. ഇറച്ചിയും മുട്ടയും പാലും തൈരും പച്ചക്കറികളും എല്ലാം നോർവേയിലേതിൽ നിന്നും ഏതാണ്ട് മുപ്പത് ശതമാനം വിലക്കുറവിൽ ലഭിക്കുന്ന ഒരിടം. അവിടെയുള്ള സൂപ്പർ മാർക്കറ്റുകൾ കച്ചവടം കൂട്ടാനായി ഓസ്ലോയിൽ നിന്നും, തിരിച്ചും സൗജന്യ ബസ്സുകൾ ഓടിക്കുന്നുണ്ട്.

അങ്ങനെ ഒരു ദിവസം ഞാനും പോളും സിൻസുണ്ടിൽ പോകാൻ തീരുമാനിച്ചു. രാവിലെ 9 മണിക്ക് യാത്ര തിരിച്ചാൽ ഷോപ്പിങ് കഴിഞ്ഞ് ഉച്ചയ്ക്ക് മൂന്ന് മണിയോടുകൂടി തിരികെ ഓസ്ലോയിൽ എത്താം.

ബസ് നിറയെ കുടിയേറ്റക്കാരാണ്. കൂടുതൽപേരും ആഫ്രിക്കയിൽ നിന്നുള്ളവർ. ചെറിയ ജോലികൾ ചെയ്തു ജീവിക്കുന്ന അവർക്ക് ഈ

യാത്ര അത്രമേൽ വിലപ്പെട്ടതാണ്. സ്വന്തം നാടുപേക്ഷിച്ച് ഇന്നാട്ടിലേക്ക് എത്തപ്പെട്ട അവരെ സംബന്ധിച്ച് മിച്ചം പിടിക്കുന്ന ഓരോ തുട്ടിനും പൊന്നിന്റെ വിലയുണ്ട്. ജീവിതച്ചെലവ് കുറയ്ക്കുക എന്ന ഒറ്റ ലക്ഷ്യത്തോടുകൂടി വ്യത്യസ്ത തരക്കാരായ മനുഷ്യർ ഒരുമിച്ച് നടത്തുന്ന യാത്ര.

ഏതാണ്ട്ഒരുമണിക്കൂറിലേറെയുണ്ട്സിൻസുണ്ടിലേക്ക്.മെയ്മാസത്തിലെ നോർവെയുടെ ഗ്രാമീണഭംഗി വിളിച്ചോതുന്ന വഴികളിലൂടെയാണ് യാത്ര. ഓസ്ലോ നഗരത്തിരക്കുകളിൽനിന്നും ഗ്രാമശാന്തതയിലേക്ക് ബസ് പ്രവേശിച്ചു.

സ്വീഡനിലെ സ്ട്രോംസ്റ്റഡ് മുനിസിപ്പാലിറ്റിയെയും നോർവേയിലെ ഹാൾഡൻ മുനിസിപ്പാലിറ്റിയെയും ബന്ധിപ്പിക്കുന്നയിടമാണ് സിൻസുണ്ട്. സിൻസുണ്ട് പാലം സ്വീഡന്റെയും നോർവെയുടെയും അതിർത്തിയാണ്. കേരളത്തിലെ ഒരു ജില്ലയിൽ നിന്നും മറ്റൊരു ജില്ലയിലേക്ക് പ്രവേശിക്കുന്നതുപോലെ ബസ് അന്താരാഷ്ട്ര അതിർത്തി കടന്നു.

നോർഡ്ബി ഷോപ്പിങ് മാൾ ആണ് ലക്ഷ്യം. ഇവിടെയുള്ള കടകൾ പണം മുടക്കിയാണ് കസ്റ്റമേഴ്സിനെ നോർവേയിൽനിന്നും ഇങ്ങോട്ടേക്ക് എത്തിക്കുന്നത്. ബസ്സിലുള്ള എല്ലാവരും വലിയ സ്യൂട്ട്കേസും ബാഗുമായിട്ടാണ് യാത്ര.

ഞങ്ങളുടെ ബസ്സ് പാർക്കിങ്ങിൽ പ്രവേശിച്ചു. അവിടെ പാർക്ക് ചെയ്തിരിക്കുന്ന കാറുകൾ എല്ലാം നോർവേ രജിസ്ട്രേഷൻ ആണ്. പണക്കാരും പാവപ്പെട്ടവരും ഒന്നടങ്കം ഇവിടേക്ക് വരുന്നുണ്ട്.

എല്ലാവരും വലിയ സ്യൂട്ട്കേസുകളുമായി വിവിധ കടകളിലേക്ക് കുതിച്ചു. ഏതാനും മണിക്കൂറുകൾ മാത്രമേ ഉള്ളൂ. പല കടകൾ കയറിയിറങ്ങി വേണം ആവശ്യമുള്ള സാധനങ്ങൾ വാങ്ങാൻ. ചിലയിടത്ത് മാംസവും മുട്ടയും വിലകുറച്ചു കിട്ടുമെങ്കിൽ മറ്റു ചില കടകൾ നിറയെ പലതരം ചോക്ലേറ്റുകളാണ്. ഞാനും പോളും തിടുക്കത്തിൽ സാധനങ്ങൾ വാങ്ങി സ്യൂട്ട്കേസ് നിറച്ചു. മുട്ട, മാംസം, പാൽ, ജ്യൂസ് അങ്ങനെ പെട്ടി നിറയാൻ അധികം സമയം വേണ്ടിവന്നില്ല.

ശേഷം വിശപ്പ് ശമിപ്പിക്കാൻ മാക്സിൽ കയറി ഓരോ ബർഗർ അകത്താക്കി. അമേരിക്കൻ ഫാസ്റ്റ് ഫുഡ് ശൃംഖലയായ മാക്ഡൊണാൾഡ്സിന്റെ സ്വീഡിഷ് പതിപ്പാണ് മാക്സ്.

ബസ് പുറപ്പെടാൻ സമയമായി. എല്ലാവരും നിറഞ്ഞ സ്യൂട്ട്കേസും അതിലേറെ നിറഞ്ഞ മനസ്സുമായി ബസ്സിൽ കയറി. ഞങ്ങൾ ഓസ്ലോയിലേക്ക് മടങ്ങി.

അങ്ങനെ ഞങ്ങൾ രണ്ടോ മൂന്നോ മാസത്തിലൊരിക്കൽ സിൻസുണ്ടിലേക്ക് പോയിത്തുടങ്ങി. ഞങ്ങളുടെ നോർവീജിയൻ ജീവിതത്തിന്റെ ഭാഗമായി മാറി സ്വീഡിഷ് അതിർത്തിയിലെ സിൻസുണ്ടും അവിടേക്കുള്ള ബസ് യാത്രയും.

ഈ 'ട്രോൾ' കീഴടക്കുക അത്ര എളുപ്പമല്ല!

നോർവേയുടെ മലനിരകളെ അഗാധമായൊരു മൗനം പൊതിഞ്ഞു കിടക്കുന്നുണ്ട്. പക്ഷേ, ആ മൗനം അത്ര നിശ്ശബ്ദമല്ല. നോർവീജിയൻ സിനിമയായ *Troll* നമ്മെ ഈ മൗനത്തിന്റെ അത്ഭുതകരമായ മറ്റൊരു തലത്തിലേക്ക് കൊണ്ടുപോകും. ഡോവ്രെ പർവതത്തിൽ നടന്ന സ്ഫോടനത്തെത്തുടർന്ന് നൂറു വർഷങ്ങളായി ഉറങ്ങിയിരുന്ന ഒരു ട്രോൾ ഉണരുന്നു. നോർവേയിൽ മുഴുവൻ ആകാംക്ഷയും ഭയവും പടരുന്നു.

ഈ കാല്പനികമായ കഥ, ഒന്നുകിൽ വാമൊഴിയായി കൈമാറിക്കിട്ടിയ പൈതൃകസത്യമായിരിക്കും. അല്ലെങ്കിൽ, നോർവീജിയൻ മലനിരകളുടെയും ഫിയോർഡുകളുടെയും പിന്നിലെ കഥകൾ തേടിപ്പോകാൻ സഞ്ചാരികളെ പ്രേരിപ്പിക്കുന്ന ഒന്ന്. 2022 ൽ *ട്രോൾ* സിനിമ ഇറങ്ങുന്നതിനും വർഷങ്ങൾക്ക് മുന്നേ ട്രോളുകളുടെ നാട്ടിലേക്ക് ഞങ്ങളൊരു യാത്രനടത്തി. അവിസ്മരണീയമായ ആ യാത്രയുടെ കഥ പറയാം ഇനി...

അഭിയും ദീപക്കും ബേസിലും റെജിനയുമെല്ലാം ഓട്ടം തുടങ്ങി. ഡ്രൈവിങ് ലൈസൻസ് ഉള്ള തോമസ് ഞങ്ങളെ കാറിൽ കൊണ്ടുപോകാമെന്ന് ഏറ്റിട്ടുണ്ട്. ഞാൻ പതിവുപോലെ ഓട്ടവും ചാട്ടവും ഒന്നുമില്ലാതെ പരമാവധി റസ്റ്റ് എടുക്കാൻ തീരുമാനിച്ചു. ഇരുപത്തിയേഴ കിലോമീറ്റർ മല കയറി ഇറങ്ങണം. കേൾക്കുമ്പോൾത്തന്നെ പേടിയാകുന്നു. പറഞ്ഞു വരുന്നത് വൈക്കിങ് യുദ്ധത്തിന്റെ പ്രതിധ്വനികൾ ഇപ്പോഴും കാറ്റിൽ സഞ്ചരിക്കുകയും പഴയ ദൈവങ്ങളുടെ മന്ത്രണങ്ങൾ ഫിയോർഡുകളിലൂടെ ഒഴുകിനടക്കുകയും ചെയ്യുന്ന, ഐതിഹ്യങ്ങളും യാഥാർഥ്യവും ഒന്നായി മാറുന്ന ട്രോൾതുങ്ക അഥവാ ട്രോളിന്റെ നാവിനെ പറ്റിയാണ്.

ട്രോളിന്റെ നാവുപോലുള്ള ട്രോൾതുങ്ക

ട്രോൾതുങ്ക സ്ഥിതിചെയ്യുന്നത് ഓഡാ (odda) മുനിസിപ്പാലിറ്റിയിൽ ആണ്. ഓസ്ലോയിൽനിന്നു ഏതാണ്ട് 350 കിലോമീറ്റർ ഉണ്ട് അവിടേക്ക്. 27 കിലോമീറ്റർ മല കയറി ഇറങ്ങേണ്ടതുകൊണ്ട് നല്ലരീതിയിൽ തയ്യാറെടുപ്പുകൾ വേണ്ടിവരുമെന്നാണ് മുൻപ് അവിടെപ്പോയ ഭവിത്തിന്റെ ഉപദേശം. ഒരു വർഷം മുന്നേയാണ് ഭവിത്ത് പോയത്. തോമസ് ഒഴികെ ബാക്കി എല്ലാവരും പ്രോജക്ട് വർക്കിനായി നോർവേയിൽ പുതിയതായി എത്തിയതാണ്. എല്ലാവരും വിവരസാങ്കേതിക രംഗത്ത് പ്രവർത്തിക്കുന്നവർ.

യാത്രയുടെ ലക്ഷ്യം ഒന്നുമാത്രം, ട്രോൾതുങ്ക കയറണം. പടം പിടിക്കണം. കൂട്ടത്തിലുള്ളവർ എല്ലാം വലിയ തയ്യാറെടുപ്പുകളിലാണ്. ഒരു മാസത്തോളം നീളുന്ന കഠിനവ്യായാമം. മല കയറുവാനുള്ള ഷൂ, ഭാരം കുറഞ്ഞ ബാഗ്, കുത്തി നടക്കുവാനുള്ള വടി, ഭവിത്തിന്റെ വക തിയറി ക്ലാസ്സുകൾ, അങ്ങനെ തയ്യാറെടുപ്പുകളുടെ ഒരു നീണ്ട നിര തന്നെയുണ്ട്. നീൽ ആംസ്ട്രോങ് ചന്ദ്രനിൽ പോയപ്പോൾ പോലും ഇത്രയും മുന്നൊരുക്കങ്ങൾ നടത്തിയിട്ടുണ്ടോ എന്നു സംശയിച്ചുപോകും. ഞാനാകട്ടെ കഠിനവ്യായാമം മാത്രം വേണ്ടെന്നു വെച്ചു. കാരണം ലക്ഷ്യം നേടുന്നതുവരെ ശരീരം ഉടയാൻ പാടില്ല എന്നതായിരുന്നു എന്റെ സ്ട്രാറ്റജി.

ഒടുവിൽ കാത്തിരുന്ന ആ സുദിനം വന്നെത്തി. ആറുപേരടങ്ങുന്ന ഞങ്ങളുടെ സംഘം ട്രോൾതുങ്കയിലേക്ക് പോകാൻ തയ്യാറായി. സമയം

വൈകുന്നേരം നാലുമണി കഴിഞ്ഞു. സൂര്യൻ അപ്പോഴും കത്തിജ്ജ്വലിച്ചു തന്നെ നിൽപ്പുണ്ട്.

കാർ ഓസ്ലോ നഗരം പിന്നിട്ട് ട്രോൾതുങ്ക ലക്ഷ്യമാക്കി നീങ്ങി. റോഡിനിരുവശവും മനോഹരമായ കാഴ്ചകൾ കണ്ടുതുടങ്ങി.

സ്ട്രോബെറി, ആപ്പിൾ, പ്ലം തുടങ്ങിയവ കൃഷി ചെയ്യുന്ന മനോഹരമായ നോർവീജിയൻ ഗ്രാമങ്ങൾ. മുന്നോട്ടു പോകുംതോറും കാഴ്ചകളും വ്യത്യസ്തമായി. വേനൽ തുടങ്ങിയതിനാലാവാം ഒരു തൊപ്പിപോലെ മലകൾക്കു മുകളിൽ മഞ്ഞിന്റെ ആവരണം കാണാം. ഇടതൂർന്ന പൈൻമരക്കാടുകൾക്ക് ഇടയിലൂടെയുള്ള യാത്ര ഞങ്ങളെ വിസ്മയിപ്പിച്ചുകൊണ്ടേയിരുന്നു.

മുൻപോട്ടു പോകുംതോറും നോർവീജിയൻ പ്രകൃതിഭംഗി ഞങ്ങൾ കൺകുളിർക്കെ നന്നായി ആസ്വദിച്ചു. ഗംഭീരമായ താഴ്വരകൾ, അരുവികൾ, വെള്ളച്ചാട്ടങ്ങൾ... അങ്ങനെ കാഴ്ചകൾ ഓരോന്നായി ഞങ്ങളുടെ മുന്നിലേക്കെത്തിക്കൊണ്ടിരുന്നു.

ഓസ്ലോയിൽനിന്ന് പുറപ്പെട്ടിട്ട് ഇപ്പോൾ ഏകദേശം അഞ്ചു മണിക്കൂറോളം കഴിഞ്ഞിരിക്കുന്നു. വിശന്നുവലഞ്ഞ ഞങ്ങൾ ഒരു വഴിയോരക്കടയിൽ കയറി. അപ്പോഴാണ് ഞങ്ങളുടെ ക്യാമറാമാൻ ബേസിൽ ഞെട്ടിപ്പിക്കുന്ന ആ സത്യം വെളിപ്പെടുത്തിയത്. ക്യാമറ എടുത്തു പക്ഷെ േ, മെമ്മറികാർഡ് മറന്നുവത്രേ. യാത്രയുടെ ലക്ഷ്യംതന്നെ ഫോട്ടോ എടുക്കൽ ആണ്. വിജനമായ ആ സ്ഥലത്ത് മെമ്മറികാർഡ് വാങ്ങാൻ യാതൊരു മാർഗവുമില്ല. പോരാത്തതിന് നോർവേയിൽ മിക്ക കടകളും ആറേഴുമണിയാകുമ്പോൾ ഷട്ടർ താഴ്ത്തും. നാളെ രാവിലെ ആറുമണിക്ക് തന്നെ ഞങ്ങൾക്ക് ട്രോൾതുങ്ക കയറണം. കൊടും നിരാശയുടെ ഭാണ്ഡവും പേറി ഞങ്ങൾ യാത്ര തുടർന്നു.

“നമുക്ക് എയർ ബി എൻ ബിയിൽ ബുക്ക് ചെയ്തിരിക്കുന്ന വീടിന്റെ ഉടമസ്ഥനെ ഒന്നു മുട്ടിനോക്കിയാലോ?” ഞാൻ ഐഡിയയുടെ കെട്ടഴിച്ചു. എല്ലാവരും സമ്മതഭാവത്തിൽ തല കുലുക്കി. സംഭവം ക്ലിക്ക് ആയി. മെമ്മറികാർഡ് തരാം എന്ന് പറഞ്ഞതിന്റെകൂടെ സായിപ്പിന്റെ വക ഒരു പരിഹാസവും.

“ഇറ്റ്സ് എ സർപ്രൈസ്.. ട്രോൾതുങ്ക വിത്ത്ഔട്ട് മെമ്മറികാർഡ് ആൻഡ് ക്യാമറ?”

സായിപ്പിന്റെ പരിഹാസം ആർക്കും അത്ര രസിച്ചില്ലെങ്കിലും മെമ്മറികാർഡ് കിട്ടിയല്ലോ. ഞങ്ങളുടെ കാറിൽ വീണ്ടും സന്തോഷത്തിന്റെ ചിരി പടർന്നു.

ട്രോൾതുങ്കയോട് അടുക്കുന്തോറും പ്രകൃതിദൃശ്യങ്ങൾ ഒരു നോർവീജിയൻ റൂൺ കവിതപോലെ അഴിഞ്ഞുവീണുകൊണ്ടിരുന്നു. നദികൾ അവ

യുടെ കഥകൾ കരിങ്കല്ലിൽ കൊത്തിയെടുക്കുന്നു, കാറ്റ് പോലും പറയാൻ മടിക്കുന്ന രഹസ്യങ്ങളാൽ നിബിഡമായ വനങ്ങൾ. ഞങ്ങൾ ഓഡ്ഡയിലേക്ക് പ്രവേശിച്ചു.

രാത്രി ഏതാണ്ട് പതിനൊന്നുമണി ആയപ്പോൾ താമസസ്ഥലത്തെത്തി. നല്ല വെളിച്ചമുണ്ട്. എല്ലാവരും റൂമിലെത്തിയ ഉടൻതന്നെ ഓരോരോ കട്ടിലിൽ സ്ഥാനം പിടിച്ചു. സുദീർഘമായ യാത്ര എല്ലാവരെയും തളർത്തിയിട്ടുണ്ടായിരുന്നു.

നാളെയാണ് യഥാർഥ പരീക്ഷണം. ഇരുപത്തേഴു കിലോമീറ്റർ മലകയറി ഇറങ്ങണം. എന്നെ സംബന്ധിച്ച് അതൊരു കഠിനപരീക്ഷണം തന്നെയാണ്. ട്രോൾതുങ്ക കയറാതെ തിരികെ ചെല്ലുന്ന അവസ്ഥ ആലോചിക്കാനേ കഴിയില്ല. യാത്രാക്ഷീണം കാരണം ഉറങ്ങിപ്പോകും എന്ന് കരുതിയെങ്കിലും മലകയറ്റം ഓർക്കുമ്പോൾ മനസ്സിൽ പിരിമുറുക്കം വർധിച്ചുകൊണ്ടേയിരുന്നു. തിരിഞ്ഞും മറിഞ്ഞും കിടന്ന് ഒരുവിധം നേരം വെളുപ്പിച്ചു.

രാവിലെ ആറര മണിക്ക് ഞങ്ങൾ എല്ലാവരും തയ്യാറായി. പറഞ്ഞു കേട്ടതുപ്രകാരം ഏകദേശം പതിനാലു കിലോമീറ്റർ മലകയറ്റവും അത്രതന്നെ മല ഇറക്കവും ഉണ്ട്. മുമ്പെങ്ങും ശ്രദ്ധിക്കപ്പെടാതെ കിടന്നിരുന്ന ഈ സ്ഥലത്തിന്റെ വിനോദസഞ്ചാര, കച്ചവടസാധ്യതകൾ പരിഗണിച്ച് പാർക്കിങ്സ്ലോട്ടുകളെ പലതായി തരംതിരിച്ചിട്ടുണ്ടായിരുന്നു. നാല് കിലോമീറ്റർ നടത്തം ലാഭിക്കത്തക്ക വിധത്തിലുള്ള പാർക്കിങ് സ്ലോട്ടുകൾ വെറും ഇരുപത്തിയഞ്ചെണ്ണം മാത്രമേ ഉണ്ടായിരുന്നുള്ളൂ. എങ്ങനെയെങ്കിലും നടത്തം ഒഴിവാക്കി മുകളിലെത്താൻ ലക്ഷ്യം വച്ചുള്ള ഞങ്ങൾക്ക്, അതിൽ ഒരെണ്ണമാണ് നോട്ടം. അവിടെ എത്തി കാർ പാർക്ക് ചെയ്താൽ എട്ടു കിലോമീറ്റർ നടത്തം ഒഴിവാക്കാം. സമയവും ലാഭിക്കാം. ഞങ്ങൾ പ്രതീക്ഷയോടെ യാത്ര തുടങ്ങി.

എന്നാൽ നിർഭാഗ്യം പിന്നെയും ഞങ്ങളുടെ കൂടെ കൂടി.

ഈ പറഞ്ഞ സ്ലോട്ടുകൾ എല്ലാം ഞങ്ങൾ എത്തിയപ്പോഴേക്കും നിറഞ്ഞിരുന്നു. തുടർന്ന് നാലു കിലോമീറ്റർ താഴെയുള്ള ഒരു പാർക്കിങ്സ്ലോട്ട് കൊണ്ടു തൃപ്തിപ്പെടേണ്ടിവന്നു. എന്നിരുന്നാലും ട്രോൾതുങ്ക കയറണം എന്ന ഞങ്ങളുടെ നിശ്ചയദാർഢ്യത്തിനു മുൻപിൽ നാല് കിലോമീറ്റർ അധികദൂരം ഒന്നുമല്ലായിരുന്നു.

ഓഡ സിറ്റിയിൽനിന്നും പതിനേഴ് കിലോമീറ്റർ മാറിയാണ് ട്രോൾതുങ്ക സ്ഥിതി ചെയ്യുന്നത്. 2010 വരെ വർഷത്തിൽ വെറും എണ്ണൂറു സഞ്ചാരികൾ മാത്രം വന്നിരുന്ന ഈ സ്ഥലം 2016 ഓടുകൂടി വർഷം എൺപതിനായിരം സഞ്ചാരികൾ വരെ വന്നുചേരുന്ന ഒരു കേന്ദ്രമായി മാറി.

ഒരു പർവതത്തിന്റെ ഉച്ചിയിൽ നാക്കുപോലെ നീണ്ടു നിൽക്കുന്ന ഒരു പാറക്കഷ്ണം. അതാണ് ട്രോൾതുങ്ക. ഒരേസമയം അത്ഭുതപ്പെടുത്തുന്നതും ഭയപ്പെടുത്തുന്നതുമായ പ്രകൃതിസൃഷ്ടി. ഏകദേശം എഴുനൂറ് മീറ്റർ നീളവും ഉപരിതലത്തിൽനിന്നും ഒരു കിലോമീറ്റർ ഉയരത്തിലുമാണ് അത് സ്ഥിതി ചെയ്യുന്നത്.

നോർവീജിയൻ ട്രെക്കിങ് അസോസിയേഷൻ ഈ ട്രെക്കിങ്ങിനെ ചാലഞ്ചിങ് വിഭാഗത്തിലാണ് ഉൾപ്പെടുത്തിയിരിക്കുന്നത്. ജൂൺ മുതൽ സെപ്തംബർ വരെയുള്ള നാലു മാസങ്ങളാണ് ഇവിടം സന്ദർശിക്കുവാൻ ഏറ്റവും അഭികാമ്യം. അതിശൈത്യം അനുഭവപ്പെടുന്ന ഈ പ്രദേശത്ത് ശൈത്യകാലത്ത് ട്രെക്കിങ് പൂർണ്ണമായും നിരോധിക്കും.

ട്രോൾതുങ്ക ഒരു തമിഴ് ചിത്രത്തിന് ലൊക്കേഷൻ ആയിട്ടുണ്ടെന്ന കൗതുകവുമുണ്ട്. ജീവയെ നായകനാക്കി കെ വി ആനന്ദ് സംവിധാനം ചെയ്ത *കോ*. ഏറെ ശ്രദ്ധേയമായ ഈ ചിത്രത്തിലെ പാട്ടുകളിൽ ട്രോൾതുങ്കയുടെ ഒരേസമയം വിസ്മയിപ്പിക്കുന്നതും ഭയപ്പെടുത്തുന്നതുമായ സൗന്ദര്യം ചിത്രീകരിച്ചിട്ടുണ്ട്. 2011 ലാണ് ഈ ചിത്രം റിലീസ് ആയത്. അന്ന് ഇന്ത്യൻ സിനിമയ്ക്ക് അത്രകണ്ട് പരിചിതമായിരുന്നില്ല ഈ ലൊക്കേഷൻ.

ഒരു സാൻഡ്‌വിച്ച്, ഒരു പഴം, രണ്ട് എനർജി ബാറുകൾ, ഒരു കാലിക്കുപ്പി, എങ്ങനെയും ലക്ഷ്യസ്ഥാനത്ത് എത്തുക എന്ന നിശ്ചയദാർഢ്യം- ഇതൊക്കെയാണ് യാത്രയിൽ ഞങ്ങളുടെ കൈമുതൽ. മഞ്ഞുരുകി വരുന്ന വെള്ളം കുടിക്കാൻ സാധിക്കുന്നതുകൊണ്ടാണ് കാലിക്കുപ്പി കൈയിൽ കരുതിയത്. പതിനാലു കിലോമീറ്റർ യാത്രയിൽ ഓരോ കിലോമീറ്ററിലും ഇനിയുള്ള ദൂരം സൂചിപ്പിക്കുന്ന ബോർഡുകൾ കാണാമായിരുന്നു. ആദ്യ നാല് കിലോമീറ്റർ വളരെ കുത്തനെയുള്ള റോഡ് ആണ്. മുമ്പ് സൂചിപ്പിച്ച പോലെ പാർക്കിങ്സ്ലോട്ടിലേക്കുള്ള വഴിയാണ് അത്. അതുകഴിഞ്ഞു പിന്നീട് കുറച്ചു സമതലപ്രദേശം. ഓരോ കിലോമീറ്റർ കഴിയുംതോറും കാണുന്ന സൂചനാ ബോർഡുകൾ പിന്നിട്ട ദൂരത്തെ കുറിച്ചുള്ള സന്തോഷവും ഇനിയും താണ്ടാനുള്ള ദൂരത്തെക്കുറിച്ചുള്ള ആത്മവിശ്വാസവും ഞങ്ങൾക്ക് നൽകിക്കൊണ്ടിരുന്നു.

ട്രെക്കിങ്ങിൽ മുൻപരിചയം ഇല്ലാത്തതിനാലും തയ്യാറെടുപ്പുകൾ ഒട്ടുംതന്നെ നടത്താത്തതിനാലും ഞാൻ നന്നേ കിതച്ചു. വഴിയിൽ കണ്ടവർ എല്ലാംതന്നെ ട്രോൾതുങ്കയെ പറ്റി കേട്ടറിഞ്ഞുവന്നവരാണ്. ക്ഷീണം വകവയ്ക്കാതെ ഞാൻ മുന്നോട്ടുനീങ്ങി. ഏകദേശം ഒന്നര രണ്ടു മണി ആയപ്പോൾ ഞങ്ങൾ ലക്ഷ്യസ്ഥാനത്തെത്തി.

അതിശയിപ്പിക്കുന്നതായിരുന്നു ആ കാഴ്ച. നാക്കുപോലെ നീണ്ടു നിൽക്കുന്ന പാറക്കഷ്ണം. അതിന്റെ അറ്റത്തുനിന്ന് ഫോട്ടോയെടുക്കാൻ വരി വരിയായി നിൽക്കുന്ന മനുഷ്യർ. ഒരു നൂറു പേരെങ്കിലും ഉണ്ടാകും.

ഞങ്ങളും വരിയിൽ നിന്നു. അതിനിടയിൽ കാഴ്ചയിൽ ചൈനീസ് എന്ന് തോന്നിപ്പിക്കുന്ന വധൂവരന്മാർ വിവാഹവസ്ത്രങ്ങൾ ധരിച്ച് പാറക്കഷണ ത്തിന്റെ അറ്റത്തുനിന്ന് ഫോട്ടോ എടുക്കാനായി നിൽക്കുന്നു. ഇത്രയും യാത്ര ചെയ്തുവന്ന എല്ലാവരും അല്പംപോലും അക്ഷമരാകാതെ വരിവരി യായി നിൽക്കുന്ന കാഴ്ച ഞങ്ങളെ അത്ഭുതപ്പെടുത്തി.

അങ്ങനെ എന്റെ ഊഴമെത്തി. ആ പാറക്കഷണത്തിലേക്ക് നടന്നു നീങ്ങുമ്പോൾ വൈക്കിങ്ങുകളുടെ ഡ്രം പോലെ എന്റെ ഹൃദയമിടിച്ചു. പഴയ വൈക്കിങ് ദേവന്മാരുടെ പാട്ടുകൾ, വൈക്കിങ് പോരാളികളുടെ പടനാദം ഓരോ ചുവടിലും എന്റെ ഭയം കൂടിക്കൂടി വന്നു. ഞാൻ പാറ ത്തുണ്ടിൽ നിന്നും താഴേക്ക് നോക്കി - വന്യവും, അസാധാരണവുമായ സൗന്ദര്യത്തിന്റെ ക്യാൻവാസ്.

അങ്ങ് ദൂരെ, ഉറങ്ങുന്ന രാക്ഷസന്മാരുടെ തോളുകൾ പോലെ നോർവീ ജിയൻ മലനിരകൾ. കൊടുമുടികൾ മഞ്ഞ് കിരീടമണിഞ്ഞിരിക്കുന്നു. കാഴ്ചകൾ കണ്ടുനിന്ന് സമയം പോയതറിഞ്ഞില്ല.

തിരികെയുള്ള യാത്ര വളരെ എളുപ്പമാണെന്ന് തോന്നുമെങ്കിലും കയറ്റത്തേക്കാൾ വെല്ലുവിളി നിറഞ്ഞതായിരുന്നു. ഏകദേശം അഞ്ചുമ ണിക്കൂർ എടുത്തു തിരികെയിറങ്ങാൻ. തിരികെയെത്തിയതിനുശേഷം ചെയ്യുവാനുള്ള കലാപരിപാടികളുടെ ഒരു നീണ്ട ലിസ്റ്റ് തന്നെയുണ്ട്. മീറ്റ് ഗ്രിൽ ചെയ്യുക, ചൂണ്ടയിട്ട് മീൻപിടിക്കുക തുടങ്ങി കുറെയേറെ കാര്യ ങ്ങൾ പ്ലാൻ ചെയ്തിരുന്നു. പക്ഷേ, നന്നേ ക്ഷീണിച്ചതുകാരണം അത്താഴം ഹോട്ടലിൽ നിന്നാവാം എന്ന് തീരുമാനിച്ചു. മുൻധാരണ പ്രകാരമുള്ള ആക്ടിവിറ്റീസ് വേണ്ടെന്നു വെച്ചു. ഒരു കുളി പാസാക്കിയതിനുശേഷം ഭക്ഷണം എങ്ങനെയൊക്കെയോ കഴിച്ചു എന്ന് വരുത്തി. എല്ലുനുറുങ്ങുന്ന വേദനയും നല്ല ക്ഷീണവും ഉണ്ട്. എല്ലാവരും വേഗംതന്നെ കിടക്കയി ലേക്ക് ചെരിഞ്ഞു. നാളെയാണ് മടക്കയാത്ര.

നോബൽ പ്രൈസ് മാസത്തിലെ ഗുഡ് യൂൽ

സെപ്റ്റംബർ, ഒക്ടോബർ മാസം പ്രകൃതിയുടെ പുനർജന്മത്തിന്റെ കാലമാണ്. സൂര്യൻ പതിയെ മടിയനാവുന്ന നാളുകൾ. ചുവപ്പും മഞ്ഞയും നിറങ്ങൾ വാരിവിതറി പ്രകൃതി കൂടുതൽ മനോഹരിയായിരിക്കുന്നു. ചില മരങ്ങൾ നേരത്തേതന്നെ ഇലകൾ പൊഴിച്ച് തണുപ്പുകാലത്തിനായി തയ്യാറെടുത്തു കഴിഞ്ഞു.

മാസങ്ങളോളം, പെട്ടിയിലും അലമാരയിലും സൂക്ഷിച്ച രോമക്കുപ്പായങ്ങൾ ഇവിടത്തുകാർ പുറത്തെടുത്തുതുടങ്ങി. തണുപ്പ് ഏതാണ്ട് മൈനസ് പതിനഞ്ചിലേക്ക് താഴ്ന്നിരിക്കുന്നു. നോർവേ ക്രിസ്തുമസ് നാളുകളെ വരവേൽക്കാൻ ഒരുങ്ങിക്കഴിഞ്ഞു.

എല്ലാ ക്രിസ്തുമസ് കാലത്തും നോർവേയിൽനിന്നും ഒരു കൂറ്റൻ മരം ബ്രിട്ടനിലേക്ക് കപ്പൽകയറും. രണ്ടാം ലോകമഹായുദ്ധത്തിൽ തങ്ങളെ സഹായിച്ചതിന് പ്രത്യുപകാരമായിട്ട് നോർവേ ബ്രിട്ടന് നൽകുന്നതാണ് ഈ സമ്മാനം. നവംബർ മാസം അവസാനത്തോടുകൂടി ഓസ്ലോയ്ക്കടുത്തുള്ള കാടുകളിൽ പ്രത്യേകം പരിപാലിച്ചുപോന്ന കൂറ്റൻ മരം, പ്രൈമറി സ്കൂളുകളിലെ കുട്ടികളുടെ സാന്നിധ്യത്തിൽ ഓസ്ലോ മേയർ മുറിക്കുന്ന ചടങ്ങ് പ്രസിദ്ധമാണ്. എഴുപതു വർഷങ്ങളായി തുടരുന്ന ഈ പാരമ്പര്യത്തിന് ഇതുവരെ മുടക്കം വന്നിട്ടില്ല. നോർവേയിൽ ബ്രെവിക് തുറമുഖത്തുനിന്നും കപ്പൽ കയറുന്ന ഈ കൂറ്റൻ ക്രിസ്തുമസ് ട്രീ ബ്രിട്ടനിലെ ട്രഫൽഗർ പട്ടണത്തിലെ ചത്വരത്തിൽ ക്രിസ്തുമസ്കാലമത്രയും തലയുയർത്തി നിൽക്കും.

ഓസ്ലോ സിറ്റി ഹാൾ- ഇവിടെയാണ് സമാധാനത്തിനുള്ള നോബൽ സമ്മാനം വിതരണം ചെയ്യുന്നത്

തണുത്തു വിറച്ച രാവിലെ ഓഫീസിൽ എത്തിയപ്പോൾ അവിടെ ഒരു ഫ്ളാസ്ക് നിറയെ ഗ്ലോഗ്ഗ് നിറച്ചു വെച്ചിരിക്കുന്നു!

മരിയ എന്ന സഹപ്രവർത്തക പ്രോജക്ടിൽ ഉള്ള എല്ലാവർക്കുമായി കൊണ്ടുവന്നതാണ് ഈ പാനീയം. മരിയയുടെ കുടുംബം സ്കോട്ട്ലാൻഡിൽനിന്നും നോർവേയിലേക്കു കുടിയേറിയതാണ്.

കൂടെ ജോലി ചെയ്യുന്ന തമിഴ്നാട്ടുകാരൻ കണ്ണൻ ഫ്ളാസ്കിലേക്കു നോക്കി ഗ്ലോഗ്ഗിനെ പറ്റി ചോദിച്ചറിയുകയാണ്. മരിയ എല്ലാവർക്കുമായി ഗ്ലോഗ്ഗിന്റെ ക്ലാസ്സെടുത്തു. ക്രിസ്തുമസ് കാലമായാൽ നോർവേയിലെങ്ങും സുലഭമാണ് ഗ്ലോഗ്ഗ് എന്ന മുൾഡ് വൈൻ. ബദാമും ഉണക്കമുന്തിരിയും ഒക്കെ ഇട്ടു വേണം ഇത് കുടിക്കാൻ. വീര്യം ഉള്ളതും ഇല്ലാത്തതും ലഭിക്കും. മരിയ കൊണ്ടുവന്നത് വീര്യം ഇല്ലാത്ത ഗ്ലോഗ്ഗ് ആണ്.

ഫ്ലാസ്കിൽനിന്ന് ഞാനൊരല്പം ഗ്ലോഗ്ഗ് ഗ്ലാസ്സിലേക്കു പകർന്നു. ആദ്യംതന്നെ നല്ല ഉണക്കി പൊടിച്ച കറുവപ്പട്ടയുടെ മാസ്മരികഗന്ധം മൂക്കിലേക്ക് അടിച്ചുകയറി. പൊതുവെ നോർവേയിൽ മധുരമുള്ള വൈൻ അത്ര സുലഭമല്ല. മധുരം കുറഞ്ഞ അല്പം ചവർപ്പുള്ള വൈൻ ആണ്

ആളുകൾ ഉപയോഗിക്കുന്നത്. ഗ്ലോഗ്ഗ് അല്പം വ്യത്യസ്തമാണ്. ബദാമും ഉണക്കമുന്തിരിയും കടിക്കുന്ന നല്ല മധുരമുള്ള കുറുകിയ വൈൻ. ചൂടുള്ള ഗ്ലോഗ്ഗ് ഇവിടത്തെ തണുപ്പിന് പറ്റിയതുതന്നെ.

ഉച്ചയ്ക്ക് ഓഫീസിൽ പ്രോജക്ടിൽ ഉള്ളവർക്കെല്ലാം യൂൽബോർഡ് ഒരുക്കിയിട്ടുണ്ട്. യൂൽ (jul) എന്നാൽ ക്രിസ്തുമസ് എന്നാണ് അർഥം. യൂൽ ബോർഡെന്നാൽ ക്രിസ്തുമസ് ടേബിൾ. ചൂടുള്ളതും തണുത്തതുമായ ചിക്കൻ, പോർക്ക്, മീൻ, ലാമ്പ് (നമ്മുടെ ആട്ടിറച്ചി ഇവിടെ ലഭിക്കില്ല) ഒക്കെയുള്ള യൂൽ ബോർഡ് സ്കാൻഡിനേവിയയിൽ എങ്ങും പ്രസിദ്ധമാണ്.

നവംബർ അവസാനത്തോടെ, ഓസ്ലോ നഗരം ക്രിസ്തുമസിനെ വരവേൽക്കാൻ അണിഞ്ഞൊരുങ്ങും. നഗരമധ്യത്തിൽ ക്രിസ്തുമസ് ട്രീകൾ ഒരുക്കുകയും, ക്രിസ്തുമസ് മാർക്കറ്റുകൾക്കു തുടക്കം കുറിക്കുകയും, വാഹനങ്ങളും തെരുവുകളും ദീപങ്ങൾകൊണ്ട് അലങ്കരിക്കുകയും ചെയ്യും.

തണുപ്പും ഇരുട്ടും ഒക്കെ ആണെങ്കിലും ക്രിസ്തുമസ് കാലത്ത് ഓസ്ലോ പട്ടണത്തിന്റെ രൂപവും ഭാവവും മാറും. ഒരു നവവധുവിനെ പോലെ അണിഞ്ഞൊരുങ്ങിയ നഗരത്തിന്റെ കാഴ്ച വർണ്ണനാതീതമാണ്.

ഡിസംബർ ആദ്യവാരം നോബൽ സമ്മാന വിതരണത്തിനും നഗരം തയ്യാറെടുക്കും. അക്കെർബിയെ എന്ന സ്ഥലത്ത് ചെങ്കൽ നിറത്തിൽ തല ഉയർത്തി നിൽക്കുന്ന മനോഹരമായ കെട്ടിടമാണ് ഓസ്ലോ സിറ്റി ഹാൾ. അവിടെ വെച്ചാണ് എല്ലാ വർഷവും സമാധാനത്തിനുള്ള നോബൽ സമ്മാനം വിതരണം ചെയ്യുന്നത്. ഞാനും ഒരിക്കൽ സിറ്റിഹാളിന്റെ കാഴ്ചകൾ കാണുവാൻ പോയിരുന്നു. 'എത്ര പ്രഗത്ഭരായ മനുഷ്യർ ഈ പടികൾ ചവിട്ടിയിട്ടുണ്ടാവും' സിറ്റി ഹാളിന്റെ വാതിൽപ്പടിയിൽ നിന്നപ്പോൾ എന്റെ ചിന്തകൾക്കു ചിറകുവെച്ചു. മദർ തെരേസ, കൈലാസ് സത്യാർഥി, മലാല യൂസഫ് സായ് തുടങ്ങി എത്രയെത്ര പ്രമുഖർ...!

സിറ്റിഹാളിനോട് ചേർന്നാണ് നോബൽ പീസ് മ്യൂസിയം. (Nobel Peace Center, Oslo) നോബൽ സമാധാന സമ്മാനം നേടിയവരുടെ ജീവിതവും പ്രവർത്തനവും കാണാനും കേൾക്കാനും കഴിയും എന്നതാണ് മ്യൂസിയത്തിന്റെ പ്രത്യേകത. മനുഷ്യാവകാശങ്ങൾ, ആണവായുധ നിരോധനം, കുട്ടികളുടെ വിദ്യാഭ്യാസം, സ്ത്രീശാക്തീകരണം തുടങ്ങി ലോക സമാധാനത്തിനായി പ്രവർത്തിച്ച നിരവധി പേരുടെ കഥകൾ ഇവിടെ പ്രദർശിപ്പിച്ചിട്ടുണ്ട്.

മ്യൂസിയത്തിന്റെ ഒരു വലിയ ഭാഗം ആൽഫ്രഡ് നോബലിന്റെ ജീവിതത്തെക്കുറിച്ചും, അദ്ദേഹം എങ്ങനെ തന്റെ സമ്പാദ്യം ഒരു അവാർഡിനായി മാറ്റി എന്നതിനെക്കുറിച്ചും പറഞ്ഞുതരുന്നു.

ഇന്ററാക്ടീവ് ഡിസ്പ്ലേകൾ: ഡിജിറ്റൽ സ്ക്രീനുകൾ, സംഗീതം, വീഡിയോ ക്ലിപ്പുകൾ, ഫോട്ടോകൾ എന്നിവയുടെ സഹായത്തോടെ സന്ദർശകരെ ആകർഷിക്കുന്ന രീതിയിലാണ് പ്രദർശനങ്ങൾ തയ്യാറാക്കിയിരിക്കുന്നത്. എല്ലാ നോബൽ സമാധാന അവാർഡ് ജേതാക്കളുടെയും ഫോട്ടോകൾ, അവരുടെ ശക്തമായ സന്ദേശങ്ങളോടൊപ്പം പ്രദർശിപ്പിച്ചിരിക്കുന്ന പീസ് പോർട്രെയ്റ്റുകൾ: ഏറെ ശ്രദ്ധ പിടിച്ചുപറ്റുന്ന ഒന്നാണ്.

1872 ൽ നിർമ്മിച്ച പഴയ റെയിൽവേ സ്റ്റേഷൻ കെട്ടിടം നവീകരിച്ചാണ് ഇന്നത്തെ മ്യൂസിയമായി മാറ്റിയിരിക്കുന്നത്. 2005 ജൂൺ 11 ന് നോർവേ രാജാവ് ഹാരാൾഡ് അഞ്ചാമനാണ് ഈ മ്യൂസിയം പൊതുജനത്തിനായി തുറന്നുകൊടുത്തത്.

നോബൽ പീസ് സെന്റർ വെറുമൊരു മ്യൂസിയം മാത്രമല്ല, മറിച്ച്, മനുഷ്യസമാധാനത്തിനായി നടത്തിയ പോരാട്ടങ്ങളുടെ ഓർമ്മപുതുക്കലും പ്രതീക്ഷയുടെ സന്ദേശവുമാണ് സന്ദർശകർക്ക് പകർന്നുനൽകുന്നത്.

എന്തിനാണ് സ്വീഡിഷുകാരനായ ആൽഫ്രഡ് നോബലിന്റെ പേരിലുള്ള സമാധാനത്തിന്റെ സമ്മാനം മാത്രം നോർവീജിയൻസിനെ ഏല്പിച്ചത്? രസതന്ത്രം, സാഹിത്യം, ഭൗതികശാസ്ത്രം, വൈദ്യശാസ്ത്രം എന്നിവയുള്ള മറ്റ് നോബൽ സമ്മാനങ്ങളെല്ലാം സ്വീഡനിലെ സ്റ്റോക്ഹോമിലാണ് നൽകുന്നത്. സമാധാനപ്രിയരായ ഇവരോടുള്ള ഇഷ്ടം കൊണ്ടാണോ?

ഉത്തരധ്രുവത്തിലെ നായാട്ടുകേന്ദ്രത്തിലേക്ക്

പതിവുപോലെ ഓഫീസിലെ ഉച്ചഭക്ഷണത്തിന്റെ സമയത്താണ് സഹപ്രവർത്തകൻ ശ്രീരാജ് ആ ചോദ്യം ചോദിച്ചത്.

"നമുക്ക് അറോറ കാണാൻ പോയാലോ?"

നോർവേയിലേക്ക വിമാനം കയറുന്നതിനുമുൻപ് നാട്ടിലെ സുഹൃത്തുക്കൾ പലരും പറഞ്ഞ ഒന്നാണ് അറോറ അഥവാ നോർത്തേൺ ലൈറ്റ്സ്. ഇവിടെ വന്ന സ്ഥിതിക്ക് അത് കാണാതെ പോയാൽ അതൊരു തീരാനഷ്ടമായിരിക്കും. മലയാളി സുഹൃത്തുക്കൾ എല്ലാവരും ഒരേ സ്വരത്തിൽ സമ്മതിച്ചു.

നോർത്തേൺ ലൈറ്റ്സ് കാണാൻ ട്രോംസോയിലേക്ക പോകണം. ഓസ്ലോയിൽനിന്നും ഏകദേശം രണ്ട് മണിക്കൂർ വിമാനയാത്രയുണ്ട് ട്രോംസോയിലേക്ക്. എ ഡി 1794 ൽ ആണ് വടക്കൻ പാരീസ് എന്ന് അപരനാമമുള്ള ഈ പട്ടണം സ്ഥാപിതമായത്. ആർട്ടിക്കിലേക്ക് നായാട്ടിന് പോയിരുന്നവരുടെ താവളമായിരുന്നു ഇവിടം. എഴുപത്തി അയ്യായിരത്തോളം ജനങ്ങൾ മാത്രം അധിവസിക്കുന്ന ഈ പട്ടണത്തിന്റെ പ്രധാന വരുമാനം ടൂറിസമാണ്. ഏറ്റവും കഠിനമായ കാലാവസ്ഥയുള്ള ദേശങ്ങളിൽ ഒന്ന്.

ലൈറ്റ് കാണണമെങ്കിൽ ഒക്ടോബർ അല്ലെങ്കിൽ ഫെബ്രുവരി, മാർച്ച് മാസങ്ങളിൽ വേണം പോകാൻ. ഈ മാസങ്ങളിൽ എല്ലാ ദിവസവും ലൈറ്റ് കണ്ടെന്നും വരില്ല. എല്ലാം ഒരു ഭാഗ്യം പോലെയിരിക്കും. നവംബർ മുതൽ മാർച്ച് വരെയുള്ള മാസങ്ങളിൽ ഇവിടെ സൂര്യപ്രകാശം തീരെയില്ല. ചുരുക്കം പറഞ്ഞാൽ ഇരുപത്തിനാലു മണിക്കൂറും രാത്രി.

അങ്ങനൊരിടത്തേക്ക് എന്റെ ആദ്യത്തെ യാത്രയാണിത്. അവിടെ ആളുകൾ എങ്ങനെ ജീവിക്കുന്നു എന്നും ഇരുട്ടിനെയും തണുപ്പിനെയും എങ്ങനെ തരണം ചെയ്യുന്നു എന്നും അറിയാൻ എനിക്കേറെ കൗതുകമുണ്ടായിരുന്നു.

മാർച്ച് മാസത്തിലെ ആദ്യ വാരാന്ത്യത്തിൽ രാത്രി ഒൻപതു മണിക്ക് ഞങ്ങൾ ട്രോംസോയിലേക്ക് വിമാനം കയറി. നിറയെ യാത്രക്കാരുണ്ടായിരുന്നു. പലരും ശൈത്യകാലവിനോദമായ സ്കീയിങ്ങിനായി ട്രോംസോയിലേക്കു പോകുന്നവർ. ഞങ്ങൾ പത്തുപേരാണ് സംഘത്തിലുള്ളത്. എല്ലാവരും മലയാളികൾ.

വിമാനം പതിയെ ഓസ്ലോ വിമാനത്താവളത്തിൽനിന്ന് പറന്നുയർന്നു. കൂരിരുട്ടു നിറഞ്ഞ ട്രോംസോ നഗരം കാണുവാനുള്ള ആകാംക്ഷ എന്നിൽ ഏറിവന്നു. ഏതാണ്ട് നട്ടപ്പാതിര ആയപ്പോൾ ട്രോംസോയിൽ ഞങ്ങളുടെ വിമാനം ലാൻഡ് ചെയ്തു. താരതമ്യേന ചെറിയ എയർപോർട്ട്.

പുറത്ത് നല്ല മഞ്ഞ് പെയ്യുന്നുണ്ട്. അസ്ഥിവരെ അരിച്ചിറങ്ങുന്ന ആ തണുപ്പിലേക്ക് ഞങ്ങൾ നടന്നിറങ്ങി..

തണുപ്പിനെ പ്രതിരോധിക്കാൻ ഞാൻ മഫ്ളർ വാരിച്ചുറ്റി. പക്ഷേ, അതൊന്നും മതിയാവുന്നുണ്ടായിരുന്നില്ല. നോർത്തേൺ ലൈറ്റ് കാണാനുള്ള ആവേശത്തിനുമുൻപിൽ തണുപ്പ് പതിയെ കീഴടങ്ങി. താമസ സ്ഥലത്തേക്ക് പോകാൻ ഞങ്ങൾ ടാക്സി കാറുകളെ ശരണം പ്രാപിച്ചു.

മൂന്നു ടാക്സി കാറുകളിൽ വലിഞ്ഞുകയറി താമസസ്ഥലം ലക്ഷ്യമാക്കി നീങ്ങി. പാൽ പോലെ തണുത്തുറഞ്ഞുകിടക്കുന്ന നദിക്കരയിലെ വീടിനുമുൻപിൽ കാർ നിന്നു. ആരോ കുമ്മായം കലക്കി ഒഴിച്ചതുപോലെയുള്ള കുറ്റൻ മലനിരകൾ. നിലാവിൽ ശുഭ്രവർണ്ണത്തിൽ തിളങ്ങി നിൽക്കുന്ന മലയുടെ താഴ്വാരത്തിലാണ് വീട്. മനസ്സിനെ കാല്പനികമാക്കുന്ന കാഴ്ചകൾ.

പിറ്റേന്ന് രാവിലേതന്നെ ഉണർന്നു പുറത്തേക്കു നോക്കിയ ഞാൻ കണ്ടത് കനത്ത മഞ്ഞുവീഴ്ചയാണ്. എങ്ങും എവിടെയും മഞ്ഞു മൂടി കിടക്കുന്നു. സൂര്യൻ പേരിനുപോലും ട്രോംസോയിലേക്ക് എത്തിനോക്കിയിട്ടില്ല. ഞാൻ മടിപിടിച്ച് പുതപ്പിനടിയിലേക്ക് വീണ്ടും ഊളിയിട്ടു. പക്ഷേ, പുറത്തേക്കിറങ്ങാതെ നിർവാഹമില്ല!. ഭക്ഷണം പാകം ചെയ്യാനുള്ള സൗകര്യങ്ങളുണ്ട്. ഭക്ഷണം കഴിക്കണമെങ്കിൽ പുറത്തുപോയി സാധനങ്ങൾ വാങ്ങണം. തണുപ്പ് വകവയ്ക്കാതെ ഞാനും ശ്രീജിത്തും മെൽവിനും സൂപ്പർമാർക്കറ്റ് തേടി പുറത്തേക്കിറങ്ങി.

സൂപ്പർമാർക്കറ്റിൽ പോയി തിരികെ വന്നപ്പോഴേക്കും കൈയും കാലുമെല്ലാം തണുത്ത് മരവിച്ചിരുന്നു. ഞങ്ങൾ ഭക്ഷണം തയ്യാറാക്കി വൈകുന്നേരം ലൈറ്റ് കാണാനുള്ള സമയത്തിനായി കാത്തിരുന്നു. ചേസിങ്

ട്രോംസോയിലെ നോർത്തേൺ ലൈറ്റ്

ലൈറ്റ്സ് എന്ന ടൂർ ഓപ്പറേറ്റർ ആണ് ഞങ്ങളെ വെളിച്ചത്തിലേയ്ക്ക് ആനയിച്ചു കൊണ്ടുപോകുന്നത്. എകദേശം ഒന്നര മണിക്കൂർ യാത്രയുണ്ട്.

ടൂർ ഓപ്പറേറ്റർ പറഞ്ഞതുപ്രകാരം ഞങ്ങൾ വൈകിട്ട് കൃത്യം 5.30 നുതന്നെ പട്ടണത്തിലെ ടൂർ കമ്പനിയുടെ ഓഫീസിൽ എത്തി. ഏകദേശം 15 മിനിട്ടിനു ശേഷം ബസ്സുമായി ഞങ്ങളുടെ ടൂർ ഓപ്പറേറ്റേഴ്സ് സ്ഥലത്തെത്തി പേരുവിളിച്ച് ഓരോരുത്തരെയായി ബസ്സിലേക്ക് കയറ്റി. ടൂർ ഗൈഡുകളായി രണ്ട് ചുണക്കുട്ടന്മാർ. അവരുമായി സംസാരിച്ചപ്പോൾ വെളിച്ചം കാണാം എന്ന ഞങ്ങളുടെ ആത്മവിശ്വാസത്തിനു ചിറകുവെച്ചു. സാധാരണ ഈ സമയങ്ങളിൽ മൈനസ് 25 ഡിഗ്രി വരെ തണുപ്പ് അനുഭവപ്പെടുന്ന ഇവിടെ ദൈവത്തിന്റെ കാരുണ്യംകൊണ്ടോ ഞങ്ങളുടെ ഭാഗ്യംകൊണ്ടോ എന്തുകൊണ്ടാണെന്നറിയില്ല തണുപ്പ് മൈനസ് 11 ഡിഗ്രി മാത്രമേ ഉണ്ടായിരുന്നുള്ളൂ.

വെളിച്ചം കാണാം എന്നതിന് യാതൊരു ഉറപ്പും ഇല്ല. കണ്ടില്ല എങ്കിൽ ചെലവാക്കിയ പണമെല്ലാം വെറുതെയാകും. ആകാശത്തു നല്ല നിലാവുണ്ട്. നിലാവ് നോർത്തേൺ ലൈറ്റിന് ഒരു തടസ്സമാണ്. പറഞ്ഞുറപ്പിച്ച സമയമായപ്പോൾ ഞങ്ങൾ ലക്ഷ്യസ്ഥാനത്ത് എത്തി. മഞ്ഞുമൂടിയ ആ പ്രദേശത്ത് ഞങ്ങളെ കൂടാതെ മറ്റൊരു കൂട്ടരും വെളിച്ചം കാത്തു നിൽപ്പുണ്ടായിരുന്നു. ഗൈഡ് തന്റെ ക്യാമറയും ട്രൈപോഡും ഒക്കെ തയ്യാറാക്കി പടം പിടിക്കാനുള്ള സജ്ജീകരണങ്ങൾ നടത്തി.

ഏകദേശം 10 മിനിട്ടിന്റെ കാത്തിരിപ്പിനൊടുവിൽ വെളിച്ചം തെളിഞ്ഞു തുടങ്ങി.

ചിതറിക്കിടക്കുന്ന വജ്രങ്ങൾ പോലെയുള്ള നക്ഷത്രങ്ങളെ സാക്ഷിയാക്കി ആകാശം പച്ചവെളിച്ചത്തിൽ നൃത്തം ചെയ്തു. തണുത്തുറഞ്ഞ തടാകക്കരയിൽ ഇതിനെല്ലാം സാക്ഷിയായിനിന്ന ഞങ്ങളുടെ കൺമുൻപിൽ സ്വർഗം പ്രത്യക്ഷപ്പെട്ടതായി തോന്നുന്ന നിമിഷങ്ങൾ. സമയം കടന്നുപോകുന്തോറും വെളിച്ചത്തിന്റെ വ്യാപ്തി കൂടിക്കൂടി വന്നു. നോർത്തേൺ ലൈറ്റിന്റെ നൃത്തത്തിനൊത്തു ഞങ്ങൾ കാഴ്ചക്കാരും ചുവടുവെച്ചു. കമിതാക്കളായ ചെറുപ്പക്കാർ പരസ്പരം ആലിംഗനം ചെയ്ത് പ്രകൃതിയുടെ ഈ അത്ഭുതകാഴ്ചകളുടെ സന്തോഷം പങ്കുവെച്ചു.

ഒരിക്കൽപ്പോലും ഇവിടെ വരുമെന്നോ പ്രകൃതിയുടെ അത്യപൂർവ പ്രതിഭാസം നേരിട്ട് കാണുമെന്നോ ഞാൻ സ്വപ്നത്തിൽ പോലും കരുതിയിരുന്നില്ല. നമ്മൾ പ്രതീക്ഷിക്കാത്ത കാര്യങ്ങൾ സംഭവിക്കുമ്പോഴാണല്ലോ ജീവിതത്തിന്റെ മനോഹാരിത ഇരട്ടിക്കുന്നത്.

വരവിന്റെ പ്രധാന ലക്ഷ്യമായ ഫോട്ടോപിടിത്തം തകൃതിയായി നടന്നു. കൂട്ടമായും ഒറ്റയ്ക്കും ഞങ്ങൾ മാറി മാറി ചിത്രങ്ങൾ എടുത്തു.. അല്പസമയം കഴിഞ്ഞപ്പോൾ ഞങ്ങളുടെ ഗൈഡ് ഹോട്ട് ചോക്ക്ലേറ്റും കുക്കീസ്സും വിതരണം ചെയ്തു. അതോടനുബന്ധിച്ച ഗൈഡിന്റെ വക നോർത്തേൺ ലൈറ്റിനെപ്പറ്റി ഒരു തിയറി ക്ലാസ്സും ഉണ്ടായിരുന്നു. ന്യൂട്രോണും പ്രോട്ടോണും കൂട്ടിയിടിച്ചെന്നോ തീ പിടിച്ചെന്നോ എന്തൊക്കെയോ ആംഗലേയഭാഷയിൽ അയാൾ പറഞ്ഞുകൊണ്ടിരിക്കുമ്പോഴും ഞങ്ങൾ നോർത്തേൺ ലൈറ്റിന്റെ മനോഹാരിതയിൽ മതിമറന്നിരിക്കുകയായിരുന്നു.

സന്തോഷ ജീവിതത്തിന്റെ താക്കോൽ

ഋതുക്കൾ മാറി മറിഞ്ഞു. വസന്തത്തിൽനിന്ന് ഗ്രീഷ്മത്തിലേക്കും, ഗ്രീഷ്മത്തിൽനിന്ന് ശരത്കാലത്തിലേക്കും പിന്നീട് ശിശിരത്തിലേക്കും ഓസ്ലോ നഗരം മാറിക്കൊണ്ടേയിരുന്നു. ആ പഴയ നാലാം ക്ലാസ്സുകാരന്റെ കൗതുകത്തോടെ ഓരോ മാറ്റങ്ങളും ഞാൻ ആസ്വദിച്ചു.

അപ്പോഴും മനസ്സിൽ ഉത്തരം കിട്ടാത്ത ചോദ്യമായി അത് അവശേഷിച്ചു. മതനിഷേധികളും ദൈവരഹിതരുമായ നോർവേക്കാർ എങ്ങനെയാണ് ഏറ്റവും സന്തോഷമുള്ള സമൂഹമായത്...?

ലോകരാജ്യങ്ങളുടെ സന്തോഷം അളക്കുന്ന ഹാപ്പിനെസ്സ് ഇൻഡക്സ് ഞങ്ങൾ സുഹൃത്തുക്കളുടെ കൂടിച്ചേരലുകളിൽ ഒരിക്കൽ ചർച്ചാവിഷയമായി. ഒരു മനുഷ്യന്റെ സന്തോഷം വർഷാവർഷം പ്രഖ്യാപിക്കുന്ന ഹാപ്പിനെസ്സ് ഇൻഡക്സിൽ ഒതുങ്ങുന്ന ഒന്നാണോ? അല്ല എന്നുതന്നെ പറയേണ്ടിവരും. എന്നാൽ സ്വാതന്ത്ര്യം, തുല്യത, മനുഷ്യന്റെ അടിസ്ഥാന ആവശ്യങ്ങൾ നിറവേറ്റൽ എല്ലാം അളന്നാൽ സ്കാൻഡിനേവിയൻ രാജ്യങ്ങൾ മുൻപന്തിയിലാണുതാനും.

1921 ൽ ഇറ്റാലിയൻ സാമ്പത്തിക ശാസ്ത്രജ്ഞൻ കൊറാഡോ ജീനി വികസിപ്പിച്ചെടുത്തതാണ് ജീനി കോഎഫിഷ്യന്റ്. ഒരു രാജ്യത്തെ സമ്പത്ത് പണക്കാരനും പാവപ്പെട്ടവനും തമ്മിൽ വീതിക്കുന്നതിന്റെ അളവുകോൽ അനുസരിച്ച് രാജ്യങ്ങളെ അളക്കുന്ന ഒരു രീതിയാണിത്. എല്ലാ വർഷവും ആ ഇൻഡക്സിൽ മുൻപന്തിയിൽ എത്തുന്നത് സ്കാൻഡിനേവിയൻ രാജ്യങ്ങളാണ്.

എന്തുകൊണ്ടായിരിക്കാമത്?

നിശ്ചയമായും ഈയൊരു ഘടകം അതിനുപിന്നിലുണ്ട്. രണ്ടായിരം വർഷങ്ങൾക്കുമുൻപ് കാലിത്തൊഴുത്തിൽ പിറന്നവൻ മുന്നോട്ട് വെച്ച സോഷ്യലിസം എന്ന ആശയം. രാജ്യത്തെ സമ്പത്ത് തുല്യമായി വീതിച്ച പാവപ്പെട്ടവനും പണക്കാരനും നൽകുന്ന രീതി. ആധുനിക ലോകത്ത് സോഷ്യലിസം നടപ്പാക്കുന്ന രാജ്യങ്ങളാണ് സ്കാൻഡിനേവിയൻ രാജ്യങ്ങൾ എന്ന് വേണമെങ്കിൽ പറയാം. വരുമാനം കൂടുംതോറും ഉയർന്ന നികുതി പിരിച്ചെടുക്കുന്നതുവഴി പണക്കാരനും പാവപ്പെട്ടവനും തമ്മിലുള്ള അന്തരം ഇവിടെ കുറയുന്നു. മനുഷ്യന്റെ അടിസ്ഥാന ആവശ്യങ്ങൾ നൂറുശതമാനവും നിറവേറ്റുന്ന സർക്കാരുകളും, അഴിമതിരഹിത ഭരണവുമെല്ലാം വർഷാവർഷം നടക്കുന്ന ഹാപ്പിനെസ്സ് ഇൻഡക്സിൽ പ്രതിഫലിക്കുന്നു എന്നുവേണം കരുതാൻ.

സ്കാൻഡിനേവിയൻരാജ്യങ്ങളിൽ ഞാൻകണ്ട സ്ത്രീപുരുഷസമത്വം ഒരുപക്ഷേ, ഇവരുടെ പൂർവികർ ആയിരുന്ന വൈക്കിങ്ങുകളിൽനിന്ന് ലഭിച്ചതാവാം. വൈക്കിങ്ങുകൾ ലിംഗസമത്വത്തിലെ മുന്നേറ്റങ്ങൾക്ക് പേരുകേട്ടവരായിരുന്നു. സ്കാൻഡിനേവിയൻ ജനത ഇന്നും ആ പാരമ്പര്യം ഉയർത്തിപ്പിടിക്കുന്നുണ്ട്. 2010 ൽ, ലാഭേച്ഛയില്ലാത്ത സംഘടനയായ സേവ് ദി ചിൽഡ്രൻ നോർവേ ഒരു സർവേ ആരംഭിച്ചു. ഒരു അമ്മയായിരിക്കാനുള്ള ലോകത്തിലെ ഏറ്റവും മികച്ച സ്ഥലങ്ങളേതെന്നറിയാനായിരുന്നു സർവേ. അതിൽ യഥാക്രമം 1,3,4,5 സ്ഥാനങ്ങളിൽ നോർവേ, ഐസ്ലാൻഡ്, സ്വീഡൻ, ഡെന്മാർക്ക് എന്നീ സ്കാൻഡിനേവിയൻ രാജ്യങ്ങളാണ് തെരഞ്ഞെടുക്കപ്പെട്ടത്.

അതുപോലെ, ഒരു സ്ത്രീയായി ജീവിക്കാൻ ലോകത്തിൽ ഏറ്റവും മികച്ച രണ്ട് സ്ഥലങ്ങളായി അമേരിക്കൻ വാർത്താമാസികയായ *ന്യൂസ് വീക്ക്* 2011 ൽ തെരഞ്ഞെടുത്തത് ഐസ്ലാൻഡിനെയും സ്വീഡനെയുമാണ്.

ഫിൻലാൻഡിലാണ് ലോകത്ത് ആദ്യമായി 1906 ൽ സ്ത്രീകൾക്ക് വോട്ടവകാശം ലഭിച്ചത്. നമ്മുടെ രാജ്യത്ത് പാർലമെന്റിൽ പതിനഞ്ചു ശതമാനത്തിൽ താഴെ മാത്രം സ്ത്രീ അംഗങ്ങൾ ഉള്ളപ്പോൾ സ്കാൻഡിനേവിയൻ രാജ്യങ്ങളിൽ അത് അമ്പതു ശതമാനമാണ്. നമ്മുടെ നാട് എത്രമാത്രം പുരുഷകേന്ദ്രീകൃതമാണ് എന്നതിന്റെ ഒരു ചൂണ്ടുപലകതന്നെയാണ് ഈ കണക്കുകൾ. ഇതിൽ മതങ്ങൾക്ക് പങ്കുണ്ടോ എന്നതും ചർച്ചാവിഷയമാക്കേണ്ടതാണ്. ലോകമെമ്പാടുമുള്ള പല സർവേകളും സ്വീഡിഷ് പുരുഷന്മാരെ ലോകത്തിലെ ഏറ്റവും കുറഞ്ഞ മതഭ്രാന്തുള്ളവരായി തിരഞ്ഞെടുത്തതായി കാണുവാൻ സാധിക്കും.

പതിനാറാം നൂറ്റാണ്ടിൽ ജർമൻ സന്ന്യാസിയായ മാർട്ടിൻ ലൂഥർ രൂപപ്പെടുത്തിയെടുത്ത ക്രിസ്തുമതത്തിന്റെ യാഥാസ്ഥിതികമായ ഒരു രൂപമാണ് ലൂഥറനിസം. ആദ്യകാലത്ത് ലൂഥറനിസം സ്കാൻഡിനേവിയക്കാരുടെ മതമായി വളർന്നു. സ്വീഡിഷ്, ഡാനിഷ് രാജാക്കന്മാർ അക്കാലത്ത് അതൊരു ദേശീയമതമായി വളർത്തുവാൻ വേണ്ട കാര്യങ്ങൾ ചെയ്തിരുന്നു. ആധുനിക സ്കാൻഡിനേവിയക്കാരിൽ 2.5% മാത്രമേ ഇന്ന് പള്ളികളിൽ പോകുന്നുള്ളുവെങ്കിലും ലൂഥറനിസത്തിന്റെ സ്വാധീനം ഇന്നും ഇവരുടെ സംസ്കാരവുമായി ഇഴുകിച്ചേർന്ന് കിടക്കുന്നുണ്ട്. അവരുടെ പല ആഘോഷങ്ങളിലും അതിന്റെ അടയാളങ്ങൾ കാണാം. ആദ്യ കുർബാന, മാമോദീസ, വിവാഹം തുടങ്ങിയ പല ചടങ്ങുകളും ഇവർ നടത്തുന്നത് മതപരമായ ആചാരങ്ങൾക്ക് അവർ പ്രാധാന്യം നൽകുന്നുണ്ട് എന്നതിന്റെ തെളിവാണ്.

അടുത്തിടെ നോർവേയിലെ ഇടതുപക്ഷ പാർട്ടികൾ ഒരു ഭരണഘടനാഭേദഗതി കൊണ്ടുവന്നു. നോർവീജിയൻ രാജാവ് ലൂഥറൻ വിശ്വാസി ആയിരിക്കണം എന്ന നിയമത്തിൽ മാറ്റം വരുത്തണം എന്നായിരുന്നു ആവശ്യം. എന്നാൽ പാർലമെന്റിൽ അത് പരാജയപ്പെട്ടു. മതങ്ങളിൽ വിശ്വാസമില്ലാത്ത ജനതയുടെ രാജാവ് ഒരു ക്രിസ്ത്യാനി ആയിരിക്കണം എന്ന വിചിത്ര നിയമം എത്ര ചിന്തിച്ചിട്ടും എനിക്ക് മനസ്സിലായില്ല!.

സ്കാൻഡിനേവിയയിൽ മതങ്ങൾ ഇല്ല എന്ന് വായിച്ചിട്ടുണ്ട്. പക്ഷേ മതങ്ങൾ ഇല്ലെങ്കിൽ എന്തിനാണ് ഇത്രയും പള്ളികൾ? ഈ ചിന്ത പലപ്പോഴും എന്നിൽ കൗതുകം നിറച്ചിട്ടുണ്ട്. സ്കാൻഡിനേവിയയിൽ മതങ്ങളുണ്ട്. മതത്തെ സംസ്കാരത്തിന്റെ ഭാഗമായി ഇവിടത്തുകാർ കാണുന്നു എന്ന വ്യത്യാസം മാത്രം. എന്നാൽ ഇവർ ദൈവരഹിതരാണ്. ദൈവവിശ്വാസം അല്പംപോലും ഇല്ലാത്ത ഒരുകൂട്ടം മനുഷ്യർ.

നമ്മുടെ രാജ്യവുമായി താരതമ്യം ചെയ്യുമ്പോൾ ഭാഷാ വൈവിധ്യമോ സാംസ്കാരികവൈവിധ്യമോ ഇല്ലാത്തവരാണ് ഇവർ. ഏകതാനം (homogeneous) ആയിട്ടുള്ള മനുഷ്യരുടെ ഒരു കൂട്ടം. ഒരേപോലെ ചിന്തിക്കുന്ന, ഒരേപോലെ കാര്യങ്ങൾകൈകാര്യം ചെയ്യുന്ന മനുഷ്യർ. അതുകൊണ്ടാവുമോ ഇവിടത്തെ ജീവിതം ഇത്ര ആയാസരഹിതം ആകുന്നത്?

ഒരുകാലത്ത് മതത്തിൽ അധിഷ്ഠിതമായിരുന്ന ഈ നാട് ഒരുപക്ഷേ മതങ്ങളും രാഷ്ട്രീയവും തമ്മിലുള്ള ബന്ധം കാരണം പൊറുതിമുട്ടിയതിനാലാവാം ഇന്ന് ദൈവരഹിതമായി മാറിയത്. നമ്മുടെ നാട്ടിൽ മതം വില്പനച്ചരക്കാകുമ്പോൾ പലപ്പോഴും ധാർമ്മികത അതിനു വഴിമാറേണ്ടി വരുന്നു എന്നത് ഖേദകരമാണ്. ഇന്നാട്ടിലാവട്ടെ വിദ്യാഭ്യാസരംഗത്തും രാഷ്ട്രീയത്തിലും പൊതുസമൂഹത്തിലുമെല്ലാം മതത്തിനതീതമായി തീരുമാനങ്ങൾ എടുക്കുവാൻ ഇവർ ശ്രദ്ധ ചെലുത്തുന്നതായി തോന്നിയിട്ടുണ്ട്.

കാലിഫോർണിയയിലെ പിറ്റ്സർ കോളേജിൽ സോഷ്യോളജി വിഭാഗം അധ്യാപകനായ പ്രൊഫ. ഫിൽ സുക്കർമാൻ എഴുതിയ *Society Without God: What the Least Religious Nations Can Tell Us About Contentment* പുസ്തകത്തിൽ അദ്ദേഹം ദൈവരഹിതസമൂഹത്തെപ്പറ്റി വിശദമായ പഠനങ്ങൾ അവതരിപ്പിക്കുന്നുണ്ട്. എന്തുകൊണ്ടാണ് ദൈവരഹിതരായ ഇന്നാട്ടുകാർ മറ്റു മതാധിഷ്ഠിതസമൂഹത്തെക്കാൾ സംതൃപ്ത ജീവിതം നയിക്കുന്നത് എന്നതിനെപ്പറ്റി അദ്ദേഹം വിശദമായ പഠനങ്ങൾ നടത്തിയിട്ടുണ്ട്.

സ്കാൻഡിനേവിയൻ രാജ്യങ്ങളിലെ ജനങ്ങളുടെ പൗരബോധം, ശാസ്ത്രസാങ്കേതിക പരിജ്ഞാനം, സാമൂഹികസുരക്ഷ, വ്യക്തിസ്വാതന്ത്ര്യം, വിദ്യാഭ്യാസരംഗം, സർക്കാരിന്റെ നയങ്ങൾ, സ്ത്രീകൾക്കും പുരുഷന്മാർക്കും ട്രാൻസ്ജൻഡേഴ്സിനുമുള്ള തുല്യത, പൊതുഗതാഗത സംവിധാനം ഇവയിൽനിന്നെല്ലാം നമുക്കേറെ പഠിക്കാനുണ്ട്.

ഒരു പീസ്ഫുൾ സെപ്പറേഷൻ

ആയിരത്തി തൊള്ളായിരത്തി അഞ്ചിൽ നോർവേ സ്വീഡനിൽനിന്നു വേർപെട്ടതിനെ വിശേഷിപ്പിക്കുന്നത് ഇങ്ങനെയാണ്. പീസ്ഫുൾ സെപ്പറേഷൻ. സമാധാനപൂർണ്ണമായ വിടവാങ്ങൽ.

ആദ്യമായി ഇവിടെ വന്നിറങ്ങിയ ദിവസംമുതൽ നോർവേയിലെ ഓരോ ദിവസവും ഓരോ അധ്യായം പോലെ ആയിരുന്നു. അതിലെ തിരഞ്ഞെടുത്തവ മാത്രമാണ് ഈ പുസ്തകത്തിൽ ഉൾപ്പെടുത്തിയിരിക്കുന്നത്.

എന്റെ നോർവേ പ്രോജക്ട് അവസാനിക്കുകയാണ്. ഞങ്ങൾക്കും ഓർമ്മകളും അനുഭവങ്ങളും സമ്മാനിച്ച നോർവേയിൽനിന്നും ഒരു പീസ് ഫുൾ സെപ്പറേഷന് സമയമായി. Tusen takk Norge.. ഇനി സ്വീഡനിലേക്ക്.

സ്റ്റോക്ക്ഹോമിലെ ആദ്യ ആഴ്ചകൾ പല സഹപ്രവർത്തകർക്കും പരിചയപ്പെടലിന്റേതായിരുന്നു. ഏതെങ്കിലും ഭക്ഷണശാലകളിൽ ഭക്ഷണം കഴിക്കാൻ ക്ഷണിച്ചുകൊണ്ടാണ് പലരും പുതിയ സഹപ്രവർത്തകനെ പരിചയപ്പെടുന്നത്.

സ്റ്റോക്ക്ഹോം ബ്ലോ ദൊരൻ റെസ്റ്റോറന്റിലെ അരണ്ട വെളിച്ചത്തിൽ ഗ്ലാസ്സിലെ അബ്സല്യൂട്ട് വോഡ്ക സ്ഫടികംപോലെ തിളങ്ങി. നവംബറിലേക്ക് ലയിപ്പിച്ചു ചേർക്കാൻ തക്ക വിധത്തിൽ രൂപകല്പന ചെയ്തതായിരുന്നു റെസ്റ്റോറന്റിനകത്തെ വെളിച്ചം. സമയം നാലുമണിയോട് അടുക്കുന്നതേയുള്ളൂ. പുറത്ത് ആകാശം ഇതിനകംതന്നെ കരിമ്പടം പുതച്ചു കഴിഞ്ഞു. നഗ്നമായ നഗരവീഥികൾ മഞ്ഞിന്റെ മൃദുസ്പർശനത്തിന് കാത്തുനിൽക്കുന്നു.

സ്കോൾ - വോഡ്ക ഗ്ലാസ്സുകൾ പരസ്പരം കൂട്ടിമുട്ടിച്ച് ഞങ്ങൾ ചിയേർസ് പറഞ്ഞു, ഞാനും സഹപ്രവർത്തകൻ എറിക്കും. തൊണ്ടയിൽക്കൂടി കത്തിയിറങ്ങിയ വോഡ്ക ശരീരത്തെ ചൂടുപിടിപ്പിച്ചു. ഞങ്ങൾ സംസാരം തുടർന്നു.

"സ്വീഡൻ നിങ്ങൾക്കിഷ്ടപ്പെട്ടോ ? " അയാൾക്കറിയേണ്ടത് അതാണ്.

ജോലിസ്ഥലത്തുവച്ചും ഇതേ ചോദ്യം അയാൾ പല തവണ ചോദിച്ചിരുന്നു. അവരുടെ ശാന്തവും തണുപ്പ് നിറഞ്ഞതുമായ രാജ്യത്തെക്കുറിച്ച് ആളുകൾ എന്താണ് ചിന്തിക്കുന്നതെന്ന് അറിയാനുള്ള ആകാംക്ഷയായിരിക്കാം.

"കേവലം രണ്ടാഴ്ച കൊണ്ട് എങ്ങനെയാണ് ഒരു നാടിനെ വിലയിരുത്താൻ കഴിയുക?" ഞാൻ തിരിച്ചു ചോദിച്ചു.

എറിക്ക് മറുപടി ഒരു ചിരിയിലൊതുക്കി.

"ജിനുവിനറിയാമോ ഞങ്ങളുടെ നാട്ടിലെ ഏറ്റവും ദുഷ്കരമായ മാസത്തിലാണ് നീ ഇവിടെ എത്തിപ്പെട്ടത്. ഞങ്ങൾ സ്വീഡിഷുകാർ ഇതിനെ ബ്ലാക്ക് നവംബർ എന്നാണ് വിശേഷിപ്പിക്കാറ്. വൈകി ഉദിക്കുന്ന സൂര്യൻ നേരത്തേ അസ്തമിക്കുന്നു. വിഷാദത്തിന് അകപ്പെടാൻ വേറെയെന്തു വേണം? നോർവേയിൽനിന്നും വന്നതുകൊണ്ട് ജിനുവിന് ഈ കാലാവസ്ഥയിൽ പുതുമയൊന്നും തോന്നില്ലായിരിക്കും."

You can dance

You can jive

Having the time of your life...

നേർത്ത അബ്ബാ സംഗീതം പിന്നണിയിൽ കേൾക്കാം.

"ജിനു ഞങ്ങളുടെ മ്യൂസിക് ബാൻഡിന്റെ ആരാധകനാണോ?"

സ്വീഡിഷ് സംഗീത ബാൻഡായ അബ്ബാ എനിക്കിഷ്ടമാണോ എന്നാണ് ചോദ്യം.

"ഞങ്ങളുടെ അഭിമാനമാണ് ഈ മ്യൂസിക് ബാൻഡ്. ആയിരക്കണക്കിന് വിദേശസഞ്ചാരികളാണ് സ്റ്റോക്ഹോമിലെ അബ്ബാ മ്യൂസിയം സന്ദർശിക്കാനായി എത്തുന്നത്."

തങ്ങളുടെ മ്യൂസിക് ബാൻഡിനെ പറ്റി പറയുമ്പോൾ എറിക്കിന്റെ കണ്ണിൽ അഭിമാനം നൃത്തം ചെയ്തു.

അബ്സല്യൂട്ട് വോഡ്കയുടെ തീ ശരീരത്തിലേക്ക് പടർന്നുകയറിയപ്പോൾ ഞങ്ങൾ ഭക്ഷണം ഓർഡർ ചെയ്തു. ഞാൻ സ്വീഡിഷ് മീറ്റ് ബോൾസ് മുൻപേതന്നെ മനസ്സിൽ കുറിച്ചുവച്ചിരുന്നു. തുർക്കിയിലെ ഓട്ടോമൻ സാമ്രാജ്യത്തിനു കീഴിൽ ഒളിവിൽ കഴിയാൻ പോയ ചാൾസ് പന്ത്രണ്ടാമൻ രാജാവ് തിരികെ വന്നപ്പോൾ ഇവിടേക്ക് കൊണ്ടുവന്നതാണ് മീറ്റ് ബോൾസ്. സ്വീഡനിലെ പ്രാദേശികവിഭവങ്ങളായ ലിംഗോൺബെറിയും

ഇരുൾമൂടിയ സ്റ്റോക്ക് ഹോമിലെ തെരുവ്

ചേർത്ത് വിളമ്പുന്ന മീറ്റ് ബോൾസിന് ലോകമെമ്പാടും പ്രചാരം നൽകിയത് ഫർണിച്ചർ ഭീമന്മാരായ ഐക്കിയയാണ്.

സംഗതി കൊള്ളാം.... ഈ തണുത്ത രാത്രിക്ക് അകമ്പടിയായി സ്വീഡന്റെ സ്വന്തം അബ്സല്യൂട്ട് വോഡ്കയും സ്വീഡിഷ് മീറ്റ് ബോൾസും അബ്ബാ സംഗീതവും...

"നവംബർ മാസം ആത്മാക്കളുടെ മാസമാണ്. അതുകൊണ്ട് ഈ മാസത്തിൽ ഞങ്ങൾ ഒത്തുകൂടാനും കഥകൾ പറയാനും സമയം കണ്ടെത്തും."

എറിക്ക് നേർത്ത ശബ്ദത്തിൽ പറഞ്ഞു.

"ആത്മാക്കളോ???" ഞാൻ ഉള്ളിലെ ഭയം പുറത്തുകാണിക്കാതെ ചോദിച്ചു..

"അതെ... ദുരാത്മാക്കൾ അലഞ്ഞുതിരിയുന്ന മാസമാണ് നവംബർ എന്നാണ് ഞങ്ങളുടെ ഐതിഹ്യകഥകളിൽ പറയുന്നത്."

പ്ലേറ്റിലെ അവസാനത്തെ മീറ്റ് ബോൾസും അകത്താക്കി തിരികെ പോകാൻ സമയമായി എന്ന സിഗ്നൽ കൊടുത്തു.

നിങ്ങൾക്ക് ബില്ല് സ്പ്ലിറ്റ് ചെയ്യണോ എന്ന വെയ്റ്ററുടെ ചോദ്യത്തോട് ഞങ്ങൾ രണ്ടുപേരും ഒരുപോലെ തലയാട്ടി. ഇവിടെ എന്തിനും ഏതിനും സ്പ്ലിറ്റ് ബിൽ ആണ്. കൂട്ടുകാരോടൊപ്പമോ സഹപ്രവർത്തകരോടൊപ്പമോ ഭാര്യയോടൊപ്പമോ ഭക്ഷണം കഴിക്കാൻ പോയാൽ അവരവർ കഴിച്ച ഭക്ഷണത്തിന്റെ തുക അവരവർ ഒടുക്കുന്ന മനോഹരമായ ആചാരം. നാട്ടിലെ പോലെ ബില്ലിന് വേണ്ടിയുള്ള പിടിവലി നാടകമില്ല. ആരും ആർക്കുമൊരു ഭാരമാവാത്ത സ്കാൻഡിനേവിയൻ ജീവിതരീതി.

ഞങ്ങൾ റെസ്റ്റോറന്റിൽനിന്നും പുറത്തേക്കിറങ്ങി. തെരുവുകൾ മൗനത്തിലമർന്നു കഴിഞ്ഞിരുന്നു. നഗരവിളക്കിന്റെ മഞ്ഞവെളിച്ചത്തിൽ വഴിയിൽ പാകിയിരുന്ന ഉരുളൻ കല്ലുകൾ തിളങ്ങി. തണുപ്പ് സഹിക്കാൻ കഴിയാതെ എന്റെ കൈകൾ പോക്കറ്റിൽ ചുരുണ്ടുകൂടി.

നവംബറിലെ ഇരുട്ടിൽ, എന്റെ കാലൊച്ചകളുടെ പ്രതിധ്വനിയിൽ ഈ പുരാതന നഗരം എന്തോ പറയുന്നതായി തോന്നി. എന്തായിരിക്കും അത്? എന്റെയുള്ളിലെ വോഡ്കയോ അതോ എറിക്ക് പറഞ്ഞ കഥകളോ?

അപ്രതീക്ഷിത ആശുപത്രിവാസം

വേദന കടിച്ചമർത്തി നടക്കുമ്പോൾ ഞാൻ ആലോചിച്ചത് മുഴുവൻ തറയിലെ നീലവരയെക്കുറിച്ചായിരുന്നു. എത്ര ലളിതമായിട്ടാണ് ഓരോ കാര്യങ്ങൾ ചെയ്തിരിക്കുന്നത്. നീലവരയിൽനിന്നും ശ്രദ്ധ തിരിക്കാതെ ഒരു ട്രപ്പീസുകളിക്കാരന്റെ സൂക്ഷ്മതയോടെ ഞാൻ നടന്നു. നീല കൂടാതെ മഞ്ഞയും പച്ചയും വരകൾകൂടി ഉണ്ടായിരുന്നു. അവയൊക്കെയും മറ്റു പല യിടത്തേക്കുമാണ് ചെന്നെത്തുന്നത്.

നീലവര അവസാനിച്ചത് ഒരു കൗണ്ടറിന് മുന്നിലാണ്. റിസപ്ഷ നിൽനിന്നും പറഞ്ഞത് പ്രകാരം കൗണ്ടറിലിരിക്കുന്ന നഴ്സിനെ ഞാൻ ഫയൽ ഏല്പിച്ചു.

"ദ്യ കൻ വെൻത്ത ദെർ" ഫയൽ വാങ്ങിയ ശേഷം നഴ്സ് പറഞ്ഞു. സ്വീഡിഷ് ഭാഷയാണ്. ഇംഗ്ലീഷ് മാത്രമേ അറിയൂ എന്ന് ഞാൻ ഇംഗ്ലീഷിൽ മറുപടി പറഞ്ഞു.

"യു ക്യാൻ വെയിറ്റ് ദെയർ." നഴ്സ് ചൂണ്ടിക്കാണിച്ച കർട്ടനിട്ട മുറിയിൽ ചെന്നിരുന്നു.

എമർജൻസി റൂമിൽ കാത്തിരിപ്പു തുടരുന്നതിനിടയിലാണ് ആ ചോദ്യം കേട്ടത്.

"സ്വെൻസ്ക എല്ലെർ ഇങ്ങേൽസ്കാ?" കേട്ടപാതി ഞാൻ "ഇങ്ങേ ൽസ്കാ" എന്ന് മറുപടി പറഞ്ഞു. സ്വീഡിഷ് ഭാഷയിൽ ഇംഗ്ലീഷിന് 'ഇങ്ങേൽസ്കാ' എന്നാണ് പറയുന്നത്.

യൂറോപ്പിൽ പലയിടത്തും ഭാഷ വില്ലൻ ആകാറുണ്ട്. സ്വീഡൻ അതിനൊരു അപവാദമാണ്. മിക്കവർക്കും ഇംഗ്ലീഷ് ഭാഷ നന്നായി

കൈകാര്യം ചെയ്യാനറിയാം. സ്വീഡിഷിൽ സംസാരിക്കുന്നതിലാണ് പലർക്കും താല്പര്യം എന്ന് മാത്രം.

"യു ക്യാൻ കം വിത്ത് മി. വി ഹാവ് ടു ഡു ആൻ എമർജൻസി സ്കാൻ."

ഇടുങ്ങിയ വരാന്തയിൽ എൽ ഇ ഡി ബൾബിന്റെ മങ്ങിയ വെളിച്ചം. കണ്ടാൽ ഇംഗ്ലീഷ് ആണെന്ന് തോന്നുമെങ്കിലും എല്ലാ സൂചനാബോർഡു കളും സ്വീഡിഷ് ഭാഷയിലാണ്.

സ്കാനിങ് റൂമിൽ വലിയ തിരക്കുണ്ടായിരുന്നില്ല. പൊതുവെ ക്യൂ സിസ്റ്റം പാലിക്കുന്നവരാണ് സ്വീഡിഷുകാർ. ഒരു രോഗി പോയി പത്തോ പതിനഞ്ചോ മിനിട്ടിനു ശേഷമാണ് അടുത്ത രോഗിയെ അകത്തേക്ക് കയറ്റുന്നത്.

എന്നെപോലെ റിസൾട്ട് കാത്ത് ധാരാളം പേർ അവിടെ ഉണ്ട്. എല്ലാവരും അതീവഗൗരവത്തിൽ തല കുമ്പിട്ടു ഫോണിൽ എന്തൊക്കെ യോ തിരയുന്നു. മറ്റു ചിലർ പുസ്തകവായനയിൽ ലയിച്ചിരിക്കുകയാണ്. കാത്തിരിപ്പിനിടയിൽ എനിക്കും മറ്റൊന്നും ചെയ്യാനുണ്ടായിരുന്നില്ല. മൊബൈലിലെ ഫോട്ടോകൾ ഒന്നൊന്നായി ഞാൻ സ്ക്രോൾ ചെയ്തു കൊണ്ടിരുന്നു.

"വീ ആർ ഗോയിങ് ടു അഡ്മിറ്റ് യു ടുഡേ. ടുമോറോ യു വിൽ ഹാവ് ആൻ എമർജൻസി സർജറി."

ഓപ്പറേഷൻ തീയേറ്ററും ആശുപത്രിവാസവും ഒന്നും പരിചയമില്ലാ തിരുന്ന എന്നെ സംബന്ധിച്ച് നാളത്തെ ഓപ്പറേഷൻ അല്പം അമ്പരപ്പ് ഉളവാക്കി. നമ്മുടെ നാട്ടിൽ ഇങ്ങനൊരു അവസ്ഥയിൽ ബന്ധുക്കളും മറ്റും കൂടെ ഉണ്ടാകും. ഇവിടെ സിസ്റ്റം വേറെയാണ്. തനിയെ വന്നു തനിയെ പോവുക.

പറയാൻ മറന്നു. സംഭവം കുറച്ചു ഫ്ളാഷ് ബാക്ക് ആണ്.

എന്നത്തേയും പോലെ ജോലി കഴിഞ്ഞു വീട്ടിലെത്തിയതാണ്, സമയം ഏകദേശം രാത്രി എട്ടു മണി. പെട്ടെന്ന് ഇടുപ്പിൽ കൊളുത്തി വലിക്കുന്ന പോലുള്ള ഒരു വേദന തുടങ്ങി. സാധാരണ ഗ്യാസ് ആയിരിക്കും എന്ന് പറഞ്ഞു ജെലുസിൽ ഗുളിക ചവയ്ക്കുന്നതാണ്. എന്നാൽ ഇതങ്ങനെയല്ല. നിൽക്കാനും ഇരിക്കാനും വയ്യ എന്ന അവസ്ഥ. ആംബുലൻസ് വിളിക്ക ട്ടെ എന്ന റീനയുടെ ചോദ്യത്തിന് ഞാൻ മനസ്സില്ലാമനസ്സോടെ യെസ് മൂളി. ഫോൺ വിളിച്ചപ്പോൾ എമർജൻസിയിലെ നഴ്സിന് രോഗിയോടു നേരിട്ട് സംസാരിക്കണം. പല സ്വീഡിഷ് സുഹൃത്തുക്കളും പറഞ്ഞുള്ള അറിവാണ്, ആംബുലൻസ് വരണമെങ്കിൽ നമ്മുടെ നിലവിളി ഒരല്പം കൂട്ടണം. ഞാൻ ഫോണിൽ ഉച്ചത്തിൽ നിലവിളിച്ചു. നഴ്സ് സംസാരിച്ചു കൊണ്ടിരിക്കുന്നതിന്റെ ഇടയിൽത്തന്നെ ആംബുലൻസ് വീട്ടുപടിക്കൽ എത്തി. ആംബുലൻസ് എന്നെയുംകൊണ്ട് ആശുപത്രിയിലേക്ക് ചീറി പ്പാഞ്ഞു.

അന്നെനിക്കൊരു കാളരാത്രി ആയിരുന്നു. ആശുപത്രിയിൽ എത്തിയപ്പോൾ തോന്നിയത് എന്റെ വേദന ഒന്നും ഒരു വേദന അല്ല എന്നാണ്. ചോരയൊലിപ്പിച്ച കട്ടിലിൽ കാലും പൊക്കിപ്പിടിച്ച കിടക്കുമ്പോഴും ഒരാൾ പുസ്തകവായനയിൽ മുഴുകിയിരിക്കുന്നത് ഞാനല്പം കൗതുകത്തോടുകൂടിയാണ് നോക്കിയത്.

പ്രായമുള്ളവർമുതൽ ചെറുപ്പക്കാർവരെ ആശുപത്രിയിലെ എമർജൻസി റൂമിൽ കാത്തിരിപ്പുണ്ട്. ഞാനാകട്ടെ ആശുപത്രി എത്തുന്നതിനു മുൻപേതന്നെ വേദനയിൽനിന്നും മോചിതനായിരുന്നു. കിഡ്നി സ്റ്റോൺ ആകാൻ സാധ്യത ഉണ്ട്. എന്നാൽ അത് ഉറപ്പിക്കാൻ ഒരു സ്കാനിങ് കൂടെ വേണ്ടിവരും. അത് മൂന്നാഴ്ചയ്ക്കുള്ളിൽ നടത്താം എന്നും പറഞ്ഞു വേദന വന്നാൽ കഴിക്കാനുള്ള പെയിൻകില്ലറും കുറിച്ചുതന്ന് ഡോക്ടർ എന്നെ വീട്ടിലേക്കു പറഞ്ഞുവിട്ടു.

മൂന്നാഴ്ചക്കുശേഷമുള്ള സ്കാനിങ് കഴിഞ്ഞു സംഭവം ഉറപ്പിച്ചു, കിഡ്നിയിൽ കല്ല് തന്നെ. നമ്മുടെ നാട്ടിൽനിന്ന് വ്യത്യസ്തമായി ഇവിടെ മരുന്ന് തന്നു. അതുകൊണ്ടും കാര്യം നടന്നില്ലെങ്കിൽ മാത്രമേ കത്തി വെക്കൂ. അങ്ങനെ കല്ല് പുറത്തു വരാനായുള്ള മരുന്നും കാത്തിരിപ്പും തുടരുന്നതിനിടയിൽ ഒരു ദിവസം കല്ല് തന്നെ വഴിമുടക്കി. അങ്ങനെ എത്തിപ്പെട്ടതാണ് വീണ്ടും ആശുപത്രിയിൽ.

ഞങ്ങൾ വലിയൊരു യാത്ര പ്ലാൻ ചെയ്തിരിക്കുന്ന സമയമായിരുന്നു അത്. ഇനി പന്ത്രണ്ടു ദിവസമേ ഉള്ളൂ യാത്രയ്ക്ക്. ടിക്കറ്റും താമസസ്ഥലവുമെല്ലാം ബുക്ക് ചെയ്തു കഴിഞ്ഞു. ബാക്ക് പാക്ക് ട്രിപ്പ് ആണ് മനസ്സിൽ. കിഡ്നിയിലെ കല്ലിനേക്കാളും എന്നെ അലട്ടിയത് ഏറെ പ്രതീക്ഷയോടെ കാത്തിരുന്ന യാത്ര നടക്കാതെപോകുമോ എന്നതായിരുന്നു.

രാവിലെ മുതലുള്ള അരസികൻ ഇരിപ്പു തുടർന്ന ഞാൻ അല്പമൊന്നു മയങ്ങി. നഴ്സ് തട്ടിയുണർത്തി കൊറോണ റിസൾട്ട് നെഗറ്റീവ് ആണെന്നറിയിച്ചു. നാലു പേര് അടങ്ങുന്ന ഒരു വാർഡ് ആണ് എനിക്ക് അനുവദിച്ചിരിക്കുന്നത്.

വാർഡിലെ സഹരോഗികൾ ആരൊക്കെ എന്നറിയാനുള്ള ആകാംക്ഷയിൽ ഞാൻ പതിയെ കണ്ണോടിച്ചു.

നാലെണ്ണത്തിൽ ഒരു ബെഡ് ഒഴിഞ്ഞു കിടക്കുന്നു. ഒന്നിൽ ഒരു ആഫ്രിക്കൻ വംശജൻ. അധികം സംസാരം ഒന്നുമില്ല. എപ്പോഴും കട്ടിലിൽ തന്നെ കിടപ്പാണ്. മറ്റൊരു ബെഡ്ഡിൽ ഒരു 60-65 വയസ്സ് പ്രായമുള്ള ഒരു സ്വീഡിഷുകാരനാണ്. പഴയ ഗുസ്തി വീഡിയോയിൽ കണ്ടിട്ടുള്ള പോലുള്ള ഒരു ആജാനുബാഹു. കാഴ്ചയിൽ ഭീകരനാണെങ്കിലും ആള് അല്പം ജോളിയാണ് എന്ന് ആദ്യമേതന്നെ മനസ്സിലായി. നേർത്ത ശബ്ദത്തിൽ ഏതോ

സ്വീഡിഷ് റേഡിയോനിലയത്തിൽനിന്നുള്ള പരിപാടികൾ കേട്ടുകൊണ്ട് കക്ഷി ആശുപത്രി ജീവിതം ആനന്ദകരമാക്കുകയാണ്.

പിറ്റേന്ന് കുളിച്ച് കുട്ടപ്പനായി നഴ്സ് കൊണ്ടുതന്ന വസ്ത്രം ധരിച്ച് ഓപ്പറേഷൻ തീയറ്ററിലേക്ക് പോകാൻ തയ്യാറായി ഞാനിരുന്നു. തീയറ്ററിലെ ബെഡ്ഡിൽ കിടത്തി അല്പം ഓക്സിജൻ ശ്വസിക്കാം എന്നും പറഞ്ഞു മൂക്കിലേക്ക് എന്തോ വെച്ചത് ഓർമ്മയുണ്ട്. പിന്നെ എല്ലാം മായ ആയിരുന്നു.

"പ്രൊസീജർ ഇതുവരെ തുടങ്ങിയില്ലേ?" എന്റെ ചോദ്യത്തിന് ചിരിച്ചുകൊണ്ടാണ് ഡോക്ടർ മറുപടി പറഞ്ഞത്. എല്ലാം കഴിഞ്ഞു. ഇനി റൂമിൽ പോയി വിശ്രമിക്കാം.

പിറ്റേന്ന് രാവിലെ പല്ലുതേപ്പും പ്രഭാതകൃത്യങ്ങളും ഒക്കെ കഴിഞ്ഞപ്പോൾ ഞാൻ നമ്മുടെ റേഡിയോനിലയത്തിനോട് അല്പം കുശലാന്വേഷണം നടത്തി. കക്ഷി ബസ് ഡ്രൈവറാണ്. അൾസർ കാരണം കഴിഞ്ഞ രണ്ടാഴ്ച ആയിട്ട് അഡ്മിറ്റാണ്. ഇതിനിടെ സ്വീഡനിലെ സ്വകാര്യവത്കരണത്തെ കുറ്റം പറയാനും അദ്ദേഹം സമയം കണ്ടെത്തി. പബ്ലിക് ട്രാൻസ്പോർട്ട് ബസ്സുകൾ എല്ലാം സ്വകാര്യ കമ്പനികളാണ് ഓടിക്കുന്നത്. എന്നാൽ റൂട്ടിന്റെ ഉടമസ്ഥർ നമ്മുടെ കെ എസ് ആർ ടി സി പോലെയൊരു സർക്കാർ സ്ഥാപനമാണ്. എന്തിനേറെ പറയുന്നു, ഞാനിരിക്കുന്ന ഈ ആശുപത്രിയും സ്വകാര്യമേഖലയിൽ ആണെന്നത് എനിക്ക് പുതിയൊരു അറിവായിരുന്നു. ചികിത്സ എന്നെ സംബന്ധിച്ച് ഏതാണ്ട് സൗജന്യമാണ്. എന്നാൽ ആശുപത്രി, സർക്കാരിന് ബില്ല് അയച്ച് എന്നെ ചികിത്സിച്ചതിന്റെ പണം വാങ്ങും.

ഡോക്ടർ ചെക്കപ്പിന് എത്തി. അയാൾ നേഴ്സിന്റെ മുഖത്തേക്കും എന്റെ മുഖത്തേക്കും മാറി മാറി നോക്കി. കൈയിലുള്ള ക്ലിപ്ബോർഡിൽ എന്തൊക്കെയോ കുറിച്ചു.

"നിങ്ങൾക്ക് ഇന്നുതന്നെ വീട്ടിൽപോകാം......!! ഒരാഴ്ച വിശ്രമം വേണം." പുഞ്ചിരിച്ചുകൊണ്ട് ഡോക്ടർ പറഞ്ഞു.

എന്റെ ഹൃദയമിടിപ്പ് കൂടി വന്നു. ഞാൻ അടുത്ത ആഴ്ച പോകാൻ പ്ലാൻ ചെയ്തിരിക്കുന്ന ട്രിപ്പിന്റെ കാര്യം അവതരിപ്പിച്ചു. ഒരാഴ്ച വിശ്രമം കഴിഞ്ഞ് ഒരു ചെക്കപ്പ് കാണും. അതിനുശേഷം ഓടുകയോ ചാടുകയോ ജിംനാസ്റ്റിക്കിൽ പങ്കെടുക്കുകയോ എന്തും ചെയ്യാം. ഡോക്ടർ നയം വ്യക്തമാക്കി.

കയാല ഫ്രം അസർബെയ്ജാൻ

ആയിരത്തിതൊള്ളായിരത്തിമുപ്പത്തിഒൻപതിൽപണികഴിപ്പിച്ച ഫ്ളാറ്റിലാണ് ഞങ്ങൾ താമസിക്കുന്നത്. പഴയ കെട്ടിടങ്ങൾ പുതുക്കി ഉപയോഗിക്കുവാൻ മിടുക്കരാണ് സ്വീഡൻകാർ. നമ്മുടെ നാട്ടിലെ പോലെ ഒന്ന് പൊളിച്ച മറ്റൊന്നു പണിയണമെങ്കിൽ അനേകം കടമ്പകൾ കടക്കണം. അതുകൊണ്ട് ആരും അതിനു മിനക്കെടാറില്ല. ഫ്ളാറ്റിന്റെ ഉൾവശം മോടി പിടിപ്പിക്കുന്നതിനു മറ്റ് നിയന്ത്രണങ്ങൾ ഒന്നുമില്ല. പുറമെ പഴക്കം തോന്നുമെങ്കിലും മിക്ക ഫ്ളാറ്റുകളുടെയും അകത്തളം മനോഹരമാണ്.

ഫ്ളാറ്റിന്റെ ഒന്നാം നിലയിലാണ് ഞങ്ങളുടെ താമസം. മുകളിലെ നിലയിൽ താമസിക്കുന്നത് ഒരു വൃദ്ധയായ സ്ത്രീയാണ്. ഉൾറിക്ക. അവർ അവിടെ ഒറ്റയ്ക്കാണ്. കൊടും തണുപ്പിൽ മഞ്ഞു മൂടിയ വഴിയിലൂടെ അവർ വടിയും കുത്തി കുനിക്കുനി പോകുന്ന കാഴ്ച പലപ്പോഴും ഞങ്ങൾ ജനാലയിൽക്കൂടി കാണാറുണ്ട്.

ഒരിക്കൽ ഞാൻ അവർക്കൊരു ഓഫർ വെച്ചു. കടയിൽനിന്നും എന്തെങ്കിലും വാങ്ങണമെങ്കിൽ ഞാൻ വാങ്ങിത്തരാം. അവരുടെ മുഖം ചുവന്നു തുടുത്തു. ചോദ്യം അവർക്ക് അത്ര ഇഷ്ടപ്പെട്ടില്ല എന്ന് എനിക്ക് മനസ്സിലായി. അവർ ദേഷ്യം പുറത്തു കാണിക്കാതെ മറുപടി പറഞ്ഞു:

"ഞാൻ വല്ലപ്പോഴും പുറത്തേക്കിറങ്ങുന്നത് കടയിൽ പോകാനാണ്. ഇനി അതുകൂടി ഇല്ലാതായാൽ വീട്ടിലിരുന്ന് എനിക്കു ഭ്രാന്തു പിടിക്കും."

ഒന്നാലോചിച്ചപ്പോൾ അതാണ് ശരി എന്ന് എനിക്കും തോന്നി. മറ്റുള്ളവരെ ആശ്രയിക്കാതെ ജീവിക്കുന്ന സ്വീഡിഷുകാരുടെ പ്രതിനിധിയാണവർ.

ഫ്ളാറ്റിന്റെതാഴത്തെനിലയിൽപോളണ്ടിൽനിന്നുവന്നതാമസക്കാരാണ്. എപ്പോഴും ഉച്ചത്തിലുള്ള സംസാരവും പാട്ടുമായി അവർ വേറൊരു ലോകത്താണ്. വേനൽക്കാലമായാൽ വൈകുന്നേരങ്ങളിൽ ഫ്ളാറ്റിന്റെ പുറത്ത് കസേരകൾ നിരത്തിയിട്ട് ഉറക്കം വരുവോളം വെടി പറഞ്ഞിരിക്കുക അവരുടെ ശീലമാണ്. ആ വെടിപറച്ചിലിന് കൊഴുപ്പേകാൻ സോസേജ് ചുടലിനൊപ്പം ബിയറിന്റെയും വോഡ്കയുടെയും അകമ്പടി ഉണ്ടാവാറുണ്ട്. രാത്രി മുഴുവനുള്ള പാർട്ടികൾ പലപ്പോഴും മറ്റു ഫ്ളാറ്റുകളിലെ അന്തേവാസികൾക്ക് ശല്യമാവാറുണ്ട്. രാത്രി പത്തു മണി കഴിഞ്ഞാൽ ശബ്ദവും പാട്ടും ഒന്നും പാടില്ല എന്നാണ് സ്വീഡിഷ് നിയമം. മറ്റുള്ളവർക്ക് ശബ്ദം ശല്യമായാൽ അവർ ആദ്യം നേരിട്ട് വന്നു പറയും. എന്നിട്ടും നിർത്തിയില്ലെങ്കിൽ അവർ പോലീസിനെ വിളിക്കും. ഒരിക്കൽ ഇവരുടെ വീട്ടിൽ പോലീസ് വന്നത് ഞാൻ കണ്ടിട്ടുണ്ട്.

ഫ്ളാറ്റിലെ മറ്റുള്ള അന്തേവാസികളെ ഞങ്ങൾ അധികം കണ്ടിട്ടില്ല. അതിനൊരു അപവാദമായിരുന്നു കയാല.

ഇടനാഴികളിൽ വച്ച് കൈമാറുന്ന ചിരികളിലൂടെയാണ് ഞങ്ങൾ ബന്ധം ഊട്ടി ഉറപ്പിച്ചിരുന്നത്. ഭർത്താവും മകളുമൊത്ത് ഞങ്ങളുടെ തൊട്ടടുത്ത ഫ്ളാറ്റിലാണ് കയാലയുടെ താമസം.

ഫ്ലാറ്റിന്റെ ഇടനാഴിക്ക് ചുട്ടെടുത്ത ലാവാഷ് റൊട്ടിയുടെ ഗന്ധമാണ്. ഊഷ്മളമായ ആതിഥ്യമര്യാദയുടെയും സമ്പന്നമായ ചരിത്രത്തിന്റെയും അതിമനോഹരമായ പ്രകൃതിസൗന്ദര്യത്തിന്റെയും നാടായ അസർബെയ്ജാനിൽനിന്നും സ്വീഡനിലേക്ക് കുടിയേറിയതാണ് കയാല. ഗോതമ്പിന്റെ നിറമുള്ള അവളാണ് സ്വീഡനിലെ ഞങ്ങളുടെ നല്ല അയൽക്കാരി. ഇരുണ്ട കണ്ണുകളും സവിശേഷമായ പുഞ്ചിരിയും അവളെ ഫ്ളാറ്റിലെ മറ്റ് അന്തേവാസികളിൽനിന്നും വേറിട്ട് നിർത്തി. ആംഗ്യങ്ങളിലൂടെയാണ് കയാല സന്ദേശങ്ങൾ കൈമാറിയിരുന്നത്. അവൾക്ക് ഇംഗ്ലീഷ് അല്പം പോലും അറിയില്ല. അറിയാവുന്നത് സ്വീഡിഷും ടർക്കിഷും അസർബൈജാനിയൻ ഭാഷയുമാണ്.

പലർക്കും സ്വന്തമായി വാഷിങ് മെഷിൻ ഇല്ലാത്തതിനാൽ പൊതുവായി ഒരു വാഷിങ് ഏരിയ ഉണ്ട് ഞങ്ങൾക്ക്. അവിടെ സ്ലോട്ട് ബുക്ക് ചെയ്താൽ നിശ്ചിതസമയത്ത് വാഷിങ് മെഷീനും ഡ്രയറും സൗജന്യമായി ഉപയോഗിക്കാം. ആ വാഷിങ് ഏരിയയിൽ വച്ചാണ് റീനയും കയാലയും കണ്ടുമുട്ടാറ്.

താമസിക്കുന്ന ഫ്ളാറ്റിൽ അടുത്ത പരിചയം അവളെയാണ്. പൊതുവെ സ്റ്റോക്ക്ഹോം പോലുള്ള വലിയ പട്ടണങ്ങളിൽ അയൽക്കാരുമായി കുശലാന്വേഷണത്തിൽ ഏർപ്പെടുക വിരളമാണ്. മറ്റുള്ളവരുമായി അധികം

ചങ്ങാത്തം സ്ഥാപിക്കാൻ താല്പര്യം ഇല്ലാത്തവരാണ് പൊതുവേ സ്വീഡിഷുകാർ.

കയാല നല്ലൊരു പാചകക്കാരിയാണ്. ഇടയ്ക്കിടയ്ക്ക് അവളുടെ കൈപ്പുണ്യം അനുഭവിക്കാൻ ഞങ്ങൾക്കും അവസരം ലഭിക്കാറുണ്ട്. അവൾ കൊണ്ടുതരുന്ന അസർബൈയ്ജാനിയൻ ഭക്ഷണത്തിന് പകരം ഞങ്ങൾ നമ്മുടെ ഭക്ഷണം നൽകും. ഒരു കേരള-അസർബൈയ്ജാൻ ബാർട്ടർ സിസ്റ്റം.

സ്റ്റോക്ഹോമിലെ ചൂട് ദിനംപ്രതി വർധിച്ചുകൊണ്ടിരുന്നു. അതിനേക്കാൾ വേഗത്തിൽ ദിവസങ്ങൾ കടന്നുപോയി. എനിക്ക് ആശുപത്രിയിലെ അടുത്ത ചെക്കപ്പിന് സമയമായി.

ആശുപത്രിയിലെ വെയ്റ്റിങ് റൂമിൽ ഇരിക്കുമ്പോൾ എന്റെ മനസ്സ് പെൻഡുലം പോലെ ആടാൻ തുടങ്ങി. ചിലന്തി വല കെട്ടുന്നതുപോലെ ചിന്തകൾ കാട് കയറി. ഡോക്ടർ യാത്ര പോകേണ്ട എന്ന് പറഞ്ഞാൽ എന്തായിരിക്കും പ്ലാൻ ബി? യാത്രയിൽ എന്തെങ്കിലും ബുദ്ധിമുട്ടുണ്ടായാൽ അതെങ്ങനെ നേരിടും?

ഡോക്ടർ എന്നെ അടിമുടി പരിശോധിച്ചു. "നൗ എവെരിതിങ് ലുക്സ് ഗുഡ്!"

എന്റെ മനസ്സിൽ ആഹ്ലാദത്തിന്റെ പാതിരാസൂര്യൻ ഉദിച്ചു.വിശ്വാസം വരാതെ ഞാൻ ഒന്നുകൂടി ചോദിച്ചുറപ്പിച്ചു. രണ്ടുദിവസം കഴിഞ്ഞാൽ പോകുന്ന യാത്രയുടെ കാര്യം അവതരിപ്പിച്ചു.

"യു ക്യാൻ ജംപ്, റൺ, വാക്ക്, ട്രാവൽ... നോ റെസ്ട്രിക്ഷൻസ് അറ്റ് ആൾ.."

ഇൻലാൻഡ്സ്ബാനൻ, ഒരു ട്രെയിൻ പുരാണം

ഞങ്ങൾ യാത്ര ചെയ്ത കുഞ്ഞൻ തീവണ്ടി

വികസനത്തിന്റെ പേരിലുള്ള വികൃതവൽക്കരണങ്ങൾ സംഭവിക്കാത്ത ഇടങ്ങളാണ് സ്വീഡന്റെ വടക്കൻ പട്ടണങ്ങൾ പലതും. അവിടത്തെ കുഞ്ഞൻ ട്രെയിൻ ആണ് ഇൻലാൻഡ്സ്ബാനൻ അഥവാ ഇൻലാൻഡ് ലൈൻ. നമ്മുടെ ഊട്ടി പൈതൃകതീവണ്ടി പോലെ അമ്പതോ അറുപതോ ആളുകൾക്ക് മാത്രം കയറാവുന്ന തീവണ്ടി. സ്റ്റോക്ഹോമിൽ നിന്ന് ഒസ്റ്റർസുണ്ടിൽ എത്തി അവിടെനിന്ന് മൂന്നാഴ്ച നീണ്ടുനിൽക്കുന്ന ഞങ്ങളുടെ ഇൻലാൻഡ്സ്ബാനൻ യാത്ര ചെന്നെത്തുന്നത് യല്ലിവരെ

യിലാണ്. കടന്നുപോകുന്ന ഇടങ്ങളിലുള്ള പട്ടണങ്ങൾ കണ്ട്, ഭക്ഷണം രുചിച്ച് മനുഷ്യരെ തേടിയുള്ള ഒരു വേനൽക്കാലയാത്ര. അതാണ് പ്ലാൻ.

ക്രിസ്റ്റിനെഹാമിൽനിന്ന് വടക്കേ പട്ടണമായ യെല്ലിവരെയിലേക്ക് പോകുന്ന ഈ ട്രെയിൻ വടക്കൻ സ്വീഡന്റെ മധ്യപട്ടണങ്ങളെ തഴുകിയാണ് കടന്നുപോകുന്നത്. 1908 നും 1937 നും ഇടയിലാണ് 1288 കിലോമീറ്റർ നീളമുള്ള ഈ ഒറ്റവരിപ്പാത നിർമ്മിച്ചത്. വേനൽക്കാലത്തും ശൈത്യകാലത്തും മുടക്കം കൂടാതെ പ്രവർത്തിക്കുന്ന ഈ തീവണ്ടി നടത്തുന്നത് സ്വീഡന്റെ റെയിൽവേ കമ്പനിയായ എസ് ജെയും ട്രെയിൻ കടന്നുപോകുന്ന വഴിയിലുള്ള മുനിസിപ്പാലിറ്റികളും സംയുക്തമായാണ്. ഒരു കാലത്ത് ഈ തീവണ്ടിപ്പാത നഷ്ടങ്ങളുടെ കണക്കു നിരത്തി നിർത്തലാക്കുവാൻ ആലോചിച്ചപ്പോൾ കടന്നുപോകുന്ന ഇടങ്ങളിലുള്ള മുനിസിപ്പാലിറ്റികൾ അപകടം മണത്തു. തുറമുഖങ്ങളിൽനിന്നുള്ള ദൂരക്കൂടുതലും, കഠിനമായ കാലാവസ്ഥയും, വലിയ വ്യവസായശാലകളുടെ അപര്യാപ്തതയും കാരണം നട്ടുവൊടിഞ്ഞിരുന്ന മുനിസിപ്പാലിറ്റികൾക്കു വിനോദസഞ്ചാരികളുടെ വരവുകൂടി നിലയ്ക്കുന്ന അവസ്ഥ ചിന്തിക്കാൻ പോലും ആവുമായിരുന്നില്ല. അങ്ങനെയാണ് ഈ റെയിൽവേ ഏറ്റെടുക്കാൻ മുനിസിപ്പാലിറ്റികൾ തീരുമാനിച്ചത്. മുനിസിപ്പാലിറ്റികളുടെ പങ്കാളിത്തത്തോടുകൂടി ഇന്നത്തെ ഇൻലാൻഡ്സ്ബാനൻ റെയിൽവേ രൂപം കൊണ്ടു.

പണ്ട് ചെന്നൈയിൽ ജോലി ചെയ്യുന്ന സമയത്താണ് ട്രെയിൻ യാത്രകൾ ഏറെ നടത്തിയിരുന്നത്. തമിഴിലും ഇംഗ്ലീഷിലും ഹിന്ദിയിലും മാറിമാറിയുള്ള ട്രെയിൻ അനൗൺസ്മെന്റൊക്കെ ഇപ്പോഴും കാതിൽ തങ്ങിനിൽക്കുന്നുണ്ട്. സ്റ്റോക്ഹോം സെൻട്രൽ സ്റ്റേഷനിലെ അനൗൺസ്മെന്റും ശ്രവിച്ചുകൊണ്ടാണ് ഞങ്ങൾ ഒസ്റ്റർസുണ്ട് സ്റ്റേഷനിലേക്കുള്ള തീവണ്ടിയിൽ കയറിപ്പറ്റിയത്. കറുത്ത ഗജവീരന്മാരെപ്പോലെ സ്വീഡിഷ് ട്രെയിൻ. മറ്റൊരു നാട്ടിലും ഞാൻ കറുപ്പുനിറത്തിലുള്ള ട്രെയിൻ കണ്ടിട്ടില്ല.

സ്വീഡിഷ് വേനൽക്കാഴ്ചകളുടെ അപൂർവചാരുത ആസ്വദിക്കാനായി ഞാൻ ജനാലയ്ക്കരികിലുള്ള സീറ്റിൽ ഇരിപ്പുറപ്പിച്ചു. ചെറിയ പ്രായത്തിലേ യാത്രകളുടെ രുചിയറിഞ്ഞ ക്രിസ്സും സ്റ്റീവും മറ്റൊരു ജനാലയ്ക്കരികിൽ സ്ഥലം പിടിച്ചു.

വേനച്ചൂടിലൂടെ കരിവീരനെപോലെ ഞങ്ങളുടെ ട്രെയിൻ കുതിച്ചുപാഞ്ഞു. വിളയാൻ പാകമായ ഗോതമ്പുപാടങ്ങളുടെ ഓരത്തുകൂടിയാണ് ട്രെയിൻ സഞ്ചരിക്കുന്നത്. ചില പാടങ്ങളിൽ കൊയ്ത്തുകഴിഞ്ഞ് വൈക്കോൽ അങ്ങിങ്ങായി വലിയ ഉരുളകൾ ആക്കി കെട്ടിവെച്ചിരിക്കുന്നു.

എന്റെ കുട്ടിക്കാലത്ത് വീട്ടിൽ കൊയ്ത്തുകാലം വലിയ ആഘോഷം ആയിരുന്നു. പത്തും ഇരുപതും പേർ ഒരുമിച്ചു വന്ന് അരിവാളുമായി നെല്ല് കൊയ്യുന്നു, കറ്റമെതിക്കുന്നു, വൈക്കോൽ ഉണക്കി വൈക്കോൽത്തുറുവിൽ ഇടുന്നു. നമ്മുടെ പാടങ്ങളും കാർഷികസംസ്കാരവും എല്ലാം ഇന്ന് വിസ്മൃതിയിലായി. സ്വീഡനിൽ കാർഷികജോലികൾ എല്ലാം യന്ത്രങ്ങൾ ആണ് ചെയ്യുന്നത്. വിത്ത് വിതയ്ക്കൽ, കൊയ്ത്ത്, ധാന്യങ്ങൾ വേർതിരിക്കൽ... അങ്ങനെയെല്ലാം. വൈക്കോൽ ഉരുളകളാക്കി കെട്ടി, വെള്ളം കയറാതെ പ്ലാസ്റ്റിക് ആവരണങ്ങളിൽ പൊതിയുന്നത് യന്ത്രങ്ങളുടെ ജോലിയാണ്. ചില ഫാമുകളിൽ കുതിരകളെ മേയാൻ വിട്ടിരിക്കുന്നത് കണ്ടു.

ട്രെയിനിലെ ജാലകങ്ങളിൽക്കൂടി മിന്നിമറയുന്ന കാഴ്ചകളിൽ മനുഷ്യർ കുറവാണ്. കണ്ണെത്താ ദൂരത്തു പടർന്നുകിടക്കുന്ന ഫാമുകളിൽ ഏറെയും യന്ത്രങ്ങൾ ആണ്. പാടങ്ങളുടെ ചെറുവഴികളിലൂടെ വല്ലപ്പോഴും പോകുന്ന കാറുകൾ മാറ്റി നിർത്തിയാൽ പാതകൾ ഏറെയും വിജനമാണ്. ആകാശത്ത് മേഘങ്ങളും സൂര്യനും ചേർന്ന് മായക്കാഴ്ചകൾ തീർക്കുന്നു. തീവണ്ടിയുടെ ചുറ്റൻ കണ്ണാടിച്ചില്ലിലൂടെ ഒരു ബിഗ് സ്ക്രീനിലെന്നപോലെ ആസ്വദിച്ചു ഞങ്ങൾ യാത്ര തുടർന്നു.

അഞ്ചര മണിക്കൂർ നീണ്ട യാത്രയ്ക്കൊടുവിൽ ഞങ്ങളുടെ ട്രെയിൻ ഓസ്റ്റർസുണ്ട് സ്റ്റേഷനിൽ ചൂളം വിളിച്ചുനിന്നു.

ഓസ്റ്റർസുണ്ട് എന്ന സൈനികനഗരം

ഒരു കാലത്ത് സ്വീഡന്റെ സൈനികനഗരമായിരുന്ന ഓസ്റ്റർസുണ്ട്. പ്രാദേശിക ഉല്പന്നങ്ങളുടെ ഉപയോഗവും പരമ്പരാഗത പാചകരീതികളുടെ സംരക്ഷണവുംകൊണ്ട് ഒരു ദശാബ്ദത്തിനുമുമ്പ് യുനെസ്കോ സിറ്റി ഓഫ് ഗ്യാസ്ട്രോണമിയുടെ റാങ്കിൽ ഇടം പിടിച്ച നഗരം. അൻപതിനായിരമാണ് ജനസംഖ്യ.

ട്രെയിൻ ഇറങ്ങിയ ഞങ്ങൾ റെയിൽവേ സ്റ്റേഷന്റെ ഉള്ളിലേക്ക് നടന്നു. ചെറുതെങ്കിലും മനോഹരമായ സ്റ്റേഷൻ. പൂക്കൾകൊണ്ട് അലങ്കരിച്ച അതിന്റെ കവാടമാണ് ഞങ്ങളെ ആകർഷിച്ചത്. പ്രത്യേക ചാരുതയാണ് അത് സ്റ്റേഷന് നൽകുന്നത്. ഇത്ര ചെറിയ കാര്യങ്ങളിൽ പോലും എത്രത്തോളം ശ്രദ്ധയാണ് ഇവിടത്തുകാർ കൊടുക്കുന്നത്..! ഞങ്ങൾ സ്റ്റേഷനു പുറത്തേക്കിറങ്ങി. ഇവിടെ അടുത്തുള്ള ഓസ്സ് ഗ്രാമത്തിൽ ആണ് താമസം ബുക്ക് ചെയ്തിരിക്കുന്നത്. താമസത്തെപ്പറ്റി പറഞ്ഞാൽ അല്പം രസകരമാണ്. അത് വഴിയേ പറയാം. ഞങ്ങൾ ഉച്ചഭക്ഷണമൊക്കെ കഴിച്ച് ബസ്സും പിടിച്ചു നേരെ ഓസ്സിലേക്കു യാത്രയായി. ഓസ്റ്റർസുണ്ടിൽനിന്നും പതിനഞ്ചു കിലോമീറ്റർ ആണ് അവിടേക്കുള്ള ദൂരം. നഗരാതിർത്തിയിൽനിന്നും പുറത്തുകടന്ന ഞങ്ങൾ മഷിയിട്ട് നോക്കിയിട്ടുപോലും ഒരൊറ്റ കടകൾ കണ്ടില്ല.

പത്തുപതിനഞ്ചു വർഷങ്ങൾക്ക് മുൻപുള്ള നമ്മുടെ ഗ്രാമങ്ങളെ അനുസ്മരിപ്പിക്കുന്ന തരത്തിലുള്ള ഒരു സ്ഥലം. ബാഗുകളുമായി ഞങ്ങൾ ഓസ്സ് ഷിർക്കൻ ബസ് സ്റ്റോപ്പിൽ ഇറങ്ങി. ഷിർക്കൻ എന്നാൽ പള്ളി എന്നാണ് അർഥം. വിജനമായ സ്ഥലത്തിനു പേരറിയാക്കിളികളുടെ

സംഗീതത്തിന്റെ അകമ്പടി. നോക്കെത്താ ദൂരത്തോളം പരന്നുകിടക്കുന്ന ഗോതമ്പും ബാർലിയും ഓട്സും കൃഷി ചെയ്തിരിക്കുന്ന പാടങ്ങൾ. കമ്പി വേലിക്കുള്ളിൽ മേയാൻ വിട്ടിരിക്കുന്ന ആട്ടിൻകൂട്ടങ്ങൾ. മേഘങ്ങളെ തൊട്ടുതൊട്ടില്ല എന്ന വിധത്തിൽ മലനിരകൾ. ഗൂഗിൾ മാപ്പ് നോക്കി ഒരു മൺപാതയിലൂടെ ഞങ്ങൾ താമസസ്ഥലം ലക്ഷ്യമാക്കി നടന്നു.

പാടത്തിന്റെ നടുവിലുള്ള കടും ചുവപ്പ് ചായം പൂശിയ വീടിനുമുന്നി ലെത്തിയപ്പോൾ ഗൂഗിൾ മാപ്പ് വഴികാണിക്കുന്നത് നിർത്തി. താക്കോ ലിന്റെ സ്ഥാനം ഉടമസ്ഥർ മുൻപേ അറിയിച്ചിരുന്നതുകൊണ്ട് അധികം തിരയേണ്ടി വന്നില്ല. കൈവെള്ളയിൽ ഒതുങ്ങാത്ത കൂറ്റൻ താക്കോ ലെടുത്തു വാതിൽ തുറന്നു. ഞങ്ങൾ വീട്ടിനുള്ളിലേക്ക് പ്രവേശിച്ചു. വീട് എന്നൊക്കെ വിളിക്കാൻ വരട്ടെ. കക്കൂസില്ല, കുളിമുറിയില്ല എന്തിനേ റെ.. വെള്ളവുമില്ല. ക്രിസ്സും സ്റ്റീവും നെടുവീർപ്പിട്ടു...

ഇതൊന്നും ഇല്ലാതെ പിന്നെയെന്തിന് ഈ വീട് വാടകയ്ക്ക് എടുത്തു എന്ന അവരുടെ ചോദ്യത്തിന്റെ ഉത്തരം മുൻപേതന്നെ തയ്യാർ ആയി രുന്നു. ആഡംബരം ഒന്നുമില്ലാത്ത ഫാം ഹൗസിലെ താമസം വേറിട്ടൊ രു അനുഭവം ആയിരിക്കും. ഇങ്ങനെയൊരിടത്ത് ഒരാഴ്ച താമസിച്ചാൽ നമുക്ക് ഇപ്പോൾ ഉള്ള സൗകര്യങ്ങളുടെ വില മനസ്സിലാകും.

ദീർഘയാത്രയുടെ ക്ഷീണത്തിൽ ആദ്യത്തെ ദിവസം വേഗത്തിൽ കടന്നുപോയി. രണ്ടാം ദിവസം തുടങ്ങിയത് ബക്കറ്റിൽ വെള്ളം ചുമന്നു കൊണ്ടാണ്. ഞങ്ങളുടെ താമസസ്ഥലത്തുനിന്ന് ഏതാനും ചുവട് അക ലെയാണ് വീടിന്റെ ഉടമസ്ഥരുടെ താമസം. അവരുടെ വീട്ടിൽ പോയി പൈപ്പിൽനിന്നും വെള്ളം പിടിച്ചുകൊണ്ടുവന്നു. പല്ലും തേയ്ച്ചു വെള്ളം തിളപ്പിച്ച് ഒരു ചായയിട്ടു കുടിച്ചു. പിന്നീട് പ്രാഥമിക കാര്യങ്ങൾ നടത്താ ൻ ബയോ ടോയ്‌ലെറ്റിലേക്ക് നീങ്ങി. വെള്ളമില്ലാത്ത ടോയ്‌ലെറ്റിൽ ഏതോ തടിമില്ലിൽനിന്നും കൊണ്ടുവന്ന അറക്കപ്പൊടി ഒരു ചാക്ക് നിറയെ ഉണ്ടായിരുന്നു. കാര്യം സാധിച്ചതിനുശേഷം ഒരുപിടി അറക്ക പ്പൊടി വാരിയിട്ടു ടോയ്‌ലറ്റ് ശുചിയാക്കി. വെള്ളത്തിന്റെ വിലയറിഞ്ഞ നിമിഷങ്ങൾ.

രാവിലത്തെ യുദ്ധസമാനമായ ചര്യകൾക്കുശേഷം പ്രഭാതഭക്ഷണ വും കഴിച്ചു ഞങ്ങൾ ഓസ്സിന്റെ ഗ്രാമക്കാഴ്ചകളിലേക്കിറങ്ങി. അതീവസുന്ദര മായ ഈ ഗ്രാമത്തിൽ ഗംഭീരമായ പാടങ്ങളും മലകളും നദിയും കാഴ്ച കൾക്ക് മാറ്റ് കൂട്ടുന്നു. ഞങ്ങൾ ഓസ്സിലെ പള്ളി ലക്ഷ്യമാക്കി നടന്നു. പത്തൊൻപതാം നൂറ്റാണ്ടിൽ പണികഴിപ്പിച്ച ഈ ദേവാലയം മധ്യകാല നിർമ്മിതിയുടെ മനോഹാരിത പേറുന്ന ഒന്നാണെന്ന് ഒറ്റനോട്ടത്തിൽ മനസ്സിലാവും. ഒരു വൃദ്ധനും ഒപ്പം സുന്ദരിയായ ഒരു പെൺകുട്ടിയും അവിടെ പൂന്തോട്ടത്തിൽ ചെടികളെ പരിപാലിക്കുന്നുണ്ടായിരുന്നു. ആ വൃദ്ധന്റെ

ടിനയോടൊപ്പം ഒരു ചിത്രം

മകൾ ആണ് ആ പെൺകുട്ടി എന്ന് ഞാൻ ഊഹിച്ചു. ദേവാലയം അടച്ചിട്ടിരുന്നതുകൊണ്ട് ഞങ്ങൾ പുറമെയുള്ള കാഴ്ചകൾ കണ്ടു നടന്നു. പെൺകുട്ടി സ്കൂൾ വിദ്യാഭ്യാസം കഴിഞ്ഞു തുടർപഠനത്തിനായി തയ്യാറെടുക്കുകയാണ്. തുടർന്ന് എന്ത് പഠിക്കണം എന്ന തീരുമാനം ആകുന്നത് വരെ ഈ പൂന്തോട്ടത്തിന്റെ ചുമതല ഏറ്റെടുത്തതാണ്.

അവൾ ഇംഗ്ലീഷ് ഭാഷ നന്നായി കൈകാര്യം ചെയ്യുന്നുണ്ട്. അന്ന എന്നാണ് പേര്. ഇന്ത്യയിൽ നിന്നാണ് എന്ന് പറഞ്ഞപ്പോൾ അതിശയത്തോടെ ഞങ്ങളെ ഒന്ന് നോക്കി. ഇത്രയും ചെറിയ നാട് കാണാൻ ഇന്ത്യയിൽനിന്നും വന്നവരോ എന്ന ചോദ്യം അവളുടെ മുഖത്ത് എഴുതിവെച്ചിട്ടുണ്ടായിരുന്നു. ഞങ്ങൾക്ക് പള്ളി കാണണം എന്ന് പറഞ്ഞപ്പോൾത്തന്നെ അവൾ വൃദ്ധന്റെ അടുത്തേക്ക് ഓടി. അല്പസമയത്തിനകം താക്കോലുമായി തിരികെ വന്നു ഞങ്ങളെ പള്ളി തുറന്നു കാണിച്ചു. പള്ളിക്കകത്തെ കാഴ്ചകൾ കണ്ടുതീർത്ത് ഞങ്ങൾ അന്നയോടു യാത്ര പറഞ്ഞിറങ്ങി.

വിശപ്പിന്റെ വിളി ഒരു നിലവിളിയായി മാറിയിരുന്നു അപ്പോഴേക്കും. കോഫീ ഷോപ്പ് അന്വേഷിച്ചുനടന്ന ഞങ്ങളെ ഗൂഗിൾ മാപ്പ് ചുറ്റിച്ചു. നടന്നു നട്ടം തിരിഞ്ഞ ഞങ്ങൾ ഒരു വീടിന് മുന്നിൽ നിൽക്കുകയായിരുന്ന സ്ത്രീയോട് വഴി ചോദിച്ചു. കേൾക്കേണ്ട താമസം അവർ വഴി കാണിക്കാൻ കൂടെ വന്നു. അവരുടെ പേര് ടീന എന്നാണ്.

മനോഹരമായ നദി ചൂണ്ടി ഞാൻ അവരോട് അവിടത്തെ മോൺസ്റ്ററിന്റെ കഥ ചോദിച്ചു. ഓസ്റ്റർസുണ്ടിനെ പറ്റി ഗൂഗിളിൽ പരതിയപ്പോൾ കണ്ടതാണ് മോൺസ്റ്റർ കഥ. ഇവിടത്തെ നദിയിൽ വലിയ ഒരു രാക്ഷസ രൂപത്തെ കണ്ടിട്ടുണ്ട് എന്നാണ് ആ കഥ. അതൊരു കെട്ടുകഥയല്ലേ?

"ഏയ് അത് കെട്ടുകഥയൊന്നുമല്ല. കാരണം എന്റെ അമ്മ വലിയ ഒരു മോൺസ്റ്ററിനെ കണ്ടിട്ടുണ്ട്. അമ്മ ഒരിക്കലും കള്ളം പറയില്ല" ടിന മോൺസ്റ്റർ കഥ ഒരു യാഥാർഥ്യമാണെന്നു സമർഥിച്ചു.

അതിനിടയിൽ ഞാൻ നാളത്തെ യാത്രയ്ക്കുള്ള കുറച്ചു കാര്യങ്ങൾ ചോദിച്ചറിഞ്ഞു. "ഇവിടെനിന്നും ആദ്യ ബസ് രാവിലെ ആറരയ്ക്കാണ്. ഞങ്ങൾക്ക് ഏഴരയ്ക്ക് ഓസ്റ്റർസുണ്ടിൽനിന്നും ട്രെയിൻ പിടിക്കണം. ബസിനു പോകുന്നത് ബുദ്ധിപരമായ തീരുമാനമാണോ?" എന്റെ ചോദ്യം കേട്ട പാടെ അവർ പറഞ്ഞു.

"നിങ്ങൾക്ക് വേണമെങ്കിൽ ടാക്സി പിടിക്കാം. പക്ഷേ, യൂബർ പോലുള്ളവയൊന്നും ഇവിടില്ല. അതുകൊണ്ടു ബസ്സിനു പോകുന്നതാണ് ഉചിതം. ബസ് കിട്ടിയില്ല എങ്കിൽ രാവിലെ എന്റെ വീട്ടിലേക്കു വരൂ. ഞാൻ കാറിൽ കൊണ്ട് വിടാം. അതിനെക്കുറിച്ചോർത്തു വേവലാതിപ്പെടേണ്ട."

അവർ ഫോൺ നമ്പർ തന്നു.

ലോകത്ത് ഇങ്ങനെയും മനുഷ്യരോ എന്നും ചിന്തിച്ച് ടീനയോടു നന്ദി പറഞ്ഞ് ഞങ്ങൾ കോഫീ ഷോപ്പ് ലക്ഷ്യമാക്കി നടന്നു.

അഫ്ഗാനി

ആനയെ തിന്നാനുള്ള വിശപ്പുമായി ഞങ്ങൾ കോഫീ ഷോപ്പിനു ള്ളിലേക്കു പ്രവേശിച്ചു. ഭക്ഷണം ഓർഡർ ചെയ്ത് കാത്തിരുന്നപ്പോൾ ഒരു ചെറുപ്പക്കാരൻ ഞങ്ങളുടെ അടുത്തേക്ക് എത്തി. പേര് സുബൈർ. അഫ്ഗാൻ സ്വദേശിയാണ്. ഈ കോഫീ ഷോപ്പിൽ ജോലി ചെയ്യുന്നു. ഞങ്ങൾ ഇന്ത്യക്കാരാണോ എന്നാണ് അയാൾക്കറിയേണ്ടത്. അതേ യെന്ന ഉത്തരം കേൾക്കേണ്ട താമസം അയാൾ ഇന്ത്യയെ പറ്റിയും ഇന്ത്യൻ ഭക്ഷണത്തെ പറ്റിയും വാചാലനായി. സ്വന്തം നാട്ടുകാരെ കണ്ട ഒരു സന്തോഷവും അടുപ്പവും അയാളുടെ മുഖത്ത് പ്രകടമായിരുന്നു.

അനിശ്ചിതത്വത്തിന്റെയും അജ്ഞാതമായ ഭാവിയുടെയും നിമിഷ ങ്ങളിൽ പ്രതീക്ഷയ്ക്കായി പോരാടുകയും ഇരുട്ടിൽ വെളിച്ചം കണ്ടെത്തുക യും ചെയ്യുന്ന മനുഷ്യരുടെ പ്രതീകമാണ് സുബൈർ.

ജലാലാബാദിന് അടുത്തുള്ള ഗ്രാമത്തിൽ പരമ്പരാഗത കാർഷിക കുടുംബത്തിൽ ആയിരുന്നു അയാൾ ജനിച്ചത്. സ്കൂൾ വിദ്യാഭ്യാസത്തി നുശേഷം കാബൂളിൽ തുടർ വിദ്യാഭ്യാസം.

ശീതയുദ്ധകാലത്തു സോവിയറ്റ് യൂണിയനെ മെരുക്കാൻ അമേരിക്ക തന്നെ പാലൂട്ടി വളർത്തിയ മുജാഹിദ്ദീനും താലിബാനും അൽ ഖ്വായ്ദ യും ഒക്കെ തിരിഞ്ഞുകൊത്തിയപ്പോൾ അമേരിക്ക അഫ്ഗാൻ അധി നിവേശം ആരംഭിച്ചു. താലിബാനിൽനിന്ന് അധികാരം പിടിച്ചെടുത്തു കാവൽ സർക്കാരിനെ ഭരണമേല്പിച്ചു.

സൈനിക ടാങ്കുകളും യുദ്ധവിമാനങ്ങളും കളം നിറഞ്ഞപ്പോൾ സുബൈ റിന് ഇറാനിലേക്ക് പ്രാണരക്ഷാർഥം പലായനം ചെയ്യേണ്ടി വന്നു.

ഉമ്മയും ബാപ്പയും സഹോദരനും ജീവനുവേണ്ടിയുള്ള ഓട്ടത്തിൽ പല വഴിക്കായി ചിതറി.

ഇറാനിൽനിന്ന് ബോട്ട് മാർഗം അയാൾ ഗ്രീസിൽ എത്തിയ കഥ കേൾക്കുമ്പോൾ അറിയാതെ ഞങ്ങളുടെ കണ്ണുകളും ഈറനണിഞ്ഞു. രണ്ടു വയസ്സുകാരൻ ഐലൻ കുർദിയുടെ ചിത്രമാണ് ബോട്ട് യാത്രയുടെ കഥ കേട്ടിരുന്നപ്പോൾ മനസ്സിൽക്കൂടി കടന്നുപോയത്.

ഐലൻകുർദിയുടെചേതനയറ്റശരീരംതുർക്കിയിലെകടൽതീരത്ത് അടിഞ്ഞതിന്റെ ചിത്രം നിലൂഫർ ഡെമിർ എന്ന ടർക്കിഷ് ഫ്രീലാൻസ് ഫോട്ടോഗ്രാഫർ ക്യാമറയിൽ പകർത്തിയില്ലായിരുന്നു എങ്കിൽ ആരും അറിയാതെ ജീവൻ നഷ്ടപ്പെട്ട അഭയാർഥികളിൽ ഒരാൾ മാത്രമായി ആ കുഞ്ഞ് മാറിയേനെ. യൂറോപ്പിലേക്ക് സുരക്ഷിതസ്ഥാനം തേടി പലായനം ചെയ്യുവാൻ ശ്രമിച്ച് ജീവൻ നഷ്ടപ്പെട്ട എല്ലാ കുട്ടികളുടെയും പ്രതീകമാണ് ഐലൻ.

ഗ്രീസിൽനിന്ന് സ്റ്റോക്ക്ഹോമിൽ എത്തിയ സുബൈർ അവിടെ അഭയാർഥിയായി രജിസ്റ്റർ ചെയ്തു. അവിടെനിന്ന് ഓസ്റ്റർസുണ്ടിൽ എത്തി. ഇപ്പോൾ ജോലിയോടൊപ്പം പഠനം തുടരുന്നു.

അയാൾ പിന്നീട് കുടുംബത്തെ കണ്ടിട്ടില്ല. ഉമ്മയും ബാപ്പയും സഹോദരനും ഇന്നും ഗ്രാമത്തിലെ വീട്ടിൽ സുഖമായി ജീവിക്കുന്നു എന്ന് വിശ്വസിക്കാനാണ് സുബൈറിന് ഇഷ്ടം.

ചെമ്മരിയാടിനെയും തെളിച്ചുകൊണ്ട് ഗ്രാമവാസികൾ നടന്നുപോയിരുന്ന മൺപാതകൾ ഇന്നും സുബൈറിന്റെ ഹൃദയത്തിലേക്കാണ് ചെന്നെത്തുന്നത്. ഓർമ്മകളുടെ മധുരം വാക്കുകളിൽ പ്രകടിപ്പിക്കുമ്പോഴും ശരീരഭാഷയിൽ എല്ലാം നഷ്ടപ്പെട്ടവന്റെ തേങ്ങൽ അയാളിൽ പ്രകടമായിരുന്നു.

ഗ്രാമത്തിൽ ഇപ്പോൾ വേനൽക്കാലമാണ്.വേനലിന് പഴയപോലെ ഭംഗി ഉണ്ടാവുമോ എന്നറിയില്ല. ഗ്രാമത്തിലെ കൊയ്ത്തുകഴിഞ്ഞ പാടങ്ങളിൽ പൊഴിഞ്ഞുകിടക്കുന്ന ധാന്യമണികൾ കൊത്തിയെടുക്കാൻ കിളികൾ തിരക്കുകൂട്ടുന്നുണ്ടാവുമോ? വീട്ടുമുറ്റത്തെ മാതളച്ചെടിയിൽ ഇപ്പോഴും മാതളപ്പഴങ്ങൾ കായ്ക്കുന്നുണ്ടാവുമോ? പരമ്പരാഗത പഷ്തൂൺ വിഭവമായ ചോപ്പൻ കബാബ് ചുടുമ്പോൾ ഉമ്മ അതിൽ സ്നേഹം കൂടി ചേർക്കാറുണ്ടായിരുന്നു. സുബൈറിന്റെ കണ്ണുകൾ നിറഞ്ഞുതുളുമ്പി.

നാം അനുഭവിക്കുന്ന സുഖസൗകര്യങ്ങൾ, നമ്മൾ അഹങ്കരിക്കുന്ന നമ്മുടെ സാംസ്കാരികത്തനിമ എല്ലാം ചീട്ടുകൊട്ടാരങ്ങൾ പോലെ തകർന്നടിയാൻ നിമിഷങ്ങൾ മതി എന്നതിന്റെ അടയാളപ്പെടുത്തൽ ആയിരുന്നു സുബൈറുമായിട്ടുള്ള കണ്ടുമുട്ടൽ.

പരസ്പരം ആലിംഗനം ചെയ്ത് ഒരു സെൽഫിയുമെടുത്തു സുബൈറിനോട് യാത്ര പറഞ്ഞു.

സുബൈറിനോടൊപ്പം

ഉച്ചവെയിലിന്റെ കാഠിന്യം ഏറിവന്നു. ഞങ്ങൾക്കിനി കാണേണ്ടത് ഇവിടത്തെ ഫാം സ്കൂൾ ടോർസ്റ്റാ എബി (Torsta AB) ആണ്. ഇത് 2012 ൽ സ്ഥാപിതമായെങ്കിലും, ടോർസ്റ്റയിലെ കാർഷികവിദ്യാഭ്യാസത്തിന് 100 വർഷത്തിലധികം പാരമ്പര്യമുണ്ട്. 1862 ൽ ഓപ്പെ (Ope) എന്ന സ്ഥലത്ത് ലാന്റ്മന്നാസ്കോലൻ (Lntmanna skolan) എന്ന പേരിൽ ആരംഭിച്ച കാർഷിക സ്കൂൾ, 1908 ൽ ഫ്രോസൺ (Frösön) എന്ന സ്ഥലത്തേക്ക് മാറി, ഒടുവിൽ 1919 ൽ ടോർസ്റ്റായിലേക്ക് മാറ്റി സ്ഥാപിച്ചു. കൃഷി, ഗ്രാമവികസനം, ഭക്ഷ്യസംസ്കരണം എന്നിവയിൽ ശ്രദ്ധ കേന്ദ്രീകരിച്ച് പ്രവർത്തിക്കുകയാണ് ഈ ഫാം സ്കൂൾ ഇപ്പോൾ. സ്വീഡനിലെ വരുംതലമുറയെ കാർഷികവൃത്തിയിലേക്ക് ആകർഷിക്കുകയാണ് സ്കൂളിന്റെ ലക്ഷ്യം.

സ്കൂളിനുള്ളിലേക്കു പ്രവേശിക്കാൻ ശ്രമിച്ച ഞങ്ങൾക്ക് നിരാശയായിരുന്നു ഫലം. കോവിഡ് നിയന്ത്രണങ്ങൾ കാരണം സ്കൂളിനുള്ളിലേക്ക് പ്രവേശനം ഉണ്ടായിരുന്നില്ല.

മൂന്നാം ദിവസം അതിരാവിലെ ഉണർന്നു തുടർയാത്രയ്ക്കുള്ള തയ്യാറെടുപ്പുകൾ നടത്തി. ബസ് സമയത്ത് എത്തുമോ.. ട്രെയിൻ കിട്ടുമോ എന്നുള്ള പതിവ് ആശങ്കകൾ ഞങ്ങളെ വരിഞ്ഞുമുറുക്കി. പത്തു മിനിട്ടു കാത്തു നിൽക്കണം ബസ് എത്താൻ. പത്തു മിനിട്ട് ആയപ്പോൾ ഒരു ചെറിയ വാൻ മുന്നിൽ വന്നു നിന്നു. അതിരാവിലെ യാത്രികർ കുറവായതുകൊണ്ട് ബസ്സിന് പകരം വാൻ ആണ് സർവീസ് നടത്തുന്നത്. വാൻ ഓസ്റ്റർസുണ്ട് ലക്ഷ്യമാക്കി നീങ്ങി.

കാപ്പിഭ്രാന്തർക്കിടയിൽ

ഞങ്ങൾക്ക് പോകുവാനുള്ള ഇൻലാൻഡ്സ്ബാനൻ ട്രെയിൻ ഓസ്റ്റർസുണ്ട് റെയിൽവേ സ്റ്റേഷനിലെ ഒന്നാം നമ്പർ പ്ലാറ്റ്ഫോമിൽ നിലയുറപ്പിച്ചിട്ടുണ്ടെന്ന അറിയിപ്പ് കേൾക്കാൻ അധികം കാത്തിരിക്കേണ്ടി വന്നില്ല. ആകാംക്ഷയും അതിലേറെ ആവേശവുമായി ഞങ്ങൾ ട്രെയിനിലെ സീറ്റിൽ ഇടം പിടിച്ചു. ലാപ്ലാൻഡിലെ വിൽഹെൽമിന പട്ടണമാണ് ലക്ഷ്യം. ഏതാണ്ട് നാല്-നാലര മണിക്കൂർ യാത്രയുണ്ട്. അറുപതോളം സീറ്റുകൾ മാത്രമാണ് ട്രെയിനിന്റെ കപ്പാസിറ്റി. ഇൻലാൻഡ്സ്ബാനൻ ട്രെയിനിൽ മുൻകൂട്ടി ബുക്ക് ചെയ്തെങ്കിൽ മാത്രമേ സീറ്റ് തരപ്പെടുകയുള്ളൂ. കോവിഡ് കാലമായതിനാൽ പകുതി സീറ്റുകൾ മാത്രമാണ് യാത്രക്കാർക്ക് അനുവദിച്ചിരിക്കുന്നത്. തീവണ്ടിയിൽ മുപ്പതിൽ താഴെ യാത്രികർ മാത്രം. ഒരു ദിശയിലേക്കു ദിവസം ഒരു ട്രിപ്പ് മാത്രം. ട്രെയിനിൽ അധികം ഭക്ഷണമൊന്നും ലഭിക്കില്ല. രണ്ടു വലിയ ഫ്ളാസ്ക് നിറച്ചു കട്ടൻകാപ്പി വെച്ചിട്ടുണ്ട്. പിന്നെ ബിസ്കറ്റ് പോലുള്ള പാക്ക് ചെയ്ത സ്നാക്സും.

സ്വീഡിഷുകാർ പൊതുവെ കാപ്പിഭ്രാന്തന്മാർ ആണ്. ദിവസവും കണക്കില്ലാതെ കാപ്പി കുടിക്കുന്ന ഇവർ പെർ ക്യാപിറ്റ പ്രകാരം കാപ്പി കുടി അളന്നാൽ ലോകത്ത് ആറാം സ്ഥാനത്താണ്. ജോലിസ്ഥലത്ത് ഓരോ അമ്പതു മിനിട്ടിലും കാപ്പി കുടിക്കാൻ ഓടുന്ന സ്വീഡിഷ് സഹപ്രവർത്തകരെ ആദ്യകാലങ്ങളിൽ ഞാൻ ആശ്ചര്യത്തോടെ നോക്കിനിന്നിട്ടുണ്ട്. പിന്നീട് ഇവർ 'ഫീക" എന്നും പറഞ്ഞു ചെറിയ കൂട്ടമായി ഇരുന്നു

ഞങ്ങളുടെ ട്രെയിൻ സാരഥി എമ്മയ്ക്കൊപ്പം

കാപ്പി കുടിക്കുകയും അതിനോടൊപ്പം സിനമൻ ബൺ അല്ലെങ്കിൽ മധുരമുള്ള മറ്റെന്തെങ്കിലുമോ കഴിക്കാനായി ക്ഷണിക്കാറുണ്ട്. ആദ്യം സംഗതി പിടികിട്ടിയില്ലെങ്കിലും പിന്നീട് ഇത്തരത്തിലുള്ള കാപ്പികുടികൾ ഒരു സാമൂഹിക ഒത്തുകൂടലുകൾ ആണെന്നും റിലാക്സ് ചെയ്യുവാനുള്ള ഇന്നാട്ടുകാരുടെ പ്രധാന പരിപാടിയാണെന്നും മനസ്സിലായി. മിക്ക ജോലിസ്ഥലങ്ങളിലും സുഹൃദ് വലയങ്ങളിലും ഇത്തരത്തിലുള്ള ഒത്തുകൂടലുകൾ പതിവാണ്. കാപ്പി ഇവരുടെ സംസ്കാരവും ജീവിതവുമായി അത്രയേറെ കെട്ടുപിണഞ്ഞു കിടക്കുന്നു.

ഇവരുടെ കാപ്പിസംസ്കാരത്തിനു നൂറ്റാണ്ടുകളുടെ പഴക്കമുണ്ട്. കാപ്പി ഇന്നാട്ടിലേക്ക് എത്തിയപ്പോൾ അന്നത്തെ രാജാവ് ഗുസ്താവ് മൂന്നാമൻ അതിന്റെ ദൂഷ്യവശങ്ങൾ വിവരിച്ച് കൂറ്റൻ നികുതി കാപ്പിക്ക് ഏർപ്പെടുത്തി. ആളുകളെ കാപ്പി സംസ്കാരത്തിൽനിന്നു പിന്തിരിപ്പിക്കാൻ രാജാവ് അഞ്ചുതവണ കാപ്പി നിരോധിക്കുകയും ചെയ്തു. എന്നിട്ടും വലിയ മാറ്റമൊന്നും ഉണ്ടായില്ല. ജനങ്ങൾ കാപ്പി കുടിക്കുന്നത് കൂടി എന്നല്ലാതെ. ഗുസ്താവ് രാജാവിനെ മനസ്സിൽ ധ്യാനിച്ച് ഞാനും ഒരു കട്ടൻ കാപ്പി വാങ്ങി കുടിച്ചു. ഇരുപത്തി അഞ്ചു സ്വീഡിഷ് ക്രോണർ ആണ് വില. നമ്മുടെ നാട്ടിലെ ഏതാണ്ട് ഇരുന്നൂറു രൂപയോളം വരും.

“വെതർ ഈസ് അൺപ്രെഡിക്ടബിൾ. ലോട്ട് ഓഫ് മോസ്കിറ്റോസ്”

കൂടെ ജോലി ചെയ്യുന്ന സ്വീഡിഷ് സുഹൃത്ത് യാത്രയ്ക്കു മുൻപ് ഇങ്ങനെ പറഞ്ഞപ്പോൾ ഞാൻ അത്ര കാര്യമായി എടുത്തില്ല.

സ്റ്റേഷൻ മാസ്റ്ററുടെ പൂച്ചയെ ലാളിക്കുന്ന എമ്മ

കാലാവസ്ഥയുടെ കാര്യത്തിൽ ഏതാണ്ട് സംഭവം ശരിയാണ്. പുറത്തു മഴ ചാറുന്നുണ്ട്. നല്ല തണുപ്പും.

കൊതുക് ഇതുവരെ ആക്രമിച്ചിട്ടില്ല അല്ലെങ്കിൽ അതിനുള്ള സമയമായിട്ടില്ല. യാത്ര തുടങ്ങിയിട്ടല്ലേ ഉള്ളൂ. ഏതെങ്കിലും വടക്കൻ പട്ടണങ്ങളിൽഅവർകാത്തിരിക്കുന്നുണ്ടാവാം.ഞങ്ങൾകൊതുകിനെതുരത്താനുള്ള

സ്പ്രേ ഒക്കെ കൈയിൽ കരുതിയിട്ടുണ്ട്. ചെറുതും വലുതുമായ തടാകങ്ങളും വനപ്രദേശങ്ങളും കൃഷിസ്ഥലങ്ങളുമൊക്കെ താണ്ടി ട്രെയിൻ മുന്നോട്ടു നീങ്ങുമ്പോൾ ട്രെയിനിലെ ഞങ്ങളുടെ ഹോസ്റ്റ് മറിയ ഓരോ പ്രധാന കാഴ്ചകളും മൈക്കിലൂടെ വിളിച്ചുപറയുന്നുണ്ടായിരുന്നു.

മറിയ സ്റ്റോക്ഹോമിനടുത്തുള്ള സിഗ്ടൂണ സ്വദേശിയാണ്. വേനൽക്കാലത്ത് ഈ ട്രെയിനിൽ ഹോസ്റ്റ് ആയി ജോലി ചെയ്യുന്നു. മറ്റു സമയങ്ങളിൽ ട്രെക്കിങ്, സ്കീയിങ് തുടങ്ങിയവയുടെ ഗൈഡായി പ്രവർത്തിക്കുന്നു. സിഗ്ടൂണ സ്വീഡനിലെ ആദ്യകാല പട്ടണങ്ങളിൽ ഒന്നാണ്. മുൻപൊരിക്കൽ ഞാൻ സിഗ്ടൂണയെപ്പറ്റി മലയാളത്തിലുള്ള ട്രാവൽ മാഗസിനിൽ എഴുതിയതിന്റെ ചിത്രങ്ങൾ കാണിച്ചപ്പോൾ അവരുടെ മുഖത്തു പുഞ്ചിരി വിടർന്നു.

കോവിഡ് നിയന്ത്രണങ്ങൾ ഇപ്പോഴും നിലനിൽക്കുന്നതിനാൽ തീവണ്ടികളിൽ കൂടുതലും തദ്ദേശീയരായ യാത്രക്കാരാണ്. അതുകൊണ്ടു തന്നെ സ്വീഡിഷ് ഭാഷയിലാണ് വിളിച്ചുപറയൽ. "വീ ഹാവ് സം ഇംഗ്ലീഷ് സ്പീക്കിങ് പാസെൻജേഴ്സ്" എന്നും പറഞ്ഞു മറിയ ഞങ്ങളെ നോക്കി ഇംഗ്ലീഷിലും കാര്യങ്ങൾ വിശദീകരിച്ചു.

പകൽ മുഴുവൻ കൂകിപ്പായുന്ന ഈ ട്രെയിൻ നിശ്ചിതസ്ഥലങ്ങളിൽ ഭക്ഷണത്തിനായി നിർത്തും. പോകുന്ന വഴിയിലെ ഏതെങ്കിലും പ്രധാന ഭക്ഷണശാലകളിൽ നിന്ന് ഓർഡർ ചെയ്യുകയോ അതല്ലെങ്കിൽ റെയിൽവേസ്റ്റേഷനോട് അനുബന്ധിച്ചുള്ള ഭക്ഷണശാലകളിൽ ഇറങ്ങി കഴിക്കുകയോ ആകാം. അതെല്ലാം നമ്മൾ മുൻകൂട്ടി ഹോസ്റ്റിനെ അറിയിച്ചാൽ അവർ വേണ്ട ക്രമീകരണങ്ങൾ ചെയ്തുതരും.

ഒൻപതര ആയപ്പോൾ ഞങ്ങൾ ഉൾറിക്ക്ഫോസിലെത്തി. രണ്ടു യാത്രികർ അവിടെ ഇറങ്ങി. അവരെ യാത്രയാക്കാൻ എൻജിൻ ഡ്രൈവർ എമ്മയും ഹോസ്റ്റ് മറിയയും ട്രെയിനിൽനിന്ന് ഇറങ്ങി. യാത്രയാക്കാൻ എൻജിൻ ഡ്രൈവർ പുറത്തേക്കിറങ്ങുന്നത് കൗതുകകരമായി തോന്നി. ഞങ്ങളും പുറത്തേക്കിറങ്ങി, എമ്മയെ പരിചയപ്പെട്ടു. വേനൽക്കാലത്തു മാത്രമാണ് എമ്മ ഈ ട്രെയിനിൽ ജോലി ചെയ്യുന്നത്.

ട്രെയിനിന്റെ പൂർണ്ണ ചുമതല രണ്ടു വനിതകൾക്കാണെന്നത് ഇന്നാട്ടിൽ അത്ര പുതുമയല്ല. സ്ത്രീശാക്തീകരണം തിരഞ്ഞെടുപ്പിൽമാത്രം പ്രസംഗിക്കുന്ന നാട്ടിൽ ഒരുപക്ഷേ, ഇതൊക്കെയൊരു പുതുമയും മാധ്യമങ്ങളിലെ തലക്കെട്ടുമാവാം.

മറിയയും എമ്മയും ജോലിയുടെ ഓരോ നിമിഷവും ആസ്വദിക്കുന്നുണ്ട്. ഞാൻ അല്പനേരം എമ്മയുടെ ഡ്രൈവർ ക്യാബിനിൽ ഇരുന്നു കുശലം പറഞ്ഞു. ആദ്യമായിട്ടാണ് ഒരു തീവണ്ടിയുടെ ഡ്രൈവർ ക്യാബിനിൽ ഇരുന്നൊരു യാത്ര. ഞാൻ മുൻപ് നോർവേയിൽ ജോലി ചെയ്തിരുന്ന

ട്രെയിനിലെ ഹോസ്റ്റ് മരിയയോടൊപ്പം ഞങ്ങൾ ബെർമാൻസിൽ

എന്ന് പറഞ്ഞപ്പോൾ എമ്മ നോർവേയിൽ ജോലി ചെയ്ത വിശേഷങ്ങൾ പങ്കുവെച്ചു.

പത്തരയോടുകൂടി ട്രെയിൻ ഹോട്ടിങ്ങിൽ എത്തി. അവിടെ ഞങ്ങളെ വരവേറ്റത് ഒരു കരിംപൂച്ച ആയിരുന്നു. ഹോട്ടിങ് സ്റ്റേഷൻമാസ്റ്ററുടെ വളർത്തു പൂച്ചയാണത്. എമ്മയും മറിയയും അവിടെ ഇറങ്ങിയവരെ യാത്രയാക്കി പൂച്ചയെയും ലാളിച്ചതിനുശേഷം ട്രെയിൻ മുന്നോട്ട് നീങ്ങി.

ഒന്നര മണിക്കൂർ തുടർയാത്രയ്ക്ക് ശേഷം ഞങ്ങൾ വിൽഹെൽമിന എത്തി. ആദ്യ പ്ലാൻ പ്രകാരം ഞങ്ങൾ ഇവിടെ ഇറങ്ങേണ്ടതാണ്. പ്ലാനിങ്ങിൽ ചെറിയൊരു മാറ്റം. വിൽഹെൽമിന സ്റ്റേഷന്റെ അല്പം വടക്കായി വിൽഹെൽമിന നോറ സ്റ്റേഷനുണ്ട്. നോറ എന്നാൽ വടക്ക് എന്നർഥം. അവിടെ ഉള്ള 'ബെർഗ്മൻസ്' ഫാം റെസ്റ്റോറന്റിൽ ഉച്ചഭക്ഷണത്തിനായി ട്രെയിൻ നിർത്തും. അവിടെനിന്നും ഉച്ചഭക്ഷണം കഴിച്ചു തിരികെ വിൽഹെൽമിനയിലേക്കു നടക്കാനാണ് പുതിയ പ്ലാൻ.

"ഇൻ ഫ്യൂ മിനിട്സ് വി വുഡ് ബി അറ്റ് ദി ലഞ്ച് സ്റ്റോപ്പ്" മരിയയുടെ അനൗൺസ്മെന്റ് വന്നു.

യാത്രികർ എല്ലാവരും ഉച്ചഭക്ഷണത്തിനായി പുറത്തേക്കിറങ്ങി. മനോഹരമായ നദിക്കരയിൽ കിളിക്കൊഞ്ചൽ ആസ്വദിച്ച് ഉച്ചഭക്ഷണം കഴിക്കാം. മറിയ എല്ലാവർക്കും മുൻകൂട്ടി ഭക്ഷണം ഓർഡർ ചെയ്തിരുന്നു.

യാത്രികർ ഭക്ഷണശാലയിലെ ഇരിപ്പിടത്തിൽ ഇരിക്കേണ്ട താമസം ഭക്ഷണം മുന്നിലെത്തി.

വിൽഹെൽമിന സന്ദർശിക്കുന്നവരാരും ഇവിടത്തെ ഭക്ഷണത്തിന്റെ രുചി ആസ്വദിക്കാതെ മടങ്ങാറില്ല. ഞങ്ങൾ ഭക്ഷണം ആസ്വദിച്ചു കഴിച്ചു. പ്രാദേശികമായി ഉല്പാദിപ്പിക്കപ്പെടുന്ന സാൽമൺ, ട്രൗട്ട് മത്സ്യങ്ങൾ, ഉണങ്ങിയ റെയ്ൻഡീർ മാംസം, ഉണങ്ങിയ മ്ലാവിറച്ചി തുടങ്ങിയവ ഉപയോഗിച്ചാണ് ഭക്ഷണം പാകം ചെയ്യുന്നത്. അവിടെ കണ്ട മറ്റൊരു പ്രത്യേകത കൊക്കകോളയും പെപ്സിയും പോലുള്ള ബഹുരാഷ്ട്ര കമ്പനികളുടെ ശീതളപാനീയങ്ങൾക്കു പകരം പ്രാദേശികപാനീയങ്ങളാണ് വിൽക്കുന്നത്. ഒരുകാലത്ത് പ്രാദേശികമായി ഉല്പാദിപ്പിച്ചിരുന്ന ഓറഞ്ചും മഞ്ഞയും വെള്ളയും നിറം കലർത്തിയ കോള കുപ്പികൾ നമ്മുടെ നാട്ടിൻപുറങ്ങളിലും സുലഭമായിരുന്ന കാര്യം ഞാൻ ഓർത്തു. അത്തരത്തിലുള്ള ചെറുകിട കോള കമ്പനികൾ നാട്ടിൽ ധാരാളം ഉണ്ടായിരുന്നു. എന്റെ ചെറുപ്പകാലത്തു കോളയും ഗോലി സോഡയും ഒക്കെ സൈക്കിളിൽ കൊണ്ടുപോയി വിതരണം ചെയ്യുന്നവർ ധാരാളം ഉണ്ടായിരുന്നു നാട്ടിൻപുറങ്ങളിൽ. ബഹുരാഷ്ട്ര കമ്പനികളുടെ പരസ്യതന്ത്രങ്ങളോട് പിടിച്ചുനിൽക്കാനാവാതെ അവയെല്ലാം ഇന്ന് കളമൊഴിഞ്ഞു.

ഇവിടെ സ്ഥിതി അല്പം വ്യത്യസ്തമാണ്. പ്രാദേശികമായി ഉല്പാദിപ്പിക്കപ്പെടുന്ന ഭക്ഷണവസ്തുക്കൾ കാർബൺ എമിഷൻ കുറയ്ക്കുവാൻ സഹായകരമാവും എന്നിവർ ചിന്തിക്കുന്നു. ദൂരെ സ്ഥലങ്ങളിൽ നിന്ന് വലിയ ട്രക്കുകളിലും മറ്റും കൊണ്ടുവരുന്ന ഭക്ഷണം കഴിക്കുന്നതിലൂടെ നമ്മൾ അറിയാതെ കാർബൺ എമിഷനിൽ പങ്കാളികളാകുകയാണ് എന്നാണ് ഇന്നാട്ടുകാർ പറയുന്നത്. 'ബെർഗ്മാൻസ്'' റെസ്റ്റോറന്റിനു സ്വന്തമായി മീനും ഇറച്ചിയുമൊക്കെ ഉണക്കാനുള്ള സംവിധാനമുണ്ട്. റെയ്ൻഡിയർ, മ്ലാവ് തുടങ്ങിയ മൃഗങ്ങളുടെയും സാൽമൺ, ട്രൗട്ട് തുടങ്ങിയ മത്സ്യങ്ങളുടെയും വിവിധ തരത്തിലുള്ള ഭക്ഷണവിഭവങ്ങൾ അവിടെ ലഭ്യമാണ്. വിനോദസഞ്ചാരം ഈ നാടിന്റെ സമ്പദ്ഘടനയ്ക്ക് എങ്ങനെ മുതൽക്കൂട്ടാവുന്നു എന്നതിന്റെ നല്ലൊരു ഉദാഹരണമാണ് ഈ ഭക്ഷണശാല.

വിൽഹെൽമിനയിലെ പ്രേതബംഗ്ലാവ്

സിനിമകളിലൊക്കെ കണ്ടിട്ടുള്ള പ്രേതാലയങ്ങളെ അനുസ്മരിപ്പിക്കുന്ന ഒരു കൂറ്റൻ ബംഗ്ലാവായിരുന്നു വിൽഹെൽമിന ഞങ്ങൾക്കായി ഒരുക്കിവെച്ചിരുന്നത്.

നൂറു വർഷത്തിലേറെ പഴക്കമുള്ള ഈ ബംഗ്ലാവിൽ കാര്യമായ മോടി പിടിപ്പിക്കൽ ഒന്നും നടന്നിട്ടില്ല. ഉടമസ്ഥ താക്കോൽ നമ്പർ ലോക്കുള്ള ഒരു ബോക്സിൽ നിക്ഷേപിച്ചിട്ടുണ്ട്. ബോക്സ് തുറക്കാനുള്ള നമ്പർ ഞങ്ങൾക്ക് മുൻപേ പറഞ്ഞുതന്നിരുന്നു. ഞങ്ങൾ ബോക്സ് തുറന്നു താക്കോലെടുത്ത് അല്പം ഭയത്തോടും അതിലേറെ ജിജ്ഞാസയോടും കൂടി വാതിൽ തുറന്നു. പച്ച നിറത്തിലുള്ള കൂറ്റൻ വാതിൽ വലിയ മുരൾച്ചയോടെ തുറക്കപ്പെട്ടു.. രണ്ടു നിലകളിലായി ഏതാണ്ട് 10-12 മുറികൾ ഉള്ള ഒരു കൂറ്റൻ ബംഗ്ലാവ്.

പത്തൊൻപതാം നൂറ്റാണ്ടിന്റെ മധ്യത്തിൽ പണികഴിപ്പിച്ച ഈ ബംഗ്ലാവ് ഇന്നത്തെ അതിന്റെ ഉടമസ്ഥ സ്വന്തമാക്കിയത് ആറു മാസം മുൻപാണ്. മുകളിലും താഴെയും ബേസ്മെന്റിലുമായി പരന്നു കിടക്കുന്ന ബംഗ്ലാവിലെ ഏതു മുറിയും ഞങ്ങൾക്ക് ഉപയോഗിക്കാം. ഒരുപക്ഷേ, ഇനിയും സഞ്ചാരികൾ വന്നുകൂടായ്കയില്ല. അങ്ങനെയെങ്കിൽ ഞങ്ങൾ രണ്ടു മുറികളിലായി ഒതുങ്ങിക്കൂടണം. ഞങ്ങളെ സംബന്ധിച്ച് ഒരു മുറിയിൽനിന്നും മറ്റൊരു മുറിയിലേക്ക് പോകുന്നതുതന്നെ അതിസാഹസികമായ കാര്യമാണ്. നടന്നു ക്ഷീണിച്ച ഞങ്ങൾ താഴത്തെ നിലയിലുള്ള രണ്ടു മുറികൾ കൈയടക്കാൻ അധികം താമസമുണ്ടായില്ല.

വിൽഹെൽമിനയിലെ ദേവാലയം

വൈകുന്നേരം ആറുമണി കഴിഞ്ഞിട്ടും അനിവാര്യമായ സന്ധ്യയെ ധിക്കരിച്ചുകൊണ്ടു വിൽഹെൽമിന പട്ടണത്തിനുമുകളിൽ സൂര്യൻ സ്വർണ്ണ വെളിച്ചം വീശി നിൽക്കുന്നു. ഞങ്ങൾ വൈകുന്നേരത്തേക്കുള്ള അന്നം തേടി വിൽഹെൽമിന പട്ടണത്തിലേക്കിറങ്ങി.

ബംഗ്ലാവിന്റെ ഒരു വശത്ത് മനോഹരമായി മോടിപിടിപ്പിച്ച പുൽത്തകിടിയിൽ ഒരു ശ്മശാനം കാണാം. അതിന്റെ ഓരത്തുകൂടി വേണം പട്ടണത്തിലേക്കു നടന്നുപോകാൻ. വിൽഹെൽമിന പള്ളിയുടേതാണ് ശ്മശാനം. പ്രേതബംഗ്ലാവെന്നു തോന്നിക്കുന്നിടത്തെ താമസം, തൊട്ടടുത്ത് ശ്മശാനം. ആകെ മൊത്തം ഒരു പന്തികേടാണല്ലോ എന്നു മനസ്സ് പറഞ്ഞു. ഞങ്ങൾ പള്ളിയുടെ മുറ്റത്തുടെ പാതയിലേക്കിറങ്ങി. ഒരു വശത്ത്

അതിമനോഹരമായ മലനിരകൾ. അതിനോട് ചേർന്നൊഴുകുന്നുണ്ട് പട്ടണത്തിന്റെ അതേ പേരുള്ള നദി. അതിനരികിൽത്തന്നെയാണ് ഈ കുഞ്ഞുപട്ടണം. മലയാളത്തിൽ ഗ്രാമീണഭംഗി തുളുമ്പുന്ന കഥകൾ പറയുന്ന പ്രിയപ്പെട്ട സംവിധായകൻ സത്യൻ അന്തിക്കാട് ഒരു സ്വീഡിഷുകാരൻ ആയിരുന്നുവെങ്കിൽ തീർച്ചയായും വിൽഹെൽമിന പശ്ചാത്തലമാക്കി ഒന്നിലേറെ ചിത്രങ്ങൾ അണിയിച്ചൊരുക്കിയേനെ. അത്രയ്ക്ക് ഗംഭീരവും ലാളിത്യമാർന്നതുമാണ് ഈ നാട്.

സൂപ്പർമാർക്കറ്റിൽനിന്നും പെട്ടെന്നു കുക്ക് ചെയ്യാവുന്ന നൂഡിൽസ്, മുട്ട, ബ്രെഡ്, പാൽ ഇവയൊക്കെ വാങ്ങണം. രണ്ടു സൂപ്പർമാർക്കറ്റ് ഉണ്ട് വിൽഹെൽമിനയിൽ. ഒരു ഫാർമസി, ടൗൺ ഹാൾ, ബാങ്ക് എന്നുവേണ്ട അത്യാവശ്യമുള്ളതെല്ലാം പട്ടണത്തിലുണ്ട്. സ്വന്തമായി ഒരു വിമാനത്താവളവുമുണ്ട് വിൽഹെൽമിനയിൽ.

സൂപ്പർമാർക്കറ്റിന് അടുത്തായി ചെറിയ ഒരു കോഫീ ഷോപ്പ് ഉണ്ട്. നമ്മുടെ നാട്ടിലെ പഴയ ചായക്കട സെറ്റപ്പ്. പ്രായമായ ആളുകൾ പലരും അവിടെ കാപ്പി കുടിച്ചു സൊറ പറഞ്ഞിരിക്കുന്നു.

എന്റെ കണ്ണ് അവരിലേക്കായി. മിക്കവരും തങ്ങളുടെ ജീവിതത്തിന്റെ പകുതിയിലേറെ പിന്നിട്ടവർ. ചുളിവ് വീണ മുഖവുമായി ജീവിതത്തിന്റെ അവസാനത്തെ ലാപ് ഓട്ടുന്ന ഓട്ടക്കാരെപോലെയാണ് എനിക്കവരെ കണ്ടപ്പോൾ തോന്നിയത്. ചെറുപ്പക്കാർ വളരെ കുറവ്. അവരെല്ലാം ഉന്നതവിദ്യാഭ്യാസത്തിനും ജോലിക്കുമായി വലിയ പട്ടണങ്ങളിലേക്കു ചേക്കേറിയിരിക്കാം. ഇത്തരത്തിലുള്ള ഒത്തുകൂടലുകൾ ആണ് ഇവരുടെ ഒക്കെ ഒരു നേരമ്പോക്ക്.

ഫൈവ് മിനിട്സ് ടൗൺ, അങ്ങനെയൊരു വിളിപ്പേരുണ്ട് ഈ നാടിന്. ജോലിസ്ഥലത്തു നിന്നു വീട്ടിലേക്കോ, സ്കൂളിലേക്കോ അല്ലെങ്കിൽ കിൻഡർഗാർട്ടനിലേക്കോ വെറും അഞ്ചു മിനിട്ടിനുള്ളിൽ എത്തിച്ചേരാവുന്ന ഈ നാടിനു നാട്ടുകാർ ചാർത്തിക്കൊടുത്ത പേര്.

ഇന്ന് ശനിയാഴ്ച, നാളെ ക്രൂശിതന്റെ ഉയിർപ്പുദിനം. നോർവേയിലെപോലെ തന്നെ ഏതൊരു സ്വീഡിഷ് പട്ടണത്തിന്റെയും പ്രത്യേകതയാണ് നൂറ്റാണ്ടുകൾ പഴക്കമുള്ള ചരിത്രം പേറുന്ന ക്രിസ്ത്യൻ ദേവാലയങ്ങൾ. ഒരുകാലത്ത് ക്രിസ്തുമതം വേരോടിയിരുന്ന സ്വീഡനിൽ ഇന്ന് മതത്തിൽനിന്നും മാറി ചിന്തിക്കുന്ന ആളുകളാണ് അധികവും. അതുകൊണ്ടു തന്നെ പള്ളികളിൽ സ്ഥിരം ആരാധനയിൽ പങ്കെടുക്കുന്നവർ തീരെ കുറവായിരിക്കും. വിൽഹെൽമിനയ്ക്കും അങ്ങനൊരു പള്ളിയുണ്ട്. അവിടേക്കാണ് ഞായറാഴ്ച രാവിലെ ഞങ്ങളുടെ സന്ദർശനം.

ഞങ്ങൾ താമസിക്കുന്ന ബംഗ്ലാവിനോട് തൊട്ടുചേർന്നാണ് വിൽഹെൽമിന ദേവാലയം. ഒരു ഗ്രാമത്തിന്റെ സ്പന്ദനം മുഴുവൻ എറ്റുവാ

ങ്ങുന്ന ലാളിത്യവും ആകാരഭംഗിയുമുള്ള, പത്തൊൻപതാം നൂറ്റാണ്ടിന്റെ മധ്യകാലത്തു പണികഴിപ്പിച്ച ഒരു പുരാതന നിർമ്മിതി. മനോഹരമായ സ്വീഡിഷ് സംഗീതം മുഴങ്ങുന്ന ദേവാലയാന്തരീക്ഷത്തിലേക്കു ഞങ്ങൾ കയറിച്ചെന്നു. മുപ്പതില്പരം ആളുകൾ അവിടെ ആരാധനയ്ക്കായി ഒത്തുകൂടിയിട്ടുണ്ട്. ദേവാലയത്തിന്റെ കാഴ്ചകൾ കണ്ടു തിടുക്കത്തിൽ പുറത്തിറങ്ങാൻ തയ്യാറായ ഞങ്ങളെ അവിടത്തെ സംഗീതം പിടിച്ചിരുത്തി. *ബൈബിളി*ലെ സങ്കീർത്തനം നാല്പത്തിമൂന്നാം അധ്യായം മനോഹരമായി ആലപിക്കുകയാണ് ഗായകസംഘം. അവരോടൊപ്പം എല്ലാവരും അത് ഏറ്റുപാടുന്നു.

Sänd ditt ljus och din sanning.
നിങ്ങളുടെ വെളിച്ചവും സത്യവും അയയ്ക്കുക.
Må de leda mig,
അവർ എന്നെ നയിക്കട്ടെ,
må de föra mig till ditt heliga berg,
അവർ എന്നെ നിന്റെ വിശുദ്ധ പർവതത്തിലേക്ക് കൊണ്ടുവരട്ടെ,
till dina boningar, så att jag får gå in till Guds altare,
ഞാൻ ദൈവത്തിന്റെ യാഗപീഠത്തിൽ ചെല്ലേണ്ടതിന്നു നിങ്ങളുടെ വാസസ്ഥലങ്ങളിലേക്കു,
till Gud, som är min glädje och fröjd,
എന്റെ സന്തോഷവും ആനന്ദവും ആയ ദൈവത്തോട്,
och tacka dig på harpa, Gud, min Gud!
ദൈവമേ, എന്റെ ദൈവമേ, കിന്നരത്തിൽ സ്തോത്രം ചെയ്‌വിൻ!

ആഗ്നേറ്റ

ആഗ്നേറ്റയെ പരിചയപ്പെടുന്നത് പള്ളിയിൽ വെച്ചാണ്. വിൽഹെൽമിനയിൽ ജനിച്ചു വളർന്ന അവൾക്കു ജോലിസംബന്ധമായി തീരദേശ പട്ടണമായ ഊമിയൊയിലേക്ക് മാറേണ്ടിവന്നു. തൊഴിൽസാധ്യതകൾ ഇല്ലാത്തതു കാരണം ജന്മനാട്ടിൽ നിന്ന് പറിച്ചുമാറ്റപ്പെട്ട ഇന്നാട്ടുകാരുടെ പ്രതിനിധിയാണവൾ. ഞങ്ങൾ ഇന്ത്യയിൽനിന്നാണെന്നറിഞ്ഞപ്പോൾ ഞങ്ങളെ പട്ടണത്തിന്റെ കാഴ്ചകൾ കാണിക്കാമെന്നായി അവൾ.

ഞങ്ങൾ ആഗ്നേറ്റയോടൊപ്പം പള്ളിയുടെ പുറത്തേക്കിറങ്ങി. അവൾ ഞങ്ങളെയും കൂട്ടി ഒരു കല്ലറയ്ക്കരികിലേക്ക് നീങ്ങി. 1994 സെപ്തംബർ 28 ന സ്വീഡനിൽനിന്നും എസ്റ്റോണിയയിലേക്ക് പോയ കപ്പൽ തകർന്നു. ഇരുപതാം നൂറ്റാണ്ടിൽ യൂറോപ്പ് കണ്ടതിൽവെച്ച് ഏറ്റവും വലിയ കപ്പൽ അപകടത്തിൽ 852 മനുഷ്യജീവനുകളാണ് പൊലിഞ്ഞത്. ആ ദുരന്തത്തിൽ വിൽഹെൽമിനയിലെ മൽഗോമായ് സ്കൂളിലെ അധ്യാപകരും വിദ്യാർഥികളുമടക്കം എട്ടു പേർ കൊല്ലപ്പെട്ടു. അവരുടെ ഓർമ്മകളിലേക്കാണ് ആഗ്നേറ്റ ഞങ്ങളെ കൂട്ടിക്കൊണ്ടുപോയത്.

മഴ നിർത്താതെ ചാറിക്കൊണ്ടിരുന്നു. എന്നാൽ പട്ടണത്തിന്റെ കാഴ്ചകൾക്ക് അതൊരു തടസ്സമേ ആയിരുന്നില്ല. പുതിയ ആളുകളെ നാട് കാണിക്കാനുള്ള ദൗത്യം ഏറ്റെടുത്ത ആഗ്നേറ്റ മഴച്ചാറ്റലിനെ വകവെക്കാതെ ഞങ്ങളെയും കൂട്ടി ആവേശത്തോടെ നടക്കുകയാണ്. വിൽഹെൽമിന പട്ടണത്തിന്റെ മനോഹര കാഴ്ചകളിലേക്കും കഥകളിലേക്കും ഞങ്ങൾ അവളോടൊപ്പം നടന്നുതുടങ്ങി. ഈ പട്ടണത്തിന്റെ പേരിന്റെ ചരിത്ര

മാണ് അവൾ ആദ്യം ഞങ്ങൾക്ക് പറഞ്ഞുതന്നത്. സ്വീഡനിലെ ഫ്രെഡറിക്ക ഡൊറോത്തിയ വിൽഹെൽമിന രാജ്ഞിയുടെ ബഹുമാനാർഥമാണ് ഈ നാടിനു വിൽഹെൽമിന എന്ന പേര് കൈവന്നത്. വർഷാവർഷം ജൂലൈ മാസത്തിൽ ഇവിടെ രസകരമായ ഒരു ഉത്സവം നടക്കാറുണ്ട്. ഹെംബിഗ്ഡ്സ്ദാഗർന വിൽഹെൽമിന (Hembygdsdagarna Vilhelmina) എന്ന പേരിലാണ് അതറിയപ്പെടുന്നത്. കലാപ്രകടനങ്ങളോടൊപ്പം സമൂഹവിവാഹവുംഇവിടെസംഘടിപ്പിക്കുന്നു. വിവാഹിതരാകാൻ പ്രാദേശികമായി വധൂവരന്മാരെ തെരഞ്ഞെടുക്കുന്നതാണ് പാരമ്പര്യം.

വധുവും വരനും പരമ്പരാഗതവസ്ത്രം ധരിച്ച് നഗരത്തിലൂടെ സംഗീതപ്രകടനങ്ങളുടെ അകമ്പടിയോടുകൂടി പള്ളിയിലേക്ക് പോകുന്നു, അവിടെ പങ്കെടുക്കാൻ ആഗ്രഹിക്കുന്ന എല്ലാവരുടെയും സാന്നിധ്യത്തിൽ വിവാഹം നടക്കുന്നു. വിവാഹിതരാകാൻ ആഗ്രഹിക്കുന്ന ദമ്പതികളെ കണ്ടെത്താൻ എപ്പോഴും കഴിഞ്ഞെന്നു വരാറില്ല. അങ്ങനെയുള്ള അവസരത്തിൽ വിവാഹം ഇല്ലാതെയും ഉത്സവം നടത്തുന്നു.

വിൽഹെൽമിന എന്ന് ഗൂഗിളിൽ പരതിയാൽ ആദ്യം കാണുന്നത് ചർച്ച് ടൗൺ ആണ്. ഒരുകാലത്ത് വിൽഹെൽമിനയോടു ചേർന്നുള്ള ഗ്രാമങ്ങൾ എല്ലാം കാർഷികഗ്രാമങ്ങൾ ആയിരുന്നു. ക്രിസ്തുമതം സ്വീഡനിൽ വേരോടിയിരുന്ന പതിനെട്ടും പത്തൊൻപതും നൂറ്റാണ്ടിൽ അടുത്തുള്ള ഗ്രാമങ്ങളിലെ ജനങ്ങൾ വിൽഹെൽമിന പള്ളിയിൽ ആരാധനയ്ക്കായി വരിക പതിവാണ്. പലപ്പോഴും വിശേഷദിവസങ്ങളിലെ നീണ്ട ആരാധനയിൽ പങ്കെടുത്തു തിരികെ സ്വന്തം ഗ്രാമങ്ങളിലേക്ക് പോവുക പ്രയാസകരമായിരുന്നു. അങ്ങനെയാണ് ചർച്ച് ടൗൺ എന്ന ആശയം നിലവിൽ വരുന്നത്. ആരാധനയ്ക്ക് മുൻപും പിൻപും ഉള്ള ദിവസങ്ങളിൽ വിൽഹെൽമിനയിൽ വന്നു താമസിക്കുന്നതിനായി പണികഴിപ്പിച്ചതാണ് ചർച്ച് ടൗൺ. എന്നാൽ 1926 ൽ ഉണ്ടായ തീപിടിത്തത്തിൽ സ്ഥലത്തെ ഏതാണ്ട് മിക്ക വീടുകളും കത്തിച്ചാമ്പലായി. അവശേഷിക്കുന്ന 27 വീടുകൾ മുനിസിപ്പാലിറ്റി സംരക്ഷിതസ്മാരകമായി നിലനിർത്തിയിരിക്കുന്നു. ആഗ്നേറ്റ വിൽഹെൽമിന ചർച്ച് ടൗണിന്റെ കഥകൾ തുടർന്നു.

യൂറോപ്യൻ പട്ടണങ്ങളുടെ ഏറ്റവും വലിയ സമാനത എല്ലായിടത്തും ഒന്നോ അതിലധികമോ മ്യൂസിയങ്ങൾ കാണും എന്നതാണ്. യൂറോപ്പുകാരുടെ ഈ മ്യൂസിയം ഭ്രാന്ത് എന്നെ അത്ഭുതപ്പെടുത്തിയിട്ടുണ്ട്. ചില പട്ടണങ്ങളിൽ പോയാൽ വിരലിൽ എണ്ണാവുന്നതിലധികം മ്യൂസിയങ്ങൾ ഉണ്ടാകും. അധികവരുമാനം ഒന്നുമില്ലാത്ത വിൽഹെൽമിന മുനിസിപ്പാലിറ്റി അവരുടെ മ്യൂസിയം വർഷത്തിൽ ഏതാനും ആഴ്ചകൾ മാത്രമാണ് തുറന്നു പ്രവർത്തിപ്പിക്കുന്നത്. അതും ഇന്നാട്ടിലെ സന്നദ്ധസേവകരാണ് നോക്കിനടത്തുന്നത്. പ്രതിഫലം ഒട്ടും ഇച്ഛിക്കാതെ നാട്ടുകാർ

ഒരു മ്യൂസിയം ഏറ്റെടുത്തു നടത്തുന്നത് അല്പം അമ്പരപ്പോടെയാണ് ഞങ്ങൾ കേട്ടിരുന്നത്. നിർഭാഗ്യവശാൽ ഞങ്ങൾ വന്ന ആഴ്ച മുതൽ മ്യൂസിയം ഈ വർഷത്തെ പ്രവർത്തനം നിർത്തിയിരുന്നു.

വിൽഹെൽമിന പട്ടണം, അതിന്റെ ചരിത്രസ്മാരകങ്ങൾ, പട്ടണത്തിലെ ചെറുതും വലുതുമായ കാഴ്ചകൾ എല്ലാം കണ്ട് സമയം പോയതറിഞ്ഞില്ല. ആഗ്നേറ്റയെയും കൂട്ടി ഞങ്ങൾ ഒരു കാപ്പി കുടിച്ചു പിരിയാൻ തീരുമാനിച്ചു. കാപ്പി കുടിക്കുന്നതിനിടെ അവൾ ഒരു ഐഡിയ പറഞ്ഞു. തനിക്കു സ്വന്തമായി ഒരു ഫോറെസ്റ്റ് ലാൻഡ് ഉണ്ടെന്നും അവിടേക്കു പോരുന്നോ എന്നും ചോദിച്ചു. ഞങ്ങളെ സംബന്ധിച്ച് അതൊരു അപ്രതീക്ഷിത ചോദ്യമായിരുന്നു. ഉച്ചയ്ക്ക് ശേഷം നമുക്ക് കാറിൽ അവിടേക്കു പോകാം എന്ന ധാരണയിൽ ഞങ്ങൾ പിരിഞ്ഞു.

"ലോട്സ് ഓഫ് മോസ്ക്വിറ്റോസ് ആർ ദെയ്ർ."

ആഗ്നേറ്റ പോകുന്ന സ്ഥലത്തെ കൊതുകിന്റെ ശല്യത്തെ പറ്റി ഞങ്ങൾക്ക് മുന്നറിയിപ്പ് തന്നു. കൊതുകിനെ തുരത്താനുള്ള രണ്ടുതരം സ്പ്രേ കൈയിൽ കരുതി ഞങ്ങൾ യാത്ര തുടങ്ങി. പുൽതൈലം കൊണ്ടുണ്ടാക്കിയതാണ് ഈ സ്പ്രേ. ഓസ്റ്റർസുണ്ടിലെ ഫാർമസിയിൽനിന്ന് വടക്കൻ പട്ടണങ്ങളിലേക്കു പോകുന്നു എന്നും പറഞ്ഞു വാങ്ങിയതാണ്. അതിന്റെ രൂക്ഷഗന്ധം കൊതുകിന് ഇഷ്ടമല്ലത്രെ.

അധികം ആൾപ്പാർപ്പ് ഇല്ലാത്ത വഴികളിലൂടെയാണ് യാത്ര. ഞങ്ങളുടെ താമസസ്ഥലത്തുനിന്നു മുപ്പതു കിലോമീറ്ററോളം ദൂരമുണ്ട് ആഗ്നേറ്റയുടെ ഫോറസ്റ്റ് ലാൻഡിലേക്ക്. റോഡിനിരുവശവും പൈൻമരങ്ങൾ നിറഞ്ഞുനിൽക്കുന്നു. നമ്മുടെ നാട്ടിലെ റബർ മരങ്ങൾ ഇടതൂർന്ന് വളരുന്നപോലെയാണ് എനിക്കവ കണ്ടപ്പോൾ തോന്നിയത്. ചിലയിടങ്ങളിൽ മരങ്ങൾ വെട്ടി പുതിയവ നട്ടുപിടിപ്പിച്ചതായി കാണാം. ടാർ ഇട്ട വഴിയിൽനിന്നും കാറ് ഒരു മൺപാതയിലേക്ക് തിരിഞ്ഞു. ഒരു നെടുനീളൻ ഗേറ്റ് പിന്നിട്ട് മുന്നോട്ട് നീങ്ങി. വേനൽക്കാലത്ത് മാത്രമാണ് ഈ വഴി തുറന്നുകൊടുക്കുക. അതുകഴിഞ്ഞാൽ പിന്നീടാർക്കും ഇങ്ങോട്ടേക്ക് പ്രവേശനം ഇല്ല. ആഗ്നേറ്റ പറഞ്ഞു. ഫോറെസ്റ്റ് ലാൻഡിന്റെ ഉടമസ്ഥരാണ് ഈ വഴിയൊക്കെ പരിപാലിക്കുന്നത്. എല്ലാവർക്കും കൂടി ഒരു അസോസിയേഷൻ ഉണ്ട്. ആ അസോസിയേഷൻ ഫണ്ട് ഉപയോഗിച്ചാണ് വഴി നന്നാക്കുന്നത്. അവൾക്ക് പാരമ്പര്യമായി കിട്ടിയതാണ് നൂറുകണക്കിന് ഏക്കറുകൾ പരന്നുകിടക്കുന്ന ഈ സ്ഥലം.

കൊടുംശൈത്യവും വർഷത്തിൽ പകുതി മാസങ്ങളും വെളിച്ചത്തിന്റെ അഭാവവുമുള്ള ഇന്നാട്ടിൽ മരങ്ങളുടെ വളർച്ച അല്പം പിന്നോട്ടാണ്. നമ്മുടെ നാടുമായി താരതമ്യം ചെയ്തു നോക്കുമ്പോൾ ഏതാണ്ട് രണ്ടിരട്ടിയിലധികം സമയം വേണ്ടി വരും ഒരു മരം പൂർണ്ണവളർച്ചയെത്താൻ.

ആഗ്നേറ്റയോടൊപ്പം ക്ലൗഡ്ബെറി വിളവെടുപ്പിൽ

സംഭവം സത്യമാണെന്ന് എനിക്കും തോന്നിയിരുന്നു. മരങ്ങൾക്കൊന്നും ഒരു ഉന്മേഷം ഇല്ല. ചുരുക്കം പറഞ്ഞാൽ ഒന്നുരണ്ടു തലമുറകൾ കാത്തിരിക്കണം ഒരു മരം വളർന്ന് അതിൽനിന്നും ആദായം ലഭിക്കാൻ. അതിനെല്ലാം പുറമെ മരങ്ങൾ വളർച്ച എത്തുന്നത് വരെയുള്ള പരിപാലനച്ചെലവ് വേറെയും. എന്തിനെയും ഏതിനെയും കച്ചവടക്കണ്ണുമായി മാത്രം കാണുന്ന നമ്മളിൽനിന്നും ഏറെ വ്യത്യസ്തമാണ് ഇന്നാട്ടുകാരുടെ ചിന്തകൾ. ഞാൻ ആഗ്നേറ്റയോടുതന്നെ അതിനുത്തരം തേടി. "ഇതൊക്കെ ഞങ്ങൾ സ്വീഡിഷുകാരുടെ ശീലങ്ങൾ ആണ്. ഞങ്ങൾ ലാഭം ഒന്നും പ്രതീക്ഷിച്ചല്ല ഇതൊക്കെയും ചെയ്യുന്നത്." അവർ പറഞ്ഞു. എനിക്കത് കേട്ടപ്പോൾ അത്ഭുതം തോന്നി. നമ്മുടെ നാട്ടിൽ ആയിരുന്നെങ്കിൽ ഇവിടം റിസോർട്ടുകൾ പണിതു നാശമാക്കിയേനെ.

"ഇത്ര നേരം കഴിഞ്ഞിട്ടും നമ്മൾ പ്രതീക്ഷിച്ച ആളെ കണ്ടില്ലല്ലോ?" ഞാൻ ആശ്ചര്യത്തോടെ ചോദിച്ചു.

അല്പംപോലും സന്ദേഹമില്ലാതെ ആഗ്നേറ്റ എന്റെ ചോദ്യത്തിനുത്തരം തന്നു. "സാധാരണ ഇവിടം കൊതുകുകളെ കൊണ്ട് മൂടാറാണ് പതിവ്. എന്നാൽ പതിവിൽ നിന്നു വ്യത്യസ്തമായി ഇന്ന് നല്ല കാറ്റുണ്ട്. അതുകൊണ്ടു കൊതുക് ഒട്ടുംതന്നെ അടുക്കില്ല."

നോക്കെത്താ ദൂരത്തോളം പരന്നുകിടക്കുന്ന ഈ മരക്കാടുകൾ വടക്കൻ സ്വീഡനിലെ വലിയൊരു വ്യവസായമാണ്. ഏതാണ്ട് നാല്പത്തിയെട്ടു ശതമാനം കാടുകളും സ്വകാര്യ ഉടമസ്ഥതയിലാണ്. ആകെ വിസ്തൃതിയുടെ പതിനാറു ശതമാനം പർവതങ്ങൾ നിറഞ്ഞ സ്വീഡനിൽ, ഏതാണ്ട് എഴുപതു ശതമാനം ഭൂമിയും വനപ്രദേശമാണ്. കടലാസ് പൾപ്പ് കയറ്റുമതിയിൽ ലോകത്തിൽ മുൻനിരയിലാണ് സ്വീഡന്റെ സ്ഥാനമെന്നത് എനിക്ക് പുതിയൊരു അറിവായിരുന്നു.

ഒരുകാലത്ത് തടിവ്യവസായത്തിന് പേരുകേട്ട നാടുകൾ ആയിരുന്നു നോർത്ത് സ്വീഡനിലെ വിൽഹെൽമിന പോലുള്ള പട്ടണങ്ങൾ. തടിമില്ലുകളും മറ്റും ഉണ്ടായിരുന്ന ഇന്നാട്ടിൽ ഇന്ന് അവയെല്ലാം പൂട്ടിക്കെട്ടി. ഇപ്പോൾ മരങ്ങൾ മുറിച്ച് വലിയ തുറമുഖനഗരങ്ങളിലേക്ക് കയറ്റിക്കൊണ്ടു പോകുകയാണ്. അവിടെ അവ പേപ്പറുകളും ബോർഡുകളും മറ്റുമായി രൂപാന്തരം പ്രാപിക്കുന്നു.

“ഇവിടെനിന്നും 15 കിലോമീറ്റർ മാറി മാൽഗൊവിക് എന്ന എന്റെ ജന്മഗ്രാമമുണ്ട്. അവിടം കാണാൻ നിങ്ങൾക്ക് താല്പര്യമുണ്ടോ?” ആഗ്നേറ്റയുടെ ആ ചോദ്യം ഞങ്ങളെ ആവേശഭരിതരാക്കി.

ഞങ്ങളെയും കൂട്ടി ആഗ്നേറ്റ ഗ്രാമക്കാഴ്ചകളിലേക്കു കാറോടിച്ചു. എത്ര മനോഹരമാണ് ഈ നാട്.

മനുഷ്യർ ചൂഷണം ചെയ്യാത്ത, പ്രകൃതി കനിഞ്ഞ് അനുഗ്രഹിച്ചിരിക്കുന്ന ഈ ഭൂപ്രദേശം ഇവർ എത്ര സുന്ദരമായാണ് പരിപാലിക്കുന്നത്. വഴിയിലുടനീളം തടിയിൽ തീർത്ത വലിയ സ്റ്റാന്റുകൾ കാണാമായിരുന്നു. കൗതുകം ലേശം കൂടുതലുള്ള ഞാൻ, അതെന്താണെന്ന് ചോദിച്ചറിഞ്ഞു. സെപ്തംബർ, ഒക്ടോബർ സ്വീഡനിൽ പൊതുവെ വേട്ട നടക്കുന്ന മാസങ്ങളാണ്. പ്രത്യേകിച്ച് മൃഗങ്ങൾ ധാരാളമുള്ള നോർത്ത് സ്വീഡനിൽ. അതിനായി വേട്ടക്കാർ തയ്യാറാക്കിയിരിക്കുന്ന സ്റ്റാന്റുകൾ ആണ് അവയെല്ലാം. മൂസ്സ് (നമ്മുടെ മ്ലാവ് പോലുള്ള) മൃഗങ്ങളെ നിശ്ചിത എണ്ണം വേട്ടയാടാൻ സ്വീഡൻ അനുമതി കൊടുത്തിട്ടുണ്ട്. അതും പ്രത്യേകം ലൈസൻസ് ഉള്ള വേട്ടക്കാർക്ക്. ആഗ്നേറ്റ പറഞ്ഞ വേട്ടക്കഥകൾ കേട്ടപ്പോൾ എന്റെ മനസ്സ് ഒരുനിമിഷം നമ്മുടെ നാട്ടിലേക്ക് സഞ്ചരിച്ചു. മൃഗവേട്ട നിരോധിച്ച നമ്മുടെ നാട്ടിൽ കാട്ടുപന്നി വിളവുകൾ നശിപ്പിച്ചതും കടുവ കടിച്ചു കീറി കൊന്ന മനുഷ്യരുടെ കഥകളും അടിക്കടി പത്രങ്ങളിൽ വരാറുള്ള കാര്യം ഞാൻ ഓർത്തു.

സ്വീഡനിലെ ഡ്രൈവിങ് പരീക്ഷയ്ക്ക് തയ്യാറെടുക്കുമ്പോഴാണ് ഞാൻ ഇവിടത്തെ മൃഗങ്ങളെപ്പറ്റി പഠിക്കുന്നത്. നമ്മുടെ ഉഷ്ണമേഖലാപ്രദേശങ്ങളിൽ കാണുന്ന കടുവയും പുലിയും ആനയും ഒന്നും സ്വീഡിഷ് കാടുകളിൽ മഷിയിട്ടുനോക്കിയാൽ കാണില്ല. അപ്പോൾ ആരാണ് സ്വീഡിഷ്

കാട്ടുകളിലെ രാജാവ്? അത് മൂസ്സ് തന്നെ. നമ്മുടെ മ്ലാവിനെപോലെയുള്ള ശരീരവും ഏതാണ്ട് പതിനെണ്ണൂറ് കിലോ തൂക്കവും ഉള്ള ഒരു ആജാനുബാഹുവാണ് കക്ഷി. മൂസിനെ കൂടാതെ കാട്ടുപന്നിയും സ്വീഡിഷ് കാടുകളിൽ വിഹരിക്കുന്നുണ്ട്. മൂസ്സിനെ പറ്റി പറയുമ്പോൾ വളരെ രസകരമായ ഒരു കാര്യം ഞാൻ അടുത്തിടെ പഠിച്ചത് ഓർത്തു. സ്വീഡിഷ് ഡ്രൈവിങ് ലൈസൻസ് തിയറി പരീക്ഷയിലെ സിലബസിൽ മൂസ്സ് വട്ടം ചാടിയാൽ അപകടം ഒഴിവാക്കാനാവാതെ വന്നാൽ ഏതു ഭാഗത്ത് ഇടിക്കണം എന്നുപോലും പഠിപ്പിക്കുന്നുണ്ട്. വണ്ടി വെട്ടിച്ച് മൂസ്സിന്റെ നിതംബഭാഗത്തേക്ക് ഇടിക്കണം എന്നാണ് സ്വീഡിഷുകാരുടെ തന്ത്രം. അല്ലെങ്കിൽ കക്ഷി കാറിന്റെ പുറത്തേക്കു വീണ് യാത്രികർക്ക് പരിക്കേൽക്കാൻ സാധ്യതയുണ്ട്.

ഇത്രയും പ്രകൃതിസ്നേഹികളായ ഇവർ എന്തിനാണ് മൃഗങ്ങളെ വേട്ടയാടുന്നത്? മൃഗങ്ങൾ മനുഷ്യരുടെ നിലനിൽപ്പിനും സൈ്വരവിഹാരത്തിനും തടസ്സമാവുന്നതിനാലാവാം ഇവർ വർഷാവർഷം വേട്ടയാടുന്നത്.

സ്വീഡനിൽ സെപ്തംബർ മുതൽ നവംബർ വരെ ഏറ്റവും അധികം അപകടം നടക്കുന്നത് റോഡിൽ ഇറങ്ങുന്ന മൃഗങ്ങളെ ഇടിച്ചിട്ടാണ്. ഇത്തരം മൃഗങ്ങളെ ഇടിച്ചിട്ടാൽ പിന്നെ പോലീസിനെ അറിയിക്കാതെ സ്ഥലം കാലിയാക്കാനും പറ്റില്ല. ഈ മൃഗങ്ങൾക്കെല്ലാം സർക്കാരിന്റെ പക്കൽ കണക്കുണ്ട്.

ഇനി സംഭവം തട്ടിപ്പോയാൽ പ്രാദേശിക വേട്ടക്കാർക്കാണ് ഇറച്ചിയുടെ അവകാശം. മൃഗങ്ങളെ വേട്ടയാടുന്നതിന് നിയമം നടപ്പാക്കിയിരിക്കുന്ന രാജ്യമാണ് സ്വീഡൻ. എല്ലാ വർഷവും ജൂൺ ഒന്ന് മുതൽ അടുത്ത വർഷം ജൂലൈ 30 വരെയാണ് സ്വീഡിഷ് ഹണ്ടിങ്ങിന്റെ കാലയളവ്. ഹണ്ടിങ് താല്പര്യം ഉള്ളവർ ഹണ്ടിങ് പരീക്ഷയും പാസായി നിശ്ചിത തുക ലൈസൻസ് ഫീസ് ആയി അടയ്ക്കുകയും വേണം. സ്വീഡിഷ് ഹണ്ടിങ് പെർമിറ്റ് ഉള്ള ആർക്കും നിയമങ്ങൾ പാലിച്ച് വേട്ടയാടാൻ സാധിക്കും. മൂസ്സ്, കാട്ടുപന്നി തുടങ്ങി ഒട്ടനവധി മൃഗങ്ങളെയും പക്ഷികളെയും വേട്ടയാടാൻ സ്വീഡൻ അനുമതി കൊടുത്തിട്ടുണ്ട്. സ്വീഡനിലാകമാനം നാല് ലക്ഷം മൂസ് ഉണ്ടെന്നാണ് കണക്കുകൾ സൂചിപ്പിക്കുന്നത്. അതിൽ ഓരോ വർഷവും ഒരുലക്ഷത്തോളം എണ്ണം വേട്ടയിൽ കൊല്ലപ്പെടുന്നുമുണ്ട്. മൂസിനെ ഇടിച്ചുള്ള കാർ അപകടങ്ങൾ വർഷത്തിൽ ഏതാണ്ട് ആറായിരത്തിലധികം വരുമെന്നാണ് കണക്കുകൾ.

ഇനി കാട്ടുപന്നികളുടെ കണക്കെടുത്താൽ 2022 ൽ 5100 ലധികം ട്രാഫിക് അപകടങ്ങൾ ഇവ മൂലം ഉണ്ടായിട്ടുണ്ട്. 2020 ൽ 84,500 ടൺ വിളകൾ കാട്ടുപന്നികൾ നശിപ്പിച്ചു, ഇത് 1.1 ബില്യൺ ക്രോണറിന്റെ (100 ദശലക്ഷം യൂറോ) നഷ്ടമാണ് കർഷകർക്ക് വരുത്തിയത്. സ്വീഡ

നിൽ ആശങ്ക വിതച്ചതിൽ പന്നികൾ മാത്രമല്ല ചെന്നായ്ക്കളുമുണ്ട്. യൂറോപ്യൻ യൂണിയന്റെ സംരക്ഷണ നിർദേശങ്ങൾ ലംഘിക്കുന്ന തരത്തിൽ ചെന്നായകളുടെ എണ്ണം പകുതിയായി കുറയ്ക്കുമെന്ന് 2022 മെയ് മാസത്തിൽ സ്വീഡിഷ് സർക്കാർ പ്രഖ്യാപിച്ചിരുന്നു. ചെന്നായ്ക്കളെ വേട്ടയാടാനുള്ള ലൈസൻസുകളുടെ എണ്ണം കഴിഞ്ഞ വർഷത്തെ അപേക്ഷിച്ച് ഈ വർഷം നാലിരട്ടിയായി ഉയർത്താനും പ്ലാനുണ്ട്.

ഞങ്ങളുടെ കാർ മാൽഗൊവിക് എന്ന ആഗ്നേറ്റയുടെ ജന്മഗ്രാമത്തിലൂടെ കടന്നുപോകുകയാണ്. അവിടവിടെയായി വീടുകൾ കാണാം. ഫാമുകളും കൃഷിയിടങ്ങളുമൊക്കെ നിറഞ്ഞ മനോഹരമായ ഈ ഗ്രാമത്തിൽ ജനവാസം തീരെ കുറവാണെന്ന് ഒറ്റനോട്ടത്തിൽത്തന്നെ മനസ്സിലാവും.

1943 ഡിസംബർ മാസത്തിൽ ഇവിടെ രേഖപ്പെടുത്തിയ മൈനസ് 53 ഡിഗ്രി സെൽഷ്യസ് ആണ് സ്വീഡിഷ് ചരിത്രത്തിലെ ഏറ്റവും കുറഞ്ഞ താപനില. അല്പനേരം ഗ്രാമത്തിന്റെ കാഴ്ചകൾ നടന്നുകണ്ടു. അതിസുന്ദരമായ മലനിരകളുടെ താഴ്വാരത്തിൽ ഉറങ്ങുന്ന ഗ്രാമം. അങ്ങിങ്ങായി ആടുകളെയും പശുക്കളെയും മേയാൻ വിട്ടിരിക്കുന്നു. പച്ച പുൽമേടുകളും മരങ്ങളും സൂര്യപ്രഭയിൽ സ്വർണ്ണവസ്ത്രങ്ങൾ ധരിച്ചിരിക്കുന്നു. സമയം വൈകിയപ്പോൾ ഞങ്ങൾ വിൽഹെൽമിന പട്ടണത്തിലേക്കു തിരികെ കാറോടിച്ചു.

ബെർഗ്മാൻസ് റെസ്റ്റോറന്റിൽനിന്ന് ഭക്ഷണം കഴിച്ചിട്ട് തിരികെ താമസസ്ഥലത്തേക്ക് പോകാമെന്ന് പറഞ്ഞത് റീനയാണ്. ആഗ്നേറ്റയ്ക്കും ആ പ്ലാൻ ഇഷ്ടപ്പെട്ടു. റെയിൻഡിയറിന്റെയും മൂസ്സിന്റെയും ഇറച്ചി കൊണ്ടുള്ള വിഭവങ്ങൾ, പുകയത്ത് ഉണക്കിയെടുത്ത സാൽമൺ കൊണ്ടുള്ള വിഭവങ്ങൾ, അങ്ങനെ വ്യത്യസ്ത ഭക്ഷണവിഭവങ്ങൾകൊണ്ട് സമ്പുഷ്ടമായിരുന്നു അത്താഴം.

സ്വീഡനിലെ സാമികൾ

നോർത്ത് സ്വീഡനിൽ കാണപ്പെടുന്ന ഒരു പ്രത്യേക ഗോത്രജനതയാണ് സാമി വംശജർ. വിൽഹെൽമിനയിൽ തുടങ്ങി സ്വീഡന്റെ വടക്കേയറ്റത്തെ പട്ടണത്തിൽവരെ ഇവരുടെ സാന്നിധ്യമുണ്ട്. ഏതാണ്ട് ഇരുപതിനായിരത്തോളം വരും അംഗസംഖ്യ. സ്വീഡൻ, നോർവേ ഫിൻലൻഡ്, റഷ്യയുടെ ചില ഭാഗങ്ങൾ എന്നിവിടങ്ങളിലെ കൊടും തണുപ്പുള്ള പ്രദേശങ്ങളിലാണ് ഇവരുടെ താമസം. റെയിൻഡീറിനെ വളർത്തുക, മനോഹരമായ കത്തികളും കരകൗശലവസ്തുക്കളും നിർമ്മിക്കുക തുടങ്ങിയവയാണ് ഇവരുടെ പ്രധാന വരുമാനമാർഗങ്ങൾ. എന്നാൽ ഇപ്പോൾ സാമി ഗോത്രത്തിലെ പുതിയ തലമുറയിലെ പലരും തങ്ങളുടെ പരമ്പരാഗത തൊഴിൽ ഉപേക്ഷിച്ച് മറ്റു തൊഴിലുകളിലേക്ക് ചുവടുമാറ്റിക്കഴിഞ്ഞു.

സാമികൾ ലോകത്തിലെ ആദ്യ തദ്ദേശവാസികളിൽ ഒന്നാണ്. സ്വീഡനിൽ ദേശീയ ന്യൂനപക്ഷ പരിരക്ഷയും ഇവർക്ക് നൽകിയിട്ടുണ്ട്. ഇവരുടെ സംസ്കാരം, ഭാഷ, പാരമ്പര്യം ഒക്കെയുംതന്നെ നിയമത്താൽ പരിരക്ഷിക്കപ്പെട്ടിട്ടുണ്ട്. ഇവിടത്തെ മുനിസിപ്പാലിറ്റിയിൽ ഇവർക്ക് പ്രതിനിധിയും ഉണ്ട്. ഇവിടെ സാമി വംശജരുടെ ഒരു സെറ്റിൽമെന്റിന്റെ മാതൃക നിർമ്മിച്ചിട്ടുണ്ട്. അത് കാണുവാനാണ് ഞങ്ങൾ ആദ്യം പോകുന്നത്. മരങ്ങൾ വെട്ടി ഒരു ടെന്റിന്റെ ആകൃതിയിലാണ് വീടുകൾ നിർമ്മിച്ചിരിക്കുന്നത്. കൂടാതെ നമ്മുടെ ഏറുമാടം പോലെയുള്ള ചെറിയ വീടുകളും അവിടെ കാണാൻ കഴിയും.

കട മുതലാളി കാരിൻ

കഴിഞ്ഞ ദിവസം ആഗ്നേറ്റ ഞങ്ങളോട് സാമി മ്യൂസിയത്തെ പറ്റി പറഞ്ഞിരുന്നു. സെറ്റിൽമെന്റിന്റെ മാതൃക കണ്ടതിനുശേഷം ഞങ്ങൾ അവിടേക്കു പോയി. പോകുന്ന വഴിക്കു സെക്കൻഡ് ഹാൻഡ് സാധനങ്ങൾ വിൽക്കുന്ന ഒരു കട ഞങ്ങളുടെ കണ്ണിലുടക്കി. വസ്ത്രങ്ങൾ, പാദരക്ഷകൾ, പാത്രങ്ങൾ, ഫർണീച്ചറുകൾ എന്ന് വേണ്ട എന്തും നമുക്കവിടെ

ലഭിക്കും. നമ്മുടെ നാട്ടിൽ പൊതുവെ ഒരാൾ ഉപയോഗിച്ച വസ്തുങ്ങളും പാദരക്ഷകളും മറ്റും മറ്റൊരാൾ പണം കൊടുത്തു വാങ്ങാറില്ല. മുൻപ് നോർവേയിൽ ജീവിക്കുന്ന കാലത്താണ് സുസ്ഥിരതയെ പറ്റിയുള്ള ഇവിടത്തുകാരുടെ ചിന്താഗതി ശ്രദ്ധയിൽ പെട്ടത്. പലയിടത്തും ഫ്ളീ മാർക്കറ്റുകൾ സംഘടിപ്പിച്ച പഴയ സാധനങ്ങൾ വിൽക്കുന്നു. അവിടെയാകട്ടെ ആളുകളുടെ തിക്കും തിരക്കും. ആദ്യം അല്പം അമ്പരപ്പുളവാക്കി. ഇത്രയും നല്ല ജീവിതസാഹചര്യവും പണവും ഒക്കെയുള്ള ഇവർ ഇത്രയ്ക്കു പിശുക്കന്മാരാണോ എന്ന ചിന്തയാണ് മനസ്സിൽ ആദ്യം ഓടിയെത്തിയത്. പിന്നീടാണ് ഇത് ഇവരുടെ സംസ്കാരത്തിന്റെ ഭാഗമാണെന്നും മനസ്സിലായത്. സുസ്ഥിരതയിൽ (Sustainability) വിശ്വസിക്കുന്ന ഇവർ സാധനങ്ങൾ പുനരുപയോഗിക്കാൻ വളരെ ശ്രദ്ധ ചെലുത്തുന്നുണ്ട്. ഒട്ടുമിക്ക പട്ടണങ്ങളിലും ഇതുപോലെയുള്ള ഉപയോഗിച്ച സാധനങ്ങൾ വിൽക്കുന്ന കടകളുണ്ട്.

ഓരോ നാട്ടിൽ പോകുമ്പോഴും അവിടത്തെ ഓർമ്മയ്ക്കായി ഫ്രിഡ്ജിന്റെ ഡോറിൽ ഒട്ടിക്കാവുന്ന ഒരു സുവനീർ വാങ്ങുക എന്റെ പതിവാണ്. സെക്കന്റ് ഹാൻഡ് ഷോപ്പിന്റെ അടുത്തുതന്നെയുള്ള ഒരു ഫാൻസി സ്റ്റോറിലേക്കാണ് ഞങ്ങൾ നടന്നുകയറിയത്. “ഹൗ വാസ് യുവർ ഫോറസ്റ്റ് വിസിറ്റ്..?” ചോദ്യം കേട്ട് ഞങ്ങൾ ഞെട്ടിപ്പോയി. അമ്പരപ്പോടെ ഞാൻ ചോദിച്ച “ഹൗ ഡിഡ് യു നോ ദാറ്റ് വീ വെന്റ് ?”

ആഗ്നേറ്റ ഞങ്ങളുടെ ഫോറസ്റ്റ് വിസിറ്റിന്റെ പടം പിടിച്ച് ഫേസ്ബുക്കിൽ ഇട്ടിരുന്നു. നമ്മുടെ നാട്ടിൻപുറങ്ങളിൽ വാർത്തകൾ പടരുന്ന പോലെ ഇന്ത്യൻ ഫാമിലി വിൽഹെൽമിന പട്ടണം കാണുവാൻ വന്നത് കാട്ടുതീ പോലെ പടർന്നിരുന്നു.

സുവനീറും വാങ്ങി പണം കൊടുക്കാൻ കൗണ്ടറിൽ ചെന്നപ്പോൾ പണമൊന്നും വേണ്ട ഇത് ഞങ്ങളുടെ സ്നേഹസമ്മാനമാണെന്ന് കട മുതലാളി കാരിൻ. വിൽഹെൽമിനയിലെ പ്രധാന കച്ചവടസ്ഥാപനമാണ് കാരിന്റെ കട. കോവിഡ് മഹാമാരി കാരണം ടൂറിസ്റ്റുകളുടെ എണ്ണത്തിൽ ഉണ്ടായ ഇടിവ് ഇവരെയും ബാധിച്ചു. ജർമൻ, നോർവീജിയൻ വിനോദസഞ്ചാരികൾ നിരന്തരം വന്നുകൊണ്ടിരുന്ന ഇവിടെ ഇന്ന് വരുന്നത് വിരലിൽ എണ്ണാവുന്നവർ മാത്രം.

സാമി മ്യൂസിയത്തിൽ ചെന്നപ്പോഴും ഇന്ത്യക്കാർ എന്ന പരിഗണന ഞങ്ങൾക്ക് ലഭിച്ചു. സാമി വിഭാഗത്തിൽ പെട്ട ദമ്പതികൾ നടത്തുന്ന ആ കടയിൽ, ലക്ഷങ്ങൾ വിലമതിക്കുന്ന കരകൗശലവസ്തുക്കൾ വില്പനക്കുണ്ട്. പലതും റെയ്ൻഡീറിന്റെ കൊമ്പുകൊണ്ടും തുകലുകൊണ്ടും നിർമ്മിച്ചവ. അതുകൂടാതെ സാമി ഡിസൈൻസ് പ്രതിഫലിപ്പിക്കുന്ന പലതരം ഫ്ളോർ മാറ്റുകളും വില്പനയ്ക്ക് വെച്ചിരിക്കുന്നു. അവ നിർമ്മിക്കു

സാമി മ്യൂസിയത്തിൽ

ന്നത് ഇന്ത്യയിൽ ആണെന്ന രഹസ്യം അവർ പറഞ്ഞപ്പോൾ അഭിമാന പൂരിതമായി ഞങ്ങളുടെ അന്തരംഗം.

സാമി മ്യൂസിയവും കടയും സന്ദർശിച്ചതിനുശേഷം വിൽഹെൽമിന ബസ് സ്റ്റേഷനും താണ്ടി ഞങ്ങൾ റെയിൽവേ സ്റ്റേഷനിൽ എത്തി. രാവിലെയും വൈകിട്ടും മാത്രം കടന്നുപോകുന്ന ഇൻലാൻഡ് ട്രെയിൻ മാത്രമാണ് ഈ സ്റ്റേഷനിൽ കൂടി പോകുന്ന ഏക ട്രെയിൻ. മഞ്ഞയും വെള്ളയും ചായം പൂശിയ സുന്ദരമായ സ്റ്റേഷൻ കെട്ടിടം. അതിന്റെ ഒരു കോണിൽ ചെറിയ വാതിൽ. മുഖത്തു നന്നായി ചുളിവ് വീണ ഒരു മുത്തശ്ശി അല്പം വളഞ്ഞ് വാതിൽ പിടിച്ചുകൊണ്ടു നിൽക്കുന്നു.

കാരിൻ മുത്തശ്ശി

പുറത്തു നിൽക്കുന്ന സ്ത്രീയോട് എന്തൊക്കെയോ കുശലം പറയുകയാണ് മുത്തശ്ശി. ഞങ്ങൾ അവരുടെ അടുത്തേക്ക് ചെന്നു. സ്ഫുടമല്ലാത്ത ഇംഗ്ലീഷിൽ ഞങ്ങളോട് അവർ സംസാരിച്ചു. ഇന്ത്യയിൽ നിന്നാണെന്നു പറഞ്ഞപ്പോൾ രണ്ടുപേരുടെയും മുഖത്ത് അമ്പരപ്പ്. എന്നാൽ ഞങ്ങൾ സ്റ്റോക്ക്ഹോമിലാണ് ജോലി ചെയ്യുന്നതെന്ന് പറഞ്ഞപ്പോൾ അവരുടെ ആദ്യത്തെ അമ്പരപ്പ് മാറി.

അവരുടെ രണ്ടു കാലിലും നീര് വന്നു വീർത്തിരിക്കുന്നത് ഞാൻ ശ്രദ്ധിച്ചു. വാതിലിൽനിന്നുള്ള പിടി വിട്ടാൽ ചിലപ്പോഴവർ താഴേക്ക് വീഴും. പ്രായം അത്രയ്ക്ക് തളർത്തിയിട്ടുണ്ട്. കൂടെയുള്ള സ്ത്രീക്ക് അത്ര പ്രായം തോന്നിക്കുന്നില്ല. ഒരു പത്തൻപത്തഞ്ചു വയസ്സ്.

“നിങ്ങൾ എന്റെ വീട്ടിലേക്കു കയറുന്നോ?” അപരിചിതത്വം ഒട്ടുമില്ലാതെ മുത്തശ്ശി ഞങ്ങളെ ക്ഷണിച്ചു.

സന്തോഷപൂർവം ഞങ്ങളവരുടെ ക്ഷണം സ്വീകരിച്ചു.

അതിഥികളെ സ്വീകരിക്കുന്ന സന്തോഷത്തിൽ അവർ വാതിലിൽ നിന്ന് പിടിവിട്ട് വേഗത്തിൽ പടികൾ കയറി. പിന്നാലെ ഞങ്ങളും, കൂടെയുണ്ടായിരുന്ന സ്ത്രീയും.

ഞങ്ങൾക്ക് എന്ത് നൽകും എന്ന അങ്കലാപ്പിലായി അവർ. സ്ട്രോബെറിയും കേക്കും ഒരു പാത്രത്തിലാക്കി ക്രീസിനും സ്റ്റീവിനും നൽകി.

സ്ത്രീ സ്വയം പരിചയപ്പെടുത്തി. “ഞാൻ കത്രീന. ഇവിടെ അടുത്ത പട്ടണത്തിലാണ് താമസം. ഇതെന്റെ അമ്മയാണ്. പേര് കാരിൻ. അമ്മ ഒറ്റയ്ക്കാണ് ഇവിടെ താമസം. ഇടയ്ക്കിടയ്ക്ക് ഞാൻ അമ്മയെ കാണാൻ വരും.”

കാരിൻ മുത്തശ്ശി

"എങ്ങനെയാണ് റെയിൽവേ സ്റ്റേഷൻ കെട്ടിടത്തിൽ താമസമാക്കിയത്?" പതിവുപോലെ എന്റെ ജിജ്ഞാസ ചോദ്യങ്ങളായി.

മറുപടി പറഞ്ഞത് മുത്തശ്ശിയാണ്. "എന്റെ ഭർത്താവ് ഇവിടത്തെ സ്റ്റേഷൻ മാസ്റ്ററായിരുന്നു. ഭർത്താവിന്റെ മരണശേഷവും ഞങ്ങൾ വാടകക്കാരായി ഇവിടെ തുടർന്നു."

"അമ്മയ്ക്ക് ഈ സ്ഥലം ഉടനെ ഒഴിഞ്ഞുകൊടുക്കേണ്ടിവരും. ഈ പ്രോപ്പർട്ടി മുനിസിപ്പാലിറ്റിയുടേതാണ്. അവർ അല്പം സാമ്പത്തിക ഞെരുക്കത്തിലാണ്. ഇത് വിൽക്കാനുള്ള പ്ലാൻ അവർ തുടങ്ങിയിട്ടുണ്ട്." കാരിൻ പറഞ്ഞതിനോട് കത്രീന കൂട്ടിച്ചേർത്തു.

അത്രയുംനേരം പുഞ്ചിരിച്ചുകൊണ്ടിരുന്ന മുത്തശ്ശിയുടെ സന്തോഷത്തിൽ നിഴൽ പരക്കുന്നത് ഞാൻ ശ്രദ്ധിച്ചു.

"ആരാണ് ഇവിടെ പിയാനോ വായിക്കുന്നത്?" മുറിയുടെ മൂലയ്ക്കിരിക്കുന്ന പിയാനോ നോക്കി റീന ചോദിച്ചു.

"അമ്മയുടെ പിയാനോയാണ്. അമ്മ ചെറുപ്പത്തിൽ സംഗീതം പഠിച്ചിട്ടുണ്ട്.. " കത്രീന മറുപടിപറഞ്ഞു.

അതിഥികളെ സന്തോഷിപ്പിക്കാൻ മുത്തശ്ശി പിയാനോ വായനയിലേക്ക് കടന്നു. കാലുകൊണ്ട് പെഡൽ ചവിട്ടി വേണം അത് വായിക്കാൻ. പിയാനോ സംഗീതം അവരുടെ മുഖത്തെ സന്തോഷം തിരികെ കൊണ്ടുവന്നു.

ഭിത്തിയിൽ നിറയെ ബ്ലാക്ക് ആൻഡ് വൈറ്റ് ചിത്രങ്ങളാണ്. അതിൽ ഓരോ ചിത്രങ്ങളും ഓരോ ഓർമ്മകളാണവർക്ക്. മുത്തശ്ശി ഓരോ ചിത്രങ്ങളും ഞങ്ങൾക്ക് പരിചയപ്പെടുത്തുകയാണ്. മകൾ സ്കോട്ലൻഡിൽ പഠനത്തിനായി പോയതിനുശേഷം കത്രീനയും ഒറ്റയ്ക്കാണ് താമസം.

മുത്തശ്ശിയുടെ വിശേഷങ്ങൾ പറഞ്ഞുതീരുന്നില്ല. മഞ്ഞുകാലത്തെ ഇവിടത്തെ ഏകാന്തജീവിതത്തെപ്പറ്റിയാണ് അവർ പറയുന്നത്. കൊടും ശൈത്യം അനുഭവപ്പെടുന്ന ഇടമാണിത്. വീടിന്റെ ജനാലയിൽക്കൂടി പുറത്തേക്കു നോക്കിയാൽ റെയിൽവേ പാളത്തിനപ്പുറം സുന്ദരമായ ഒരു തടാകം കാണാം. മഞ്ഞുകാലത്ത് ഈ തടാകം ഐസിൽ പൊതിയും. റെയിൽവേപാളവും സ്റ്റേഷൻകവാടവും എല്ലാം മഞ്ഞിന്റെ പുതപ്പിനുള്ളിലാവും. ഞാൻ ഈ വീട്ടിൽ ഒറ്റയ്ക്കും. കാരിൻ ശൈത്യകാലജീവിതത്തെ വിവരിക്കുകയാണ്.

"മഞ്ഞു മൂടിയ നാളുകളിൽ ഞാൻ തടാകം നോക്കിയിരിക്കും. അതിന്റെ ദൂരക്കാഴ്ചകൾ ആണ് മഞ്ഞുകാലത്തെ എന്റെ നേരമ്പോക്ക്. മകൾ ഇടയ്ക്കു വരുമ്പോഴാണ് ആരെയെങ്കിലും കണ്ടു സംസാരിക്കുന്നത്."

അവരുടെ ഏകാന്തജീവിതം ഞങ്ങൾ നേരിട്ട് കണ്ടതിലും ബുദ്ധിമുട്ടേറിയതാണ്. മനുഷ്യരെ കാണാതെ ഒറ്റയ്ക്ക് ഒരു വീട്ടിൽ കഴിയുക! അതും കൊടുംതണുപ്പിൽ. അങ്ങനെയൊരു ജീവിതം നയിക്കുന്ന ഇവരുടെ മുഖത്ത് അതിന്റെ സങ്കടങ്ങളൊന്നും കാണാനുമില്ല.

ഞങ്ങൾ യാത്ര പറയാനൊരുങ്ങി.

പെട്ടെന്ന് അമ്മയും മകളും കൂടി മുറിയിൽ മാറി നിന്ന് എന്തോ അടക്കിപ്പിടിച്ചു സംസാരിക്കുന്നത് കണ്ടു. മുത്തശ്ശി അതിന് ശേഷം മുറിക്കകത്തേക്കുപോയി തുകൽ പിടിയുള്ള ഒരു ചെറിയ കത്തി എടുത്തുകൊണ്ടുവന്നു.

കാരിൻ മുത്തശ്ശി നൽകിയ സമ്മാനം

"നിങ്ങൾ ഞങ്ങളുടെ നാട് സന്ദർശിച്ചതിന്റെ ഓർമ്മയ്ക്കായിട്ട് ഇതിരിക്കട്ടെ" എന്ന് പറഞ്ഞ് ഞങ്ങൾക്കത് സമ്മാനിച്ചു. തുകൽ പിടിയിൽ ചിത്രപ്പണികളുള്ള ഒരു കുഞ്ഞൻ കത്തി. അത് അടച്ചു വെക്കാൻ തുകൽ കൊണ്ട് ഒരു അടപ്പുമുണ്ട്. പൂക്കൾ ആലേഖനം ചെയ്ത അടപ്പിന് കത്തിയേക്കാൾ മനോഹാരിതയുണ്ടായിരുന്നു, വർഷങ്ങളുടെ പഴക്കമുണ്ട് അതിന്. ഒരുപക്ഷേ ഇവർ അമൂല്യസമ്പത്തായി സൂക്ഷിച്ചു വെച്ചിരുന്നതാവാം. അല്പനേരമേ നീണ്ടുനിന്നുള്ളുവെങ്കിലും ഊഷ്മളമായ അവരുടെ ഇടപെടലും സ്നേഹം നിറഞ്ഞ അവരുടെ പെരുമാറ്റവും ഞങ്ങൾക്കു വേറിട്ട അനുഭവം സമ്മാനിച്ചു. ഞങ്ങൾ അവരെ പുണർന്നു. അവരുടെ കണ്ണുകളിൽ സന്തോഷത്തിന്റെ കണ്ണുനീർ.

രാജ്യാതിർത്തികൾ, ഭാഷ, സംസ്കാരം, മതം, ജാതി ഇവയിൽനിന്നെല്ലാം മാറി യാത്രകൾ നമുക്ക് സമ്മാനിക്കുന്ന ഓർമ്മകളിൽ ഒന്നുകൂടി. ഞങ്ങൾ താമസസ്ഥലത്തേക്ക് തിരികെ നടന്നു. മങ്ങിക്കൊണ്ടിരിക്കുന്ന തീയുടെ അവസാന തീക്കനൽ പോലെ ഞങ്ങൾക്കീ പട്ടണത്തിൽ ഒരു രാത്രികൂടി.

പിറ്റേന്ന് സ്റ്റേഷനിൽ എത്തുമ്പോൾ ഞങ്ങളുടെ വരവും കാത്തു കാരിൻ വീടിന്റെ മുൻപിൽ നിലയുറപ്പിച്ചിട്ടുണ്ടായിരുന്നു. ട്രെയിൻ വരാൻ സമയമായെങ്കിലും അവരോട് യാത്ര പറയാതെ പോകാൻ മനസ്സ് അനുവദിച്ചില്ല. വടക്കൻ സ്വീഡനിലെ മനോഹരദൃശ്യങ്ങളും പ്രകൃതിഭംഗിയും ഒക്കെ വിവരിക്കുന്ന ഒരു പുസ്തകം ക്രിസ്സിനും സ്റ്റീവിനും അവർ സമ്മാനമായി നൽകി. സ്വീഡിഷ് ഭാഷയിലുള്ള ആ പുസ്തകം വടക്കൻ സ്വീഡന്റെ കാഴ്ചകളും സംസ്കാരവും ഭക്ഷണരീതികളും എല്ലാം ഉൾക്കൊള്ളിച്ച ഒന്നായിരുന്നു.

ഡാൻ എന്ന വിശാലഹൃദയൻ

ട്രെയിൻ ഉച്ചയോടെ വിൽഹെൽമിന നോറയിൽ കിതച്ചു നിന്നു. ഇനി ഉച്ചഭക്ഷണത്തിനായി പുറത്തേക്കിറങ്ങാം. എന്നാൽ രണ്ടു മണിക്കൂർ മാത്രമേ സ്റ്റോറുമാനിലേക്കുള്ളൂ. ഭക്ഷണം അവിടെ നിന്നാവാം എന്ന് ഞങ്ങൾ മുൻകൂട്ടി തീരുമാനിച്ചിരുന്നു. ഭക്ഷണത്തിനായി പിരിഞ്ഞ മറ്റു യാത്രികർക്കായി ഞങ്ങൾ ട്രെയിനിൽ കാത്തിരുന്നു.

ഉച്ചഭക്ഷണശേഷം ട്രെയിൻ സ്വീഡിഷ് കാറ്റിനെ തലോടി പൈൻ മരങ്ങൾക്കിടയിലൂടെ കുതിപ്പാഞ്ഞു. ഏതു നിമിഷവും ഒരു റെയ്ൻഡീറോ ഒരു മൂസ്സോ പാളത്തിലേക്ക് ചാടിയേക്കാം. അതീവ ശ്രദ്ധയോടെയാണ് എൻജിൻ ഡ്രൈവർ ട്രെയിൻ നിയന്ത്രിക്കുന്നത്.

1741 ൽ വിൽഹെൽമിനയിൽനിന്ന് വന്നവരാണ് സ്റ്റോറുമാനിൽ താമസമാക്കിയത്. 1912 വരെ ഗ്രാമത്തിലെ ജനസംഖ്യ എട്ട് ഫാമുകളിലായി ഏകദേശം 40 പേർ മാത്രമായിരുന്നു. എന്നാൽ 1924 ൽ ഇൻലാൻഡ് റെയിൽവേ നിർമ്മിച്ചതോടുകൂടി പട്ടണം വളരുവാൻ തുടങ്ങി. ജലവൈദ്യുത പദ്ധതികൾ, തടി വ്യവസായം തുടങ്ങിയവ പട്ടണത്തിന്റെ വളർച്ചയിൽ നിർണ്ണായക പങ്കുവഹിച്ചു.

സ്റ്റോറുമാനിൽ ഇന്ന് ഏതാണ്ട് അയ്യായിരത്തോളം ആളുകൾ അധിവസിക്കുന്നുണ്ട്. ഞങ്ങളവിടെ താമസസ്ഥലം ബുക്ക് ചെയ്തതിലും ഒരു രസകരമായ കഥയുണ്ട്. പൊതുവെ സ്കാൻഡിനേവിയയിൽ പരസ്പര വിശ്വാസത്തിൽ ഊന്നിയുള്ള ജീവിതമാണ്. ഇവിടത്തെ കച്ചവടവും കൊടുക്കൽ വാങ്ങലുകളും എല്ലാംതന്നെ ഈയൊരു വിശ്വാസത്തിന്റെ

പുറത്താണ് നടക്കുന്നത്. ഒരിക്കൽപോലും കണ്ടിട്ടില്ലാത്ത ഡാനിനെ ഞങ്ങൾ ഫേസ്ബുക്ക് വഴിയാണ് പരിചയപ്പെടുന്നത്. ഞങ്ങൾ സ്റ്റോറുമാനിൽ വരുന്ന തീയതിയും സമയവും അറിയിച്ചപ്പോൾ ഡാൻ തന്റെ വീട് ഞങ്ങൾക്ക് വാടകയ്ക്ക് തരാമെന്ന് ഏറ്റു. നാട്ടിൽ പലപ്പോഴും ഹോട്ടൽ റൂം ബുക്ക് ചെയ്തിട്ട് യാത്ര ചെയ്ത് സ്ഥലത്തെത്തുമ്പോൾ ഹോട്ടലുകാർ കൈമലർത്തുന്ന കഥകൾ കേട്ട് പരിചയമുള്ള ഞങ്ങൾക്ക് അതൊരു പുതിയ അനുഭവമായിരുന്നു.

ഡാൻ ഞങ്ങളെയും കാത്ത് സ്റ്റോറുമാൻ റെയിൽവേ സ്റ്റേഷനിൽ നിൽപ്പുണ്ട് എന്ന മെസ്സേജും സ്റ്റോറുമാനിൽ എത്താറായി എന്ന ട്രെയിനിലെ അറിയിപ്പും ഒരുമിച്ചെത്തി. വിൽഹെൽമിനയുമായി താരതമ്യം ചെയ്യുമ്പോൾ സ്റ്റോറുമാൻ സ്റ്റേഷൻ അല്പം കൂടി പ്രൗഢി അവകാശപ്പെടാവുന്ന ഒന്നാണ്. എന്നാൽ നമ്മുടെ നാട്ടിലെ ഒരു റെയിൽവേ സ്റ്റേഷന്റെ വലിപ്പമോ തിരക്കോ ഒന്നുംതന്നെ ഇവിടെ കാണുവാൻ സാധിക്കില്ല. ഇൻലാൻഡ്സ് ബാനൻ തീവണ്ടി ഓടിത്തുടങ്ങിയതിനുശേഷം വന്ന വികസനങ്ങളാണ് ഇവിടെ കാണാവുന്നത്.

ഡാൻ ഞങ്ങളെയും കാത്ത് സ്റ്റേഷൻ കവാടത്തിൽത്തന്നെ നിലയുറപ്പിച്ചിട്ടുണ്ടായിരുന്നു. വോൾവോ V60 മോഡൽ കാർ ആണ് ഡാനിന്റേത്. മികച്ച സുരക്ഷാക്രമീകരണങ്ങളുള്ള അത്യാവശ്യം ആഡംബരങ്ങളുള്ള ഒരു പതിപ്പാണ് ഈ V60. ഇതിപ്പോ ഇവിടെ പറയുന്നത് എന്തിനെന്നായിരിക്കും. വോൾവോ ഒരു സ്വീഡിഷ് നിർമ്മിതി ആയതുകൊണ്ടുതന്നെ. അതുമാത്രമല്ല ഫർണിച്ചർ ലോകത്തെ ഭീമന്മാരായ ഐക്കിയ, ഫാഷൻ തുണിത്തരങ്ങൾ വിൽക്കുന്ന ലോകത്തിലെ വലിയ വ്യവസായി എച്ച് ആൻഡ് എം, വലിയ ട്രക്കുകളും ബസ്സുകളും നിർമ്മിക്കുന്ന സ്കാനിയ, ടെലികോം ഭീമൻ എറിക്സൺ, സംഗീതം വിറ്റു പണം വാരുന്ന സ്പോട്ടിഫൈ, ടെട്രാ പായ്ക്ക് അങ്ങനെ എത്ര എത്ര ഭീമൻ വ്യവസായങ്ങൾ ആണ് കേവലം ഒരുകോടി ജനങ്ങൾ മാത്രം ജീവിക്കുന്ന ഈ കൊച്ചു രാജ്യത്ത് . ഇതിനെല്ലാം പുറമെ ആയുധഭീമന്മാരായ സാബ് കമ്പനിയും സ്വീഡന്റെ സ്വന്തമാണ്.

ഡാൻ വർഷങ്ങളോളം അമേരിക്കയിലായിരുന്നു. ഇപ്പോൾ ചെറിയ രീതിയിൽ ബിസിനസ് ചെയ്തു നാട്ടിൽത്തന്നെ ജീവിക്കുന്നു. സ്റ്റോറുമാൻ മുനിസിപ്പാലിറ്റിക്ക് വേണ്ടി ശൈത്യകാലത്ത് വഴിയിൽനിന്നും മഞ്ഞു നീക്കംചെയ്യുന്ന പണിയാണ് അയാൾക്ക്.

കാലാവസ്ഥയാൽ ഭാഗ്യം ചെയ്തവരാണ് നമ്മൾ മലയാളികൾ. നല്ല വെയിൽ, നല്ല മഴ, വർഷം മുഴുവൻ കൃഷി ചെയ്യാവുന്ന മണ്ണ്. എന്നാൽ സ്വീഡന്റെ വടക്കൻ പട്ടണങ്ങളിൽ വർഷത്തിൽ പകുതിയിലേറെ മാസങ്ങളും കൊടുംശൈത്യമാണ്. ചില സമയങ്ങളിൽ വഴിയിലാകെ ഒരു

മീറ്റർ ഉയരത്തിൽ മഞ്ഞ് വീണു കിടക്കും. ഇതൊക്കെ സമയത്ത് മാറ്റി യില്ലെങ്കിൽ ജീവിതം ആകെ താളം തെറ്റും. ഡാനിന്റെ കമ്പനിയാണ് മഞ്ഞ് മാറ്റി റോഡുകൾ ഗതാഗതയോഗ്യമാക്കുന്നത്. ചിലപ്പോൾ രാവും പകലും ഇല്ലാതെ പണിയെടുക്കേണ്ടി വരും. മഞ്ഞുവീഴ്ച നമ്മൾ പ്രതീ ക്ഷിക്കുന്ന സമയത്ത് അല്ലല്ലോ പലപ്പോഴും.

എത്ര ചെറിയ പട്ടണങ്ങളും മനോഹരമായി സംരക്ഷിക്കുന്നതിന്റെ പ്രധാന രഹസ്യം ഇവിടത്തെ നികുതിഘടനയാണ്. മുപ്പതു മുതൽ മുപ്പ ത്തഞ്ചു ശതമാനംവരെ വരുമാന നികുതിയും അതിനു പുറമെ മറ്റു നികു തികളും ചേർത്ത് ഏതാണ്ട് അമ്പതു ശതമാനമാണ് നികുതി. അതിൽ ഏറിയ പങ്കും ലഭിക്കുന്നത് അതത് മുനിസിപ്പാലിറ്റിക്കാണ്. വരുമാനം കുറഞ്ഞ ചെറിയ പട്ടണങ്ങളിലെ നികുതി, വലിയ വരുമാനമുള്ള, ആളുകൾ തിങ്ങി പാർക്കുന്ന നഗരങ്ങളിലേക്കാളും ഏതാണ്ട് അഞ്ചു ശതമാനം കൂടുതലാണ്.

അതിശയിപ്പിച്ച മറ്റൊരു കാര്യം എത്ര ചെറിയ പട്ടണങ്ങൾ ആണെങ്കിലും മദ്യവില്പനയുടെ കുത്തക ഏറ്റെടുത്തിരിക്കുന്നത് നമ്മുടെ ബിവറേജസ് കോർപ്പറേഷന്റെ സ്വീഡിഷ് പതിപ്പായ സിസ്റ്റംബോ ൾഗാട്ട് ആണ്. സ്റ്റോറുമാനും സ്വന്തമായി ഒരു സിസ്റ്റംബോൾഗാട്ട് ഉണ്ട്.

"സ്റ്റോറുമാനിൽ വലിയ ആശുപത്രികൾ ഉണ്ടോ?"

എന്റെ ചോദ്യം ഡാനിനോടാണ്. കിഡ്നിസ്റ്റോൺ എങ്ങാനും യാ ത്രയിൽ അലട്ടിയാൽ എന്ത് ചെയ്യും എന്നായിരുന്നു എന്റെ ചിന്ത.

"വീ ഹാവ് സ്മാൾ ഹോസ്പിറ്റൽ ഹിയർ. ഇൻ കേസ് ഓഫ് എനി എമർജൻസി സിറ്റുവേഷൻ, വീ വിൽ ഗെറ്റ് എയർ ആംബുലൻസ് സപ്പോർട്ട് ടു ബിഗർ ഹോസ്പിറ്റൽസ് ഇൻ ഉമിയോ."

ശസ്ത്രക്രിയകളൊക്കെ നടത്തണമെങ്കിൽ തുറമുഖപട്ടണമായ ഉമി യോയിലേക്കു പോകണം. അതിനായി ഹെലികോപ്റ്റർ പറന്നെത്തും എന്നാണ് ഡാൻ പറഞ്ഞത്. അങ്ങനെ വർത്തമാനം പറയുന്നതിനിടയിൽ അയാൾ ഞങ്ങൾക്കൊരു ഓഫർ വെച്ചു. വീട്ടിലേക്കു പോകുന്നതിനു മുൻപായി ഇവിടെ ഉത്സിക്ടൻ എന്നൊരു വലിയ ഒരു വ്യൂപോയിന്റുണ്ട്. അത് കാണാൻ താല്പര്യം ഉണ്ടെങ്കിൽ കൊണ്ടുപോകാമെന്ന്. ആഹാ എത്ര വിശാലഹൃദയമുള്ള മനുഷ്യൻ എന്ന് മനസ്സിൽ കരുതി ഒരേ സ്വര ത്തിൽ ഞങ്ങൾ ഓകെ പറഞ്ഞു.

പഞ്ചഗുസ്തിക്കാരുടെ നാട്ടിൽ

സമർത്ഥരും മിടുക്കരുമായ ചെറുപ്പക്കാർ തുടർപഠനത്തിനായി നാടുവിട്ടു പോകുന്നതിന്റെ നീരസം ഡാനിന്റെ സംസാരത്തിലുടനീളം പ്രകടമാണ്.

"ഇങ്ങനെ പോയാൽ ഇനിയൊരു അമ്പതു വർഷങ്ങൾ കഴിയുമ്പോൾ സ്റ്റോറുമാനിൽ ആരെങ്കിലും അവശേഷിക്കുമോ? ചെറുപ്പക്കാർ എല്ലാവരും സ്കൂൾ പഠനശേഷം വലിയ പട്ടണങ്ങളിലേക്കു ചേക്കേറുന്നു. അവരാരും പിന്നെ ഇങ്ങോട്ടു തിരിച്ചു വരുന്നില്ല. അങ്ങനെ ആണെങ്കിൽ കാലക്രമേണ ഇവിടുള്ളവർ എല്ലാവരും നാട് വിട്ടു വലിയ പട്ടണങ്ങളിലേക്കു പലായനം ചെയ്യും.."

ഡാൻ പങ്കുവെച്ച ആശങ്ക ശരിയാണ് എന്ന് എനിക്കും തോന്നി. ഉപരിപഠനത്തിനും തൊഴിലിനുമുള്ള സാധ്യതകൾ എല്ലാംതന്നെ തീരെ കുറവാണ് സ്വീഡന്റെ വടക്കൻ പട്ടണങ്ങളിൽ. കൊച്ചു കേരളത്തിലും പുതുതലമുറ പഠനത്തിനായി നാടുവിട്ടുപോകുന്ന അവസ്ഥയെപ്പറ്റിയാണ് ഞാൻ അപ്പോൾ ചിന്തിച്ചത്. നമ്മുടെ തലമുറ നാട് വിടുന്നത് ഉപരിപഠന സാധ്യതകൾ നാട്ടിൽ ഇല്ലാത്തതിനാൽ അല്ല. ഒരുപക്ഷേ, മെച്ചപ്പെട്ട ജീവിതസാഹചര്യം ലഭ്യമായ രാജ്യങ്ങളിലേക്ക് ചേക്കേറാനുള്ള കുറുക്കുവഴിയായി ഉപരിപഠനത്തെ കാണുന്നതിനാലാവാം.

യൂറോപ്പിലെ വലിയ ലോഹ ഉല്പാദകരാണ് സ്വീഡൻ. സ്റ്റോറുമാനിന്റെ പ്രാന്തപ്രദേശങ്ങളിലും അല്ലറ ചില്ലറ മൈനിങ് ഒക്കെയുണ്ടായിരുന്നു എന്നായിരുന്നു ഡാൻ പറഞ്ഞത്. ഇരുമ്പും ചെമ്പും ഒന്നുമല്ല.

സ്റ്റാൻസലെ പള്ളി

സാക്ഷാൽ സ്വർണ്ണം, വെള്ളി ഒക്കെയാണ് ഇവിടെ കണ്ടെത്തിയത്. ഇന്ന് മൈനിങ് ഒന്നുമില്ല. എന്നാൽ സ്വീഡന്റെ വടക്കേ പട്ടണങ്ങളായ കിരുണ, യല്ലിവരെ തുടങ്ങിയ സ്ഥലങ്ങളിൽ വലിയ തോതിൽ ഖനി വ്യവസായമുണ്ട്. കഥ പറഞ്ഞു തീരും മുൻപ് ഞങ്ങൾ ഉത്സികുൻ വ്യൂപോയിന്റിൽ എത്തി.

തടാകങ്ങൾ, വനങ്ങൾ, ചതുപ്പു നിറഞ്ഞ പ്രദേശങ്ങൾ, നദികൾ ഇവയെല്ലാം തീർക്കുന്ന ഒരു മായാലോകം, അവയിൽ ജീവിക്കുന്ന കുറച്ചു മനുഷ്യർ, അതാണ് സ്റ്റോറുമാന്റെ നേർചിത്രം. അവിടെയുള്ള ഒരു വലിയ സ്റ്റാൻഡിന്റെ മുകളിൽ കയറിനിന്ന് ഈ ചിത്രം കാണുമ്പോൾ പ്രപഞ്ചം കൺമുന്നിൽ അവതരിച്ചപോലെയാണ് തോന്നുക.

പലപ്പോഴും കംപ്യൂട്ടർ സ്ക്രീനിൽ കണ്ടു പരിചയിച്ച തരത്തിലുള്ള ചിത്രം പോലെയായിരുന്നു ആ കാഴ്ച. സ്വന്തമായി ക്യാമറ ഇല്ലാത്ത അവസ്ഥയെ ഞാൻ മനസ്സിൽ ശപിച്ചു. കൈയിലുള്ള ഫോണിൽ കുറച്ചു ചിത്രങ്ങൾ എടുത്തു. ഏതാനും മണിക്കൂറുകൾ നീണ്ട യാത്രയുടെ ക്ഷീണം മറക്കാൻ ഉത്സികുൻ വ്യൂപോയിന്റിന്റെ കാഴ്ചകൾ സഹായിച്ചു.

"ഇവിടെ അടുത്ത് ഒരു വലിയ പള്ളിയുണ്ട്...സ്റ്റാൻസലെ പള്ളി. സ്വീഡനിലെ തടിയിൽ നിർമ്മിച്ച, ഏറ്റവും വലിയ പള്ളി.. ഞാൻ നിങ്ങളെ വീട്ടിലാക്കാം. ഒന്ന് ഫ്രഷ് ആകുമ്പോഴേക്കും ഞാൻ മടങ്ങി വരാം. എന്നിട്ട് പള്ളിയിലേക്ക് പോകാം..." ഡാൻ പറഞ്ഞു.

യാത്രയിൽ ഞങ്ങൾ പരിചയപ്പെട്ട നല്ല മനുഷ്യരുടെ ഗണത്തിൽ ഡാനും ആദ്യ ദിവസം തന്നെ ഇടം പിടിച്ചു. ഇന്നലെ വരെ ഞങ്ങൾ കണ്ടിട്ടില്ലാത്ത, ഞങ്ങളെ യാതൊരു പരിചയം ഇല്ലാത്ത ഈ മനുഷ്യൻ എന്തിനാണ് ഞങ്ങൾക്കുവേണ്ടി ഇതെല്ലാം ചെയ്യുന്നത്. സ്റ്റോക്ക്ഹോം പട്ടണത്തിൽ അയൽക്കാർ ആരാണെന്നുപോലും അറിയാതെ ജീവിച്ച ഞങ്ങൾക്ക് മറ്റൊരു അനുഭവമായിരുന്നു ഈ യാത്രയിലെ ഓരോ നിമിഷവും.

മനോഹരമായ ഒരു തടാകത്തിനോട് ചേർന്നാണ് ഡാനിന്റെ വീട്. തടാകത്തിലെ സ്ഫടികജലത്തിൽ ആകാശത്തിന്റെ ഇന്ദ്രനീലത്തോടൊപ്പം ചുറ്റുമുള്ള മരങ്ങളുടെ പ്രതിബിംബവും. കരയിൽ യാത്രക്കാരെ കാത്തു കിടക്കുന്ന ബോട്ടുകൾ. ഈ ഫ്രെയിമിൽ ഏറ്റവും സുന്ദരികൾ തങ്ങളാണ് എന്ന ഭാവേന തടാകക്കരയിൽ പുഷ്പിച്ചുനിൽക്കുന്ന ചെറു ചെടികളും വള്ളിപ്പടർപ്പുകളും. തടാകത്തിനു വശത്തായി പണിതിരിക്കുന്ന ചെറിയ ഔട്ട് ഹൗസിലാണ് ഞങ്ങൾക്ക് താമസം ഒരുക്കിയിരിക്കുന്നത്. ചുവന്ന ചായംപൂശിയ ഈ ഔട്ട് ഹൗസ്കൂടി ഈ ഫ്രെയിമിൽ വന്നപ്പോൾ ഞങ്ങൾ ഭൂമിയിലെ സ്വർഗത്തിലാണോ എത്തിയിരിക്കുന്നത് എന്ന് തോന്നിപ്പോയി.

ഡാൻ നാലുമണിക്ക് തയ്യാറായിരിക്കാൻ പറഞ്ഞിട്ടുണ്ട്. സമയം മൂന്ന് അൻപത്തഞ്ച്. സ്വീഡിഷുകാരുടെ സമയനിഷ്ഠ നന്നായി അറിയാവുന്നതുകൊണ്ട് ഞങ്ങൾ അഞ്ചു മിനിട്ട് മുൻപേ തന്നെ വീടിന്റെ മുൻപിൽ തയ്യാറായി നിന്നിരുന്നു. ക്ലോക്കിൽ നാലടിച്ചപ്പോൾ ഡാൻ കാറിൽ കയറി. ഞങ്ങൾ സ്റ്റാൻസലെ പള്ളി ലക്ഷ്യമാക്കി നീങ്ങി.

സ്റ്റോറുമാൻ പട്ടണത്തിൽനിന്ന് അഞ്ചു കിലോമീറ്റർ കിഴക്കു മാറിയാണ് സ്റ്റാൻസലെ പള്ളി. ഗ്രാമത്തിലെ ആബാലവൃദ്ധം ജനങ്ങൾക്കും ഇരിക്കാനുള്ള സൗകര്യം പള്ളിക്കുള്ളിൽ ഒരുക്കിയിട്ടുണ്ട്. പറയുമ്പോൾ ഒരു പഞ്ചായത്തു മുഴുവൻ ഉൾക്കൊള്ളുന്ന ഒരു പള്ളി. എന്നാൽ ഇവിടെ പഞ്ചായത്തിലെ ജനസംഖ്യ ആണ് രസകരം. രണ്ടായിരം പേർക്ക് ഇരിക്കാവുന്ന ഈ പള്ളി ഏതാണ്ട് എഴുപതിനായിരം സ്വീഡിഷ് ക്രോണർ ചെലവാക്കി 1885 ലാണ് പണിതത്.

തടിയിൽ നിർമ്മിച്ച പള്ളി എന്ന് പറയുമ്പോൾ നോർവേയിൽ കണ്ടിട്ടുള്ള പള്ളികളാണ് ആദ്യം മനസ്സിൽ വന്നത്. പതിനാറാം നൂറ്റാണ്ടിൽ പണികഴിപ്പിച്ച പൂർണ്ണമായും തടിയിൽ നിർമ്മിച്ച സ്റ്റേവ് ചർച്ച് ശരിക്കും ഒരു അത്ഭുതം ആയിരുന്നു. നോർവേയിൽ എത്തുന്നതിനു മുൻപ് പലപ്പോഴും അത്തരത്തിലുള്ള പള്ളികളുടെ ചിത്രങ്ങൾ കണ്ട് മൂക്കത്തു വിരൽവെച്ചു നിന്നിട്ടുണ്ട്.

ലൈബ്രറി കെട്ടിടം

ഇത്രയും വലിയ പള്ളി ഉണ്ടെങ്കിലും പള്ളിയിൽ പോകുന്ന ആളുകൾ വിരലിൽ എണ്ണാവുന്നവർ മാത്രമാണ്. ഒരുകാലത്ത് ക്രിസ്തുമതം വേരോടിയിരുന്ന ഈ രാജ്യം ഇന്ന് മതത്തെ പൂർണ്ണമായും വേർപെടുത്തിക്കഴിഞ്ഞിരിക്കുന്നു. മറ്റു യൂറോപ്യൻ രാജ്യങ്ങളിൽ കത്തോലിക്ക വിശ്വാസം ആയിരുന്നെങ്കിൽ ഇവിടെ ലൂഥറൻ സഭയുടെ അധീനതയിലാണ് പള്ളികൾ പ്രവർത്തിച്ചിരുന്നത്. പള്ളിയിലെ അംഗത്വത്തിന്റെ പിന്നിലും രസകരമായ ഒരു കാര്യമുണ്ട്. സ്വീഡിഷുകാരിൽ മിക്കവരും ചർച്ച് ടാക്സ് കൊടുക്കുന്നവരാണ്.

പള്ളിയിൽ പോകുന്നില്ലല്ലോ, പിന്നെ എന്തിനാണ് ടാക്സ് കൊടുക്കുന്നതെന്ന് ഒരിക്കൽ ഞാനൊരു സഹപ്രവർത്തകയോട് ചോദിക്കുകയുണ്ടായി. ഇതെല്ലാം ഞങ്ങളുടെ പാരമ്പര്യത്തിന്റെ ഭാഗമാണെന്നും അവയെല്ലാം നിലനിൽക്കണം എങ്കിൽ പണം വേണം എന്നും പറഞ്ഞത് വാ പൊളിച്ചിരുന്നാണ് ഞാൻ കേട്ടത്.

സ്റ്റാൻസലെ പള്ളി നോർവേയിലെ സ്റ്റേവ് ചർച്ച് പോലെ ആയിരുന്നില്ല. പുറമെ നിന്ന് നോക്കിയാൽ ഒരു സാധാരണ പള്ളി പോലെ തോന്നിക്കും. ഒറ്റനോട്ടത്തിൽ തടികൊണ്ട് നിർമ്മിച്ചതാണെന്ന തോന്നുകയും ഇല്ല. അതിന്റെ വലിയ വാതിൽ തള്ളി ഞങ്ങൾ അകത്തേക്ക് പ്രവേശിച്ചു. ചുവപ്പു പരവതാനി വിരിച്ച് ഉൾവശം അതിമനോഹരമായി

സംരക്ഷിച്ചിരിക്കുന്നു. നൂറ്റി മുപ്പതോളം വർഷം പഴക്കമുള്ളതാണെന്ന് പറയുകയേ ഇല്ല. അവിടത്തെ ഓട്ടോമേറ്റഡ് അനൗൺസ്മെന്റ് ആണ് ഞങ്ങളെ ആകർഷിച്ച മറ്റൊന്ന്. മേൽനോട്ടത്തിന് ആരുമില്ലാതെ, അവിടം സന്ദർശിക്കുന്ന സഞ്ചാരികൾക്കു വേണ്ട വിവരങ്ങൾ ഒരു സ്വിച്ച് അമർത്തിയാൽ ഇംഗ്ലീഷിലും സ്വീഡിഷിലും ലഭ്യമാകും.

സ്റ്റാൻസലെ പള്ളിയുടെ കാഴ്ചകൾ കണ്ടു കഴിഞ്ഞപ്പോൾത്തന്നെ ഡാനിന് തിരികെ പോകാനുള്ള സമയം ആയി. തിരിച്ചുള്ള യാത്രയിൽ കൂടുതൽ അമേരിക്കൻ വിശേഷങ്ങൾ ഡാൻ ഞങ്ങളോടു പങ്കുവെച്ചു. അയാൾ അഞ്ചുകൊല്ലത്തോളം അമേരിക്കയിൽ ജോലി ചെയ്തിരുന്നു. സ്റ്റോറുമാൻ നിവാസിയായ ഒരു വ്യക്തിയുടെ മൈനിങ് കമ്പനിയിൽ ആയിരുന്നു ജോലി. അഞ്ചു വർഷങ്ങൾക്കുശേഷം അമേരിക്കൻ ജീവിതം മതിയാക്കി ഇവിടെ തിരികെ എത്തി.

മടക്കയാത്രയിൽ ഞങ്ങളെ പട്ടണത്തിൽ ഇറക്കിയാൽ അവിടത്തെ കാഴ്ചകൾ കാണാം, പിന്നെ കുറച്ചു സാധനങ്ങളും വാങ്ങാം എന്ന് പറഞ്ഞപ്പോൾ ഡാൻ കാർ നേരെ അവിടേക്ക് വിട്ടു.

സ്വീഡനിലെ ഏറ്റവും ചെറിയ പട്ടണത്തിൽ പോലും ഒന്നോ അതിലധികമോ സൂപ്പർമാർക്കറ്റുകൾ കാണും. സ്വീഡിഷ് സൂപ്പർമാർക്കറ്റ് ചെയിനുകളായ ഈകാ, കൂപ് തുടങ്ങിയവ. സ്വീഡിഷ് ജീവിതവുമായി അത്രയ്ക്ക് കെട്ടുപിണഞ്ഞു കിടക്കുന്നവയാണ് ഈ സൂപ്പർമാർക്കറ്റുകൾ. ജർമൻ സൂപ്പർമാർക്കറ്റ് ചെയിനായ ലിഡിൽ ആകെയുള്ളത് സ്വീഡനിലെ വലിയ പട്ടണങ്ങളിൽ മാത്രമാണ്. സ്വന്തം നാട്ടിൽ ഉല്പാദിപ്പിക്കുന്ന വസ്തുക്കളോടുള്ള സ്നേഹം കാരണം വിലയല്പം കൂടുതലാണെങ്കിലും സ്വീഡിഷ് കടകളെയാണ് ഇവിടത്തുകാർ ആശ്രയിക്കുന്നത്. പൊതുവെ മറ്റു രാജ്യങ്ങളിൽ നിന്നുള്ളവർ ആണ് മറ്റു സൂപ്പർമാർക്കറ്റുകളിൽ പോകാറ്.

ഡാനിന്റെ വീട്ടിലേക്ക് പട്ടണത്തിൽനിന്ന് ഒരു കിലോമീറ്റർ കഷ്ടിച്ചേ ഉള്ളൂ. ഞങ്ങൾ സാധനങ്ങൾ വാങ്ങി പതിയെ നടന്നു.

എത്ര മനോഹരമാണ് ഈ പട്ടണം. വാസ്തുഭംഗികൊണ്ട് ആകർഷിക്കുന്ന റെയിൽവേ സ്റ്റേഷൻ കാണുവാൻതന്നെ എന്തൊരു ചന്തമാണ്. സ്റ്റേഷനോട് ചേർന്ന് നഗരത്തിന്റെ ഹൃദയഭാഗത്താണ് ലൈബ്രറി കെട്ടിടം സ്ഥിതി ചെയ്യുന്നത്. ഇത്ര ചെറിയ പട്ടണത്തിൽ ഇത്ര വലിയ ലൈബ്രറിയോ. ഞങ്ങൾ അതിശയിച്ചുപോയി. പൊതുവെ ഇന്നാട്ടുകാർ വായനഭ്രാന്തന്മാരാണ്. ഇവരുടെ വായനഭ്രാന്തിനെ വിവരിക്കാൻ ഇതിൽ കൂടുതൽ എന്ത് വേണം. പലപ്പോഴും ഞാൻ ശ്രദ്ധിച്ചിട്ടുള്ള ഒന്നാണ്, ബസ് കയറാൻ നിൽക്കുമ്പോൾ പോലും പുസ്തകവായനയിലാണ് ശ്രദ്ധ. സ്കൂൾ തലം മുതൽ പരിശീലിപ്പിക്കുന്ന ഒന്നാണ് സ്വീഡിഷുകാരിലെ ഈ വായനശീലം.

വെള്ളത്താൽ ചുറ്റപ്പെട്ട പട്ടണമാണ് സ്റ്റോറുമാൻ. ജലവൈദ്യുത പദ്ധതികൾക്കും തടി വ്യവസായങ്ങൾക്കും പേരുകേട്ട ഇടം. ശൈത്യ കാലത്തെ ഇവരുടെ ജീവിതം ക്ലേശകരമാണ് എങ്കിലും വേനൽക്കാലം സ്വർഗതുല്യമാണ്.

നാളെ പട്ടണം ഒന്ന് ചുറ്റിനടന്നു കാണണം. ഒരു സൈക്കിൾ വാട കയ്ക്ക് കിട്ടിയിരുന്നെങ്കിൽ പട്ടണമൊക്കെ ഒന്ന് ചുറ്റിക്കാണാമായിരുന്നു. ഡാനിന്റെ വീടിന്റെ മുന്നിൽ നിർത്തിയിട്ടിരുന്ന സൈക്കിൾ കണ്ട ഭാവം നടിക്കാതെ ഞാൻ ആവശ്യം അറിയിച്ചു. രോഗി ഇച്ഛിച്ചതും വൈദ്യൻ കല്പിച്ചതും സൈക്കിൾ. ഡാൻ സൈക്കിളിന്റെ താക്കോൽ എന്റെ നേർക്ക് നീട്ടി.

രാവിലെ ഉണർന്നപ്പോൾ അല്പം ചാറ്റൽമഴയുണ്ട്. ഞാൻ സൈക്കിളും എടുത്തു സ്റ്റോറുമാൻ കാണാനിറങ്ങി. അല്ലേലും സൈക്കിളിൽ പുതിയ ഒരു നാട് കാണുന്നത് നല്ലൊരു അനുഭവമാണ്. യൂറോപ്പിലെങ്ങും സൈക്കിൾയാത്ര സർവസാധാരണമാണ്. മുൻപ് നെതർലാൻഡ്സി ലെ ആംസ്റ്റർഡാം സന്ദർശിച്ചപ്പോഴാണ് സൈക്കിളിനെ പറ്റി കൂടുതൽ അറിഞ്ഞത്. ആംസ്റ്റർഡാമും ഡെന്മാർക്കിലെ കോപ്പെൻഹെഗനും സൈക്കിൾ ഉപയോഗത്തിൽ ഒന്നാമത് എത്താനുള്ള മത്സരത്തിലാ ണത്രെ. ഇപ്പോൾ കോപ്പെൻഹെഗൻ ആണ് ഒന്നാമത്. ഒന്നങ്ങോട്ടോ ഒന്നിങ്ങോട്ടോ മാറിയാൽ ആംസ്റ്റർഡാം വീണ്ടും മുന്നിലെത്തും. അവിടെ രാജാവും രാജ്ഞിയും വരെ സൈക്കിളിൽ ആണത്രേ യാത്ര. ഒരാൾക്ക് ഒന്നര സൈക്കിൾ എന്നാണ് നഗരത്തിലെ സൈക്കിളുകളുടെ എണ്ണം. സ്റ്റോറുമാനിലെ മുക്കും മൂലയും ഞാൻ സൈക്കിളിൽ സഞ്ചരിച്ചു. ഉച്ച കഴിയുമ്പോൾ ഞങ്ങൾക്ക് സോഴ്സലേയിലേക്ക് ട്രെയിൻ പിടിക്കണം. നഗരം ചുറ്റൽ അവസാനിപ്പിച്ച ഞാൻ പോകാനുള്ള തയ്യാറെടുപ്പിലേക്ക് നീങ്ങി.

സ്റ്റേഷനിൽ ട്രെയിൻ കാത്തുനിൽക്കുമ്പോഴാണ് ലീനിയയെ പരിചയപ്പെടുന്നത്. അവൾ സ്റ്റോറുമാൻ നിവാസിയാണ്. സ്വീഡന്റെ തെക്കൻ പട്ടണമായ ഗൊതെൻബർഗിൽ പഠിക്കുന്നു. അവധിദിവസങ്ങ ളിൽ ഇൻലാൻഡ്സ്ബാനൻ ട്രെയിനിൽ ഹോസ്റ്റ് ആയി ജോലി ചെ യ്യാറുണ്ട്. അവളാണ് ഇവിടെ നിന്നങ്ങോട്ട് ട്രെയിനിലെ ഹോസ്റ്റ്.

ലീനിയ പറഞ്ഞാണ് ഞങ്ങൾ അറിയുന്നത്, സ്റ്റോറുമാൻ പഞ്ചഗുസ്തി ക്കാരുടെ നാടാണ് എന്നത്. ലോക പഞ്ചഗുസ്തി ചാമ്പ്യൻ ആയ ഹെയ്ദി ആൻഡേഴ്സൺ ഇവിടെയാണ് താമസം.

പഞ്ചഗുസ്തിക്കാരുടെ മെക്ക എന്നാണ് സ്റ്റോറുമാൻ അറിയപ്പെടുന്ന ത്. ഹെയ്ദി ആൻഡേഴ്സണെ കൂടാതെ പ്രശസ്ത പഞ്ചഗുസ്തി താരം ഫിയ റെയ്സക് ഇന്നാട്ടിൽ നിന്നാണ്. ഇവിടത്തെ സംസ്കാരത്തിലും ജീ

സോഷ്ലയിൽ

വിതത്തിലും പഞ്ചഗുസ്തിക്ക് വലിയ സ്ഥാനമുണ്ട്. ചെറു പ്രായത്തിൽത്ത ന്നെ കുട്ടികൾക്ക് പഞ്ചഗുസ്തിയിൽ പരിശീലനം നൽകുന്നു. സ്റ്റോറുമാൻ ആംസ്പോട്ട് എന്ന പേരിൽ പഞ്ചഗുസ്തിയിൽ പരിശീലനം നൽകാൻ ഇവിടെയൊരു പരിശീലനകേന്ദ്രം പ്രവർത്തിക്കുന്നുണ്ട്.

മൾട്ടിപ്ലെക്സ് സ്ക്രീനിനെ അനുസ്മരിപ്പിക്കുന്ന തരത്തിലുള്ള വലിയ ജാലകകളിലൂടെ പുറത്തെ കാഴ്ചകളിൽ അഭിരമിക്കുമ്പോഴാണ് മനോഹരമായ ആ ഗാനം ഒഴുകി എത്തിയത്.

"കല്ല ദെൻ എൻഗ്ലാമാർക്കെൻ എല്ലെർ ഹിംലായൂടൻ ഓം ദ്ദ വിൽ

യോർഡൻ വി അർദേ ഓക് ലണ്ടൻ ദെൻ ഗ്രേയ്റ്റ വിൽദ്രോസർ ഓക് ബ്ലോക്ക്ളോക്കെർ ഓക് ലിൻഡ്ബ്ലമെർ ഒക് കമോമിൽ."

(നിങ്ങൾക്ക് വേണമെങ്കിൽ ഇതിനെ മാലാഖമാരുടെ നാട് അല്ലെ ങ്കിൽ സ്വർഗം എന്ന് വിളിക്കുക. നമുക്ക് പൈതൃകമായി ലഭിച്ച ഭൂമിയും തോട്, പച്ചപ്പും കാട്ടു റോസാപ്പൂക്കളും ബ്ലൂബെല്ലുകളും ലിൻഡൻ പൂക്കളും വളരട്ടെ ,

അവർ വളരെ സുന്ദരികളാണ്.)

The Apple War എന്ന സ്വീഡിഷ് സിനിമയിലെ മനോഹര മായ ആ നാടോടിഗാനം ലീനിയ ഉച്ചഭാഷിണിയിലൂടെ പാടുകയാ ണ്. പുറത്തെ കാഴ്ചകൾക്ക് ചേരുന്ന ഗാനം. ഇതൊരു സ്വർഗം തന്നെ.

ഇവിടെ വസിക്കുന്നവർ മാലാഖമാർ ആണ്. അല്ലെങ്കിൽ ഈ നാട് ഇത്ര മനോഹരമായി ഇങ്ങനെ സംരക്ഷിക്കപ്പെടില്ലായിരുന്നു.

ഏതാനും മണിക്കൂറിനുള്ളിൽ ഞങ്ങൾ സോഴ്സലായിൽ എത്തി. ഇതുവരെ കണ്ട പട്ടണങ്ങളിൽനിന്നും വ്യത്യസ്തമായൊരിടം. വികസനം അധികമൊന്നും എത്തിപ്പെടാത്ത ഒരു കൊച്ചുപട്ടണം. ഒരുപക്ഷേ, ഞങ്ങൾ യാത്രയിൽ കണ്ട ഏറ്റവും ചെറിയ പട്ടണം. സോഴ്സലായിൽ ആണ് ട്രെയിനുകൾ ക്രോസ്സ് ചെയ്യുന്നത്. ഇവിടെ ഇരുപതു മിനിട്ടു നിർത്തിയിട്ടിട്ടേ ട്രെയിൻ മുന്നോട്ടുപോകുകയുള്ളൂ എന്ന് ലീനിയ മൈക്കിലൂടെ അറിയിച്ചു.

സ്റ്റേഷനിൽ ഇൻലാൻഡ് റയിൽവെയുടെ കഥ പറയുന്ന ഒരു മ്യൂസിയമുണ്ട്. സ്വിസ് ദമ്പതികൾ നടത്തുന്ന ഒരു കടയും അതിനോട് അനുബന്ധിച്ചുണ്ട്. വലിയ പട്ടണങ്ങളിൽനിന്നും കൊച്ചുപട്ടണത്തിന്റെ മായാലോകത്തേക്ക് കുടിയേറിയവരാണ് അവർ. ഇവിടം ശരിക്കും ഒരു അത്ഭുതലോകമാണ്. കേവലം ആയിരത്തില്പരം ജനങ്ങൾ മാത്രം അധിവസിക്കുന്ന, പ്രകൃതിയെ കുത്തിനോവിക്കാത്ത, മനോഹരമായ തടാകങ്ങളും മലനിരകളും അരുവികളുംകൊണ്ട് സമ്പുഷ്ടമായ, ഒരു കൊച്ചു സ്വീഡിഷ് പട്ടണം. ഏകാന്തവാസം ഇഷ്ടപ്പെടുന്നവർക്ക് പറ്റിയ ഒരിടം.

മ്യൂസിയത്തിന്റെ ഉള്ളിൽ ഒന്ന് ചുറ്റിനടന്നതിനുശേഷം ഞങ്ങൾ പുറത്തേക്കിറങ്ങി. പുറത്ത് വലിയ ഒരു ബോർഡിൽ മീൻ പിടിക്കാൻ വരുന്നവർക്കുള്ള നിർദേശങ്ങൾ കാണാം. പാശ്ചാത്യരാജ്യങ്ങളിൽ പലയിടത്തും മീൻ പിടിക്കുന്നതിനു നിയമങ്ങളുണ്ട്. ചില നദികളിൽ മീൻ പിടിക്കുന്നതിന് പ്രത്യേക ലൈസൻസ് ആവശ്യമാണ്. പിടിക്കുന്ന മീനിന് നിശ്ചിത വലിപ്പം ഇല്ലെങ്കിൽ അതിനെ തിരിച്ചു നദിയിലേക്കു വിടണം. അങ്ങനെ നൂറായിരം നിയമങ്ങൾ പാലിച്ചു വേണം ചൂണ്ടയിടാൻ ഇറങ്ങാൻ. ധാരാളം സഞ്ചാരികൾ ഇവിടെ മീൻ പിടിക്കാൻ വരുന്നു എന്നതിന്റെ സൂചന ആയിരുന്നു ആ ബോർഡ്.

നലവാർഡൊയിൽ ഭയന്നത് തന്നെ സംഭവിച്ചു

നലവാർഡൊ എന്ന ഒരു ക്യാമ്പിങ് സൈറ്റിലാണ് താമസസ്ഥലം ബുക്ക് ചെയ്തിരിക്കുന്നത്. സ്കീയിങ് ഭ്രാന്തന്മാരായ സ്വീഡിഷുകാർ ശൈത്യകാലത്ത് സ്കീയിങ്ങിനായി വന്നു താമസിക്കുന്ന ഒരിടമാണത്. വേനൽക്കാലത്ത് പൊതുവെ അവിടം ഒഴിഞ്ഞുകിടക്കാറാണ് പതിവ്. റെയിൽവേ സ്റ്റേഷനിൽനിന്ന് പതിനാറു കിലോമീറ്റർ ദൂരമുണ്ട് അവിടേക്ക്. ടാക്സി മാത്രമാണ് എത്തിച്ചേരാനുള്ള ഏക മാർഗം. താമസസ്ഥലത്തേക്കു പുറപ്പെട്ട് കുറച്ചു സമയം കഴിഞ്ഞപ്പോഴാണ് അമളി മനസ്സിലായത്. പോകുന്ന സ്ഥലത്ത് ഒരൊറ്റ മനുഷ്യക്കുഞ്ഞുപോലുമില്ല. വീടുകളോ എന്തിനേറെ എതിരെ ഒരു വാഹനംപോലും കാണുന്നില്ല. ഇത്രയൊന്നും ഞങ്ങൾ പ്രതീക്ഷിച്ചിരുന്നില്ല. മനസ്സിൽ ചെറിയൊരു ആശങ്ക തോന്നിത്തുടങ്ങി.

ഡ്രൈവർ സൈമണോടു കുശലം പറഞ്ഞുകൊണ്ട് യാത്ര തുടർന്നു. അയാളുടെ വീട് ഇവിടെനിന്ന് ഏതാണ്ട് അമ്പതു കിലോമീറ്ററോളം അകലെയാണ്. ബസ് ഡ്രൈവറാണ് അയാൾ. ഒഴിവുസമയങ്ങളിൽ ടാക്സി ഓടിക്കും. അയാളുടെ പ്രധാന വിനോദം ഹണ്ടിങ് ആണ്. സെപ്തംബർ മാസത്തിൽ സ്വീഡനിൽ ഹണ്ടിങ് സീസൺ ആരംഭിക്കും. പ്രധാനമായും മൂസ്സിനെ ആണ് വേട്ടയാടുന്നത്. സൈമൺ കഥകളുടെ ചെപ്പ് തുറക്കുന്നത് ഞാൻ മുൻ സീറ്റിൽ ഇരുന്ന് ശ്രദ്ധയോടെ കേട്ടു.

നോക്കെത്താ ദൂരത്തോളം നീണ്ടുകിടക്കുന്ന സ്വീഡിഷ് റോഡിലൂടെ ഞങ്ങളുടെ യാത്ര തുടരുകയാണ്. ഇടത്തും വലത്തും ഞാൻ കണ്ണോടിച്ചു.

നലവാർഡൊയിൽ

ഇല്ല. ഒരൊറ്റ വീടുപോലും ഇല്ല. ഇതെന്തൊരു സ്ഥലമാണ്. ദൈവമേ ഭൂമിയുടെ അവസാനത്തെ ഗ്രാമത്തിലേക്കാണോ ഞങ്ങളുടെ യാത്ര. ഒരു വലിയ മലയുടെ അടിവാരത്തുള്ള ചുവപ്പുനിറം പൂശിയ കുഞ്ഞൻ കോട്ടേജുകളാണ് ഞങ്ങളുടെ താമസസ്ഥലം. ആ മലയുടെ മുകളിലായിരിക്കാം റിസോർട്ട് മുതലാളി പറഞ്ഞ വ്യൂ പോയിന്റ്. സൈമൺ ഞങ്ങളെ റിസോർട്ടിൽ ഇറക്കിവിട്ടു. യാത്രയും പറഞ്ഞ് സ്ഥലം കാലിയാക്കി.

യാത്രയിലുടനീളം ഞങ്ങൾ ഭയന്ന കാര്യം നലവാർഡൊയിൽ സംഭവിച്ചു. അവിടെ ഞങ്ങളെ വരവേറ്റത് ലക്ഷക്കണക്കിന് കൊതുകുകൾ ആയിരുന്നു. കൈയിലുള്ള വജ്രായുധങ്ങൾ എല്ലാം പ്രയോഗിച്ചെങ്കിലും അതിനൊക്കെ ഒരു പരിധി ഉണ്ടായിരുന്നു. അതെ, ഞങ്ങളുടെ ചോര സ്വീഡിഷ് കൊതുകുകൾക്കുള്ളതാണെന്ന സത്യം ഞങ്ങൾ തിരിച്ചറിഞ്ഞു.

റിസോർട്ടിന് ചുറ്റും മനോഹരമായ കാഴ്ചകൾ. അധികം മനുഷ്യരൊന്നുമില്ല. അരുവികളും മരങ്ങളും ഒക്കെ നിറഞ്ഞ ഇവിടം ശരിക്കും ഒരു ഏകാന്തവാസത്തിനു പറ്റിയ ഇടമാണ്. പക്ഷേ, ചോരക്കൊതിയന്മാരായ കൊതുകുകൾ ഞങ്ങളെ അതൊന്നും ആസ്വദിക്കാൻ സമ്മതിച്ചില്ല. നേരം വൈകിത്തുടങ്ങി. ഞങ്ങൾ പതിയെ കോട്ടേജിനുള്ളിൽ ചുരുണ്ടുകൂടി. നാളെ ട്രെക്കിങ് ആണ് പ്ലാൻ. സോഴ്സലെ പട്ടണം മലമുകളിൽ നിന്ന് കാണണം.

രാവിലെ എഴുന്നേറ്റതുതന്നെ ട്രെക്കിങ് മനസ്സിൽ കണ്ടുകൊണ്ടാണ്. പ്രഭാതഭക്ഷണത്തിൽ നിന്നുള്ള ഊർജവും സംഭരിച്ച് ട്രക്കിങ്ങിനു വേണ്ട തയ്യാറെടുപ്പുകൾ ഒക്കെ നടത്തി. മനസ്സ് നിറയെ സോഴ്സലെ പട്ടണത്തിന്റെ മുകളിൽ നിന്നുള്ള കാഴ്ചകളാണ്. ട്രക്കിങ് പോകുന്നിടത്ത് കൂറ്റൻ കേബിൾ വലിച്ചുകെട്ടിയിട്ടുണ്ട്. മഞ്ഞുകാലത്ത് ഇവിടെ സ്കീയിങ്ങിനു വരുന്ന സഞ്ചാരികൾക്ക് സ്കീ ചെയ്തു താഴെ എത്തിയതിനു ശേഷം വീണ്ടും തിരികെ മുകളിലേക്ക് എത്തണം. അതിനുവേണ്ടി ഒരുക്കിയിരിക്കുന്നതാണ് ഈ കേബിൾ കാർ സംവിധാനം. വേനൽക്കാലം ആയതിനാൽ അവ പ്രവർത്തനസജ്ജമല്ല.

ഞങ്ങൾ പതിയെ മുകളിലേക്ക് നടന്നുകയറി. ട്രെക്കിങ്ങിനുള്ള ഷൂ ഒന്നും കരുതിയിട്ടില്ല. മുകളിലേക്ക് കയറുന്തോറും ചതുപ്പുകളിൽ ചവുട്ടി ചവുട്ടി ഷൂ ഏതാണ്ട് പിഴിഞ്ഞെടുക്കാവുന്ന അവസ്ഥ. താമസസ്ഥലം തെരഞ്ഞെടുത്തതിൽ തുടങ്ങിയതാണ് പാളിച്ചകൾ. ആകെയൊരു ആശ്വാസം ഈ ട്രെക്കിങ് ആയിരുന്നു. അതും പാളി. ഇനിയെന്ത് ചെയ്യും...?

മിഡ് സമ്മർ

"ഐ വിൽ ബി ദെയർ ഇൻ ആൻ അവർ .. ഗെറ്റ് റെഡി ഫോർ ദി അഡ്വെഞ്ചർ ..." അങ്ങേ തലയ്ക്കൽ യോരാൻ ആണ്. ഒരു മണിക്കൂറിനുള്ളിൽ തയ്യാറായി നിൽക്കാനാണ് നിർദേശം. ഞങ്ങൾ തിടുക്കത്തിൽ മലയിറങ്ങി.

അല്പനേരത്തിനുശേഷം ഒരു വെള്ള കാർ കോട്ടേജിന്റെ മുൻപിൽ പ്രത്യക്ഷപ്പെട്ടു. കണ്ടാൽ പത്തെഴുപതു വയസ്സു തോന്നിക്കുന്ന, അല്പം ഉയരം കുറഞ്ഞ ഒരു മനുഷ്യൻ. ചുണ്ടിനടിയിൽ സ്നുസ്സ് തിരുകി വെച്ചിട്ടുണ്ട്. അല്പം മുന്നോട്ടു വളഞ്ഞാണ് നടത്തം.

"ഹേയ്, അയാം യോരാൻ...ഞാൻ സോഴ്സലെ ടാക്സി കമ്പനിയിൽ ടാക്സി ഓടിക്കുന്നു. ഉച്ചയ്ക്ക് ശേഷം എനിക്ക് വർക്ക് ഇല്ല. ഞാൻ നിങ്ങളെ എന്റെ ഗ്രാമത്തിലേക്ക് കൊണ്ടുപോകാം. അവിടെ കാട്ടിനുള്ളിൽ പോയി നദിയിൽനിന്ന് മീൻ പിടിക്കാം, സോസേജ് ചുട്ടുകഴിച്ചു പിരിയാം."

ഇതായിരുന്നു യോരാൻ മുമ്പോട്ട് വെച്ച ഓഫർ.

അവിടെ നിന്നും പതിനഞ്ചു കിലോമീറ്ററോളം അകലെയാണ് യോരാന്റെ ഗ്രാമം. ഞങ്ങൾ പുതിയ കാഴ്ചകൾക്കായി തയ്യാറായി വേഗം വണ്ടിയിൽ കയറി. സോഴ്സലെ വന്നു പണികിട്ടി എന്ന് കരുതി ഇരിക്കുമ്പോഴാണ് ഇങ്ങനൊരവസരം വന്നുപെട്ടത്. മുൻ സീറ്റിൽ അയാളോടൊപ്പം ഇരിപ്പുറപ്പിച്ച ഞാൻ ഗ്രാമത്തിന്റെ വിശേഷങ്ങൾ ചോദിച്ചറിഞ്ഞു. ഗ്രന്നാസ് എന്നാണ് ഗ്രാമത്തിന്റെ പേര്.

“ആകെ പതിനൊന്നു വീട്ടുകാർ മാത്രമാണ് ഇപ്പോൾ ഗ്രാമത്തിൽ ഉള്ളത്.” യോരാൻ പറഞ്ഞു.

പതിനൊന്നു വീട്ടുകാർ മാത്രമുള്ളൊരു ഗ്രാമമോ! ഞാൻ അതിശയം മറച്ചുവെച്ചില്ല.

വേനൽക്കാലത്തുപോലും ആളുകൾ എത്തിപ്പെടാത്ത ഇവിടെ ശൈത്യകാലത്ത് ഇവർ എങ്ങനെയാണ് ജീവിക്കുന്നത്? സോഴ്സലെയിൽ ടാക്സി ഓടിക്കലാണ് അയാളുടെ പ്രധാന ജോലി. ശൈത്യകാലത്ത് ജർമ്മൻ കാർ കമ്പനികൾ തങ്ങളുടെ പുതിയ ഇനം കാറുകൾ മഞ്ഞിൽ ഓടിച്ചു പെർഫോമൻസ് ടെസ്റ്റ് ചെയ്യാൻ ഇവിടെ വരാറുണ്ട്. കൊടും ശൈത്യം അനുഭവപ്പെടുന്ന ഈ നാട്ടിലെ ആളുകളുടെ മറ്റൊരു വരുമാന മാർഗമാണ് അത്തരം കാറുകൾ ഓടിച്ചു ടെസ്റ്റ് ചെയ്യുന്നത്. യോരാനും ശൈത്യകാലത്ത് ആ പണിയുണ്ട്.

യോരാൻ പുതിയ അതിഥികളെ കിട്ടിയ കാര്യം ആരോടൊക്കെയോ ഫോൺ ചെയ്തു പറയുന്ന തിരക്കിൽ ആണ്. പോകുന്ന വഴിക്കു നമുക്ക് കാപ്പി തിളപ്പിക്കാനുള്ള കെറ്റിൽ എടുക്കണം എന്നുപറഞ്ഞത് അയാളാണ്. വൈകാതെ ഗ്രാമത്തിലെത്തി. ഇവിടെ ഒരു നദി ഒഴുകുന്നുണ്ട്. നദിക്കരയിൽ ചെറിയ ഒരു കെട്ടിടമുണ്ട്. അത് ഗ്രാമത്തിന്റെ പൊതു സ്വത്താണ്. ചൂണ്ടയിടാനും തീ കൂട്ടി കെറ്റിലിൽ കാപ്പി തിളപ്പിക്കാനും ഒക്കെയുള്ള ഇടം. എന്തൊരു ശാന്തതയാണ് ഇവിടെ. വെറുതെ ഇങ്ങനെ കാറ്റും കൊണ്ടിരിക്കാൻ പറ്റിയ ഇടം. സ്വീഡിഷ് മിഡ്സമ്മർ ആഘോഷത്തിന്റെ ബാക്കിപത്രം അവിടെ കാണാം.

മിഡ്സമ്മർ ആഘോഷങ്ങളുടെ ഉത്ഭവം ക്രിസ്ത്യൻ കാലഘട്ടത്തിനു മുൻപാണെന്ന് പറയപ്പെടുന്നു. വർഷത്തിലെ ഏറ്റവും ദൈർഘ്യമേറിയ ദിവസമാണ് മിഡ്സമ്മർ ദിനമായി ആഘോഷിച്ചിരുന്നത്. ക്രിസ്തുമതത്തിന്റെ വ്യാപനത്തോടെ മിഡ്സമ്മർ ആഘോഷം ക്രിസ്ത്യൻ കലണ്ടറുമായി സംയോജിപ്പിച്ച് സെയിന്റ് ജോൺ ദി ബാപ്റ്റിസ്റ്റിന്റെ തിരുനാൾ ദിനമായി ജൂൺ 24 ന് ആചരിച്ചുപോന്നു. എന്നിരുന്നാലും ആചാരങ്ങളിൽ വലിയ മാറ്റങ്ങൾ ഒന്നുംതന്നെ വരുത്തിയിരുന്നില്ല.

പ്രകൃതിയുടെ താളവുമായി നന്നായി ഇണങ്ങി ജീവിക്കുന്നവരാണ് സ്വീഡിഷുകാർ. ജൂൺ പത്തൊൻപതിനും ഇരുപത്തഞ്ചിനും ഇടയിൽ വരുന്ന വെള്ളിയാഴ്ചയാണ് ഇന്നിവർ മിഡ്സമ്മർ ആഘോഷിക്കുന്നത് .

സ്വീഡനിലെ ഏറ്റവും ദൈർഘ്യമേറിയ പകലിനെ അടയാളപ്പെടുത്തുന്ന ദിവസം. ഉച്ചഭക്ഷണത്തോടുകൂടിയാണ് സ്വീഡിഷ് ജനത മിഡ്സമ്മർ ആഘോഷം തുടങ്ങുന്നത്. സുഹൃത്തുക്കളും കുടുംബാംഗങ്ങളുമൊത്തുള്ള ഭക്ഷണത്തിനും പ്രത്യേകതകൾ ഏറെയാണ്. ഉപ്പിലിട്ട മത്തി, പുതിയതായി വിളവെടുത്ത ഉരുളക്കിഴങ്ങ്, ചീസ്, സാൽമൺ അല്ലെ

യോരാന്റെ വീട്

ങ്കിൽ മാംസം ഗ്രിൽ ചെയ്തത്, സ്ട്രോബെറി തുടങ്ങിയ ഭക്ഷണത്തിന് അകമ്പടിയായി ബിയറും കിഴങ്ങിൽനിന്നോ ധാന്യങ്ങളിൽനിന്നോ വാറ്റിയെടുത്ത മദ്യമായ സ്നാപ്സും ഉണ്ടാവാറുണ്ട്. ഗ്രാമപ്രദേശങ്ങളിൽ 'മിഡ്സമ്മർ വൈകുന്നേരം' വൻ ആഘോഷമാണ്. പ്രായഭേദമെന്യേ എല്ലാവരും ഗ്രാമത്തിലെ മധ്യവേനൽ ആഘോഷത്തിൽ പങ്കുചേരും.

ഉച്ചഭക്ഷണത്തിന് ശേഷമാണ് മെയ്പോൾ ഉയർത്തൽ ചടങ്ങ്. ബിർച്ച് ഇലകളും പൂക്കളുംകൊണ്ട് അലങ്കരിച്ചിരിക്കുന്ന വലിയ തൂണാണ് മെയ്പോൾ അല്ലെങ്കിൽ മിഡ്സോമർസ്റ്റാങ്. ഏതാണ്ട് 20 അടി ഉയരമുള്ള ഈ തൂൺ മിഡ്സമ്മർ ആഘോഷത്തിന്റെ പ്രധാന ആകർഷണമാണ്. തൂണിൽ വലിയ രണ്ടു വളയങ്ങൾ കാണാം.

മെയ്പോൾ ഉയർത്തുന്നത് പരമ്പരാഗത വസ്ത്രം ധരിച്ചവരാണ്. ഓരോ ഉയർത്തലിനും നമ്മുടെ വഞ്ചിപ്പാട്ടുപോലെ താളമേളങ്ങളുടെ അകമ്പടിയും ചുറ്റും കൂടി നിൽക്കുന്ന കാണികളുടെ കരഘോഷവും ഉണ്ടാവും .

ഉയർത്തിയ മെയ്പോളിന്റെ ചുറ്റും കൂടിനിന്ന് ബിർച്ച് ശിഖരങ്ങളും പൂക്കളുംകൊണ്ട് നിർമ്മിച്ച കിരീടവുംചൂടി എല്ലാവരും സ്മോ ഗ്രൂട്ടന എന്ന പരമ്പരാഗതനൃത്തം ചവിട്ടും.

"സ്മോ ഗ്രൂട്ടന സ്മോ ഗ്രൂട്ടന അർ ല്യസ്റ്റിഗ അറ്റ് സിയ
ഏയ് ഓറോൻ ഏയ് ഓറോൻ ഏയ് സ്വേൻസ ഹാവാ ദോ

(ചെറിയ തവളകൾ, ചെറിയ തവളകൾ കാണാൻ രസമാണ്)
അവർക്ക് ചെവിയില്ല, ചെവിയില്ല, വാലില്ല.)

സ്വീഡിഷ് ഫ്രോഗ് ഡാൻസാണ് ഇത്. തവളകളുടെ ചലനങ്ങൾ ഈ നൃത്തത്തിലൂടെ അതേപടി അനുകരിക്കുകയാണ് ചെയ്യുന്നത്.

ക്രിസ്തുമസിനും ഈ ഗാനം ഇടയ്ക്കിടെ പാടാറുണ്ട്. എന്നാൽ ക്രിസ്തുമസ് സമയത്ത് മെയ്പോളിന് ചുറ്റും നൃത്തം ചെയ്യുന്നതിനു പകരം, സ്വീഡിഷുകാർ ക്രിസ്തുമസ് ട്രീക്ക് ചുറ്റും നൃത്തം ചെയ്യാറാണ് പതിവ്.

മിഡ്സമ്മറുമായി ബന്ധപ്പെട്ട അനേകം കഥകൾ നിലവിലുണ്ട് . സുന്ദരികളും അവിവാഹിതകളുമായ ചെറുപ്പക്കാരികൾ ഏഴു വ്യത്യസ്ത പൂക്കൾ അന്നേ ദിവസം ഉറങ്ങുന്നതിനു മുൻപായി തലയിണയ്ക്കടിയിൽ വെക്കുമെന്നും, അവരുടെ ഭാവിവരൻ സ്വപ്നത്തിൽ അവർക്കു പ്രത്യക്ഷമാകും എന്ന കഥയാണ് അതിൽ പ്രധാനം. അടുത്തിടെ സ്വീഡനിലെ ദി ലോക്കൽ പത്രം നടത്തിയ പഠനം സൂചിപ്പിക്കുന്നത് സ്വീഡനിൽ ഏറ്റവുമധികം കുട്ടികൾ ജനിക്കുന്നത് മാർച്ച് 22 നാണ്. അതായത് മിഡ്സമ്മർ ആഘോഷത്തിന് ഒൻപതു മാസത്തിനു ശേഷം. മിഡ്സമ്മർ സ്വീഡനിൽ ഗർഭധാരണത്തിന്റെ നാളുകൾകൂടിയാണ് എന്നുപറയാം.

2019 ൽ റിലീസ് ചെയ്ത *മിഡ്സമ്മർ* എന്ന ഇംഗ്ലീഷ് ചിത്രത്തിനും ഈ ആഘോഷങ്ങൾ ഇതിവൃത്തമായതോടുകൂടി സ്വീഡനിലെ മിഡ്സമ്മർ ആഘോഷങ്ങൾ ലോകശ്രദ്ധ ആകർഷിച്ചു.

യോരാന്റെ ഗ്രാമത്തിലും കഴിഞ്ഞ മാസം ആഘോഷം നടന്നതിന്റെ അടയാളപ്പെടുത്തലാണ് പൂക്കളും ഇലകളും ഉണങ്ങിത്തുടങ്ങിയ ആ വലിയ മെയ്പോൾ. ചെറിയ ഗ്രാമം ആണെങ്കിലും പരമ്പരാഗത ആഘോഷങ്ങൾക്ക് ഇവിടത്തുകാർ എത്രമാത്രം പ്രാധാന്യം കൊടുക്കുന്നു എന്നതിന്റെ തെളിവാണ് ഇത്.

തിരികെ പോകാൻ തുടങ്ങുമ്പോഴാണ് മറ്റൊരു തൂണ് എന്റെ ശ്രദ്ധയിൽ പെട്ടത്.

"ഇതെന്താണ് ഈ തൂണിൽ ഹുക്കുകൾ പിടിപ്പിച്ചിരിക്കുന്നത്?"

ഞാൻ യോരാനോട് ചോദിച്ചു.

ഞങ്ങൾ ഒക്ടോബർ മാസത്തിൽ വേട്ടയ്ക്ക് പോകും. വേട്ടയാടി പിടിച്ച മൃഗത്തെ ഇവിടെ കൊണ്ടുവന്നാണ് വീതം വെക്കുന്നത്. ആദ്യം മൃഗത്തെ ഈ വലിയ ഹുക്കിൽ തൂക്കിയിടും. എന്നിട്ട് ഞങ്ങൾ ഗ്രാമവാസികൾ എല്ലാം കൂടി വീതം വെച്ചെടുക്കും.

കഠിനമായ കാലാവസ്ഥയിലും ഈ ഒത്തൊരുമ ആയിരിക്കാം ഗ്രാമവാസികളെ ഇവിടെ പിടിച്ചുനിർത്തുന്നത്. അല്ലെങ്കിൽ ഇവരെല്ലാം ഇവിടം വിട്ടു മറ്റെവിടേക്കെങ്കിലും ചേക്കേറിയേനെ.

യോരാനോടൊപ്പം സോസേജ് ചുട്ടുന്നതിനിടക്കൊരു ചിത്രം

"ഇനി നമുക്ക് വീട്ടിലേക്കു പോകാം..." യോരാൻ ഞങ്ങളെയും കൂട്ടി വീട്ടിലേക്കു കാർ ഓടിച്ചു .

ഒറ്റനോട്ടത്തിൽ കണ്ടാൽ ഇടിഞ്ഞുപൊളിയാറായ വീടാണെന്ന് തോന്നും. മുറ്റത്ത് പേരറിയാ പൂക്കൾ കാറ്റിൽ വർണ്ണവിസ്മയം തീർക്കുന്നു. ഒരു അക്രിലിക്ക് പെയിന്റിങ്ങിന്റെ മുന്നിൽ നിൽക്കുന്നപോലെ എനിക്കപ്പോൾ അനുഭവപ്പെട്ടു.

മുറ്റത്ത് ഒന്നിലധികം വണ്ടികൾ പാർക്ക് ചെയ്തിരിക്കുന്നു. വീടിനുള്ളിലേക്കു കടന്നതും അയാളുടെ വളർത്തുനായ ലൈസ സ്നേഹം പ്രകടിപ്പിച്ചുകൊണ്ട് കൂടെക്കൂടി.

"നിങ്ങൾ മുന്നോട്ടുനടന്ന് ബസ് സ്റ്റോപ്പിൽ നിന്നോളൂ. ഞാൻ വണ്ടിയൊക്കെ റെഡിയാക്കി അങ്ങോട്ട് എത്തിയേക്കാം. അവിടെനിന്നു നമുക്ക് നദിക്കരയിലേക്ക് പോകാം." യോരാൻ ഞങ്ങൾക്ക് വേണ്ട നിർദേശങ്ങൾ തന്നു.

രസകരമാണ് ഈ ബസ് സ്റ്റോപ്പ്. വല്ലപ്പോഴും മാത്രം ബസ്സുകൾ കടന്നുപോകുന്ന വിജനമായ വഴി. ബസ് കാത്തിരിപ്പുകേന്ദ്രത്തിന്റെ ഉള്ളിലാണ് ഗ്രാമത്തിലെ പതിനൊന്നു വീട്ടുകാർക്കും ഉള്ള തപാൽ പെട്ടി. ഓരോ വീട്ടുകാർക്കും വരുന്ന കത്തുകൾ ഇടാൻ പ്രത്യേകം പെട്ടികൾ. അങ്ങനെ പതിനൊന്നെണ്ണം. എല്ലാവരും ഇവിടെ വന്നു വേണം കത്തു

കൾ എടുത്തുകൊണ്ടു പോകാൻ. ഈ ചെറിയ ഗ്രാമത്തിലെ വിചിത്ര സംഭവങ്ങൾ ഞങ്ങൾക്ക് രസകരമായി തോന്നി.

“ഐ വാണ്ടഡ് ടു മെയ്ക്ക് അവർ ട്രിപ്പ് ലിറ്റിൽ മോർ അഡ്വെഞ്ചറസ്” നോക്കിയപ്പോൾ മഞ്ഞിൽ ഓടിക്കുന്ന ചെറുവണ്ടിയുമായി യോരാൻ മുന്നിൽ. വണ്ടിയുടെ പിന്നിൽ നമ്മുടെ പെട്ടിഓട്ടോയെ അനുസ്മരിപ്പിക്കുന്ന തരത്തിൽ ഒരു പെട്ടിയും ഉണ്ട്. അതിൽ ഒരു കൂട്ടിൽ ലൈസ. അതിന്റെ പിന്നിലായി ഞങ്ങൾ എല്ലാവരും കയറി ഇരുന്നു. വണ്ടി മുന്നോട്ട് നീങ്ങി. ഒരു കാടിന്റെ നടുവിലേക്കാണ് ഞങ്ങളുടെ യാത്ര.

ക്രിസ്സിനു വളർത്തുമൃഗങ്ങളെ ഭയങ്കര പേടിയാണ്. മുഖം കണ്ടാലറിയാം അവൻ പേടിച്ചിരിക്കുകയാണെന്ന്. കുഴികളും കല്ലും നിറഞ്ഞ കാനനപ്പാതയിലൂടെയുള്ള യാത്ര അല്പം സാഹസികത നിറഞ്ഞതായിരുന്നു. ലൈസ നന്നായി കുരയ്ക്കുന്നതും മുരളുന്നതും ഒക്കെ ക്രിസ്സിന്റെ ഭയം ഇരട്ടിപ്പിച്ചു. ലൈസ വേട്ടനായയാണ്. യോരാൻ വേട്ടയ്ക്ക് പോകുമ്പോൾ മൃഗങ്ങളുടെ സ്ഥാനം ഒക്കെ മണം പിടിച്ചു കണ്ടെത്താൻ ലൈസയ്ക്കു പ്രത്യേക കഴിവാണ്. യോരാൻ എവിടെപ്പോയാലും ലൈസയെ ഒപ്പം കൂട്ടും. അതിനായി വണ്ടിയിൽ ഒരു കൂടൊക്കെ സജ്ജമാക്കിയിട്ടുണ്ട്. ടാക്സി ഓടിക്കാൻ പോകുമ്പോൾ മാത്രമാണ് ലൈസ തനിച്ചാവുന്നത്.

പെട്ടെന്ന് വണ്ടി കല്ലിൽ തട്ടി നിന്നു. ഒരടി മുന്നോട്ടുപോകുന്നില്ല. ഇറങ്ങി നടക്കാൻ യോരാന്റെ നിർദേശം വന്നു. ഞങ്ങളെ ഇറക്കിയപ്പോൾ വണ്ടി മുന്നോട്ടുനീങ്ങി. യോരാൻ വണ്ടി ഒരു വശത്തായി ഒതുക്കി കാടിനുള്ളിലേക്ക് നടക്കാൻ തുടങ്ങി. കൂടെ ലൈസയും, പിന്നാലെ ഞങ്ങളും. ഒടുവിൽ നദിക്കരയിലെത്തി. അവിടെ ഒരു ചെറുപ്പക്കാരനും ചെറുപ്പക്കാരിയും തീയൊക്കെ കാഞ്ഞ് ചൂണ്ട ഇട്ട് മീൻ പിടിക്കുന്നു. പേര് സൈമൺ. സോഴ്സലെയിൽ പരിചയപ്പെടുന്ന രണ്ടാമത്തെ സൈമൺ. ആദ്യ സൈമൺ ടാക്സി ഡ്രൈവർ ആയിരുന്നു. സൈമണിന്റെ ഗേൾഫ്രണ്ടാണ് കൂടെയുള്ള പെൺകുട്ടി. യോരാനുമായിട്ടുള്ള പരിചയം പറഞ്ഞാൽ അല്പം രസകരമാണ്.

പതിനഞ്ചു വർഷങ്ങൾക്കു മുൻപ് തന്റെ സഹോദരി വഴിയാണ് യോരാൻ സൈമണെ പരിചയപ്പെടുന്നത്. അന്നുമുതൽ ഇന്നുവരെയും മുടക്കം കൂടാതെ എല്ലാ വേനൽക്കാലത്തും സൈമൺ സോഴ്സലയിൽ യോരാന്റെ ഗ്രാമത്തിൽ എത്തും. അതുകേട്ട് ഞാൻ ആശ്ചര്യപ്പെട്ടു. പതിനഞ്ചു വർഷം മുടക്കം കൂടാതെ സൈമൺ ഇവിടെ എത്തുന്നു. ഇവിടത്തെ വേനൽക്കാലവും പ്രകൃതിഭംഗിയും ആസ്വദിക്കുന്നു. നമ്മുടെ നാട്ടിൽ തീർഥാടനത്തിനു വർഷാവർഷം ആളുകൾ പോകുന്നപോലെ. സൈമൺ ചൂണ്ടയിടീലിൽ ശ്രദ്ധിച്ചു നിൽക്കുകയാണ്. ഒരു മീൻപോലും കൊത്തുന്നില്ല. സാധാരണയായി ചില പ്രാണികളൊക്കെ വെള്ളത്തിന്റെ മുകളിൽ

എത്തുമ്പോൾ അതിനെ പിടിക്കാനായി മീനുകൾ എത്തും. എന്നാൽ കാറ്റ് കാരണം ഇപ്പോൾ പ്രാണികളൊന്നുംതന്നെ ജലോപരിതരത്തിലില്ല. മീനുകളെയും കാണുന്നില്ല. സൈമൺ കാറ്റിനെ പഴിച്ചു.

യോരാൻ പതിയെ കാപ്പി തിളപ്പിക്കാനുള്ള കെറ്റിൽ പുഴയിൽ മുക്കി വെള്ളം നിറച്ചപ്പോൾ എന്റെ മനസ്സൊന്നു പിടഞ്ഞു. ഇങ്ങനെയൊക്കെ ചെയ്യാൻ നമുക്ക് നാട്ടിൽ സാധിക്കുമോ?

കെറ്റിൽ തീയുടെ മുകളിൽ വെച്ചു. വെള്ളം തിളയ്ക്കാൻ കാത്തു നിൽക്കാതെ അയാൾ ഒരു കത്തിയുമെടുത്ത് സോസേജ് ചുടാൻ കമ്പു വെട്ടാൻ പോയി.

സൈമണും ഗേൾഫ്രണ്ടും ഇന്ന് പകൽ മുഴുവൻ ഈ കാട്ടിൽ ക്ലൗഡ്ബെറി പറിക്കുകയായിരുന്നു. ഏതാണ്ട് മൂന്നു വലിയ ബക്കറ്റ് നിറയെ ക്ലൗഡ്ബെറി പറിച്ചു വെച്ചിട്ടുണ്ട്. ചൂണ്ടയിട്ടിട്ട് മീനൊന്നും കിട്ടിയില്ല എങ്കിലും സൈമൺ ഇവിടം നന്നായി ആസ്വദിക്കുന്നുണ്ട്. അല്ലെങ്കിൽ പിന്നെ പതിനഞ്ചുവർഷം തുടർച്ചയായി ഇവിടെ വരേണ്ട കാര്യമില്ലല്ലോ. യോരാൻ നീളൻ കമ്പിൽ സോസേജ് കൊരുത്ത് തീയുടെ മുകളിൽ ചുടാൻ വെച്ചു.

"This is our traditional drink." ഇതും പറഞ്ഞ് യോരാൻ എന്റെ നേരെ ഒരു ഗ്ലാസ് കട്ടൻ കാപ്പി നീട്ടി. ഉണങ്ങിയ റെയിൻഡീർ ഇറച്ചി അരിഞ്ഞിട്ട കട്ടൻ. ഉണങ്ങിയ മാംസത്തിൽ നിന്നുമുള്ള കൊഴുപ്പം ഗന്ധവും രുചിയുമെല്ലാം യോരാൻ എന്ന കുറിയ മനുഷ്യന്റെ സ്നേഹശുദ്ധി പോലെ ആ കാപ്പിയാകെ പടർന്നു. ലോകം യാന്ത്രികതകൊണ്ടും മുഖംമൂടി അണിഞ്ഞ മനുഷ്യരെക്കൊണ്ടും നിറയുമ്പോൾ ഇന്നാട്ടുകാരുടെ സ്നേഹവും നിഷ്കളങ്കതയും മരുഭൂമിയിലെ ഒരു പച്ചത്തുരുത്തു പോലെ അവശേഷിക്കുന്നു. പ്രകൃതിഭംഗിയേക്കാൾ ഉപരി ഈ നാടിന്റെ സൗന്ദര്യം ഇവിടത്തെ മനുഷ്യരാണ്.

സമയം ഏതാണ്ട് രാത്രി ഒൻപതു മണിയാകുന്നു. സൂര്യൻ പതിവു പോലെ അസ്തമിക്കാൻ മടി കാണിച്ചു നിൽക്കുന്നെങ്കിലും ഞങ്ങൾക്ക് തിരികെ പോകാൻ സമയമായി.

"നിങ്ങൾക്ക് പോകാൻ തിരക്കുണ്ടോ? ഇല്ലെങ്കിൽ പോകുന്ന വഴി ഞങ്ങളുടെ കമ്യൂണിറ്റി ഹാളിൽ ഒന്ന് കയറാം."

വീട്ടിലേക്കു മടങ്ങുന്നതിനിടയിൽ അയാൾ പറഞ്ഞു.

"നാളെ ഞങ്ങളുടെ ഗ്രാമവാസികൾ രണ്ടുപേർ വിവാഹിതരാകുന്നു. അവർ രണ്ടുപേരും ഇന്ന് കമ്യൂണിറ്റി ഹാളിൽ ഉണ്ട്. അവരെ ഒന്ന് കാണാം..." യോരാൻ ഉദ്ദേശ്യം വ്യക്തമാക്കി.

"നിങ്ങൾ ആദ്യം അകത്തേക്ക് കയറി അവരെ ഒന്ന് സർപ്രൈസ് ചെയ്യിക്കണം..." ഞാൻ സമ്മതഭാവത്തിൽ തല കുലുക്കി.

കാറ് കമ്യൂണിറ്റി ഹാളിന്റെ മുന്നിൽ എത്തിയതും ഞാനും ക്രിസ്സും വേഗത്തിൽ ഇറങ്ങി ഹാളിനുള്ളിലേക്ക് പ്രവേശിച്ചു. ഞങ്ങളെ കണ്ട വധൂവരന്മാർ ഒന്ന് ഞെട്ടിയെങ്കിലും ആ ഞെട്ടൽ അധികനേരം നീണ്ടു നിന്നില്ല.

ഏതാണ്ട് ഇരുപതുപേരാണ് കല്യാണത്തിൽ പങ്കെടുക്കുന്നത്. നമ്മുടെ നാട്ടിലെ കല്യാണത്തിൽനിന്നും വളരെ വ്യത്യസ്തം. ആയിരക്കണക്കിന് ആളുകൾ വന്നു ഭക്ഷണം കഴിക്കുവാനുള്ള തിക്കും തിരക്കുമില്ല. വലിയ ചടങ്ങുകളോ സദ്യവട്ടങ്ങളോ ആർഭാടമോ ഒന്നുമില്ല. ജീവിതകാലം മുഴുവൻ സ്വരുക്കൂട്ടി ഉണ്ടാക്കി വെച്ചതും കടം മേടിച്ചതും എല്ലാം കൂട്ടിവെച്ചു നമ്മൾ നടത്തുന്ന കല്യാണ മാമാങ്കങ്ങളിൽനിന്നും വ്യത്യസ്തം. വരനും വധുവും ആണ് എല്ലാ ഒരുക്കങ്ങളും നടത്തുന്നത്. അധികനേരം ഞങ്ങൾ അവിടെ നിന്നില്ല. ഒരു പടം എടുത്തു വേഗംതന്നെ യോരാന്റെ കാറിൽ താമസസ്ഥലത്തേക്ക് യാത്രയായി.

രാവിലെ പത്തുമണിക്ക് ഞങ്ങളെ കൂട്ടാനായി യോരാൻ എത്തി. സോഴ്സലെയിൽനിന്ന് വീണ്ടും ഇൻലാൻഡ്സ്ബാനൻ ട്രെയിൻ പിടിച്ച് അടുത്ത പട്ടണമായ അർവിഡ്ഷോറിലേക്ക്.

"എന്റെ ഒരു സുഹൃത്ത് ആൻഡ്രേഴ്സ് അർവിഡ്ഷോറിലുണ്ട്. നിങ്ങൾ ചെല്ലുന്ന കാര്യം ഞാൻ വിളിച്ചു പറഞ്ഞിട്ടുണ്ട്. മുൻപൊരിക്കൽ വിന്റർ മാർക്കറ്റിൽ വെച്ച് പരിചയപ്പെട്ടതാണ് ആൻഡ്രേഴ്സിനെ. ആൻഡ്രേഴ്സ് നിങ്ങളെ സഹായിക്കാമെന്ന് ഏറ്റിട്ടുണ്ട്." യോരാൻ ഞങ്ങൾക്ക് ആൻഡ്രേഴ്സിന്റെ ഫോൺ നമ്പർ തന്നു.

തികച്ചും വിരസമായി മാറുമായിരുന്ന സോഴ്സ്ലയിലെ രണ്ടു ദിവസം ജീവിതത്തിൽ ഒരിക്കലും മറക്കാനാവാത്തതാക്കിയ യോരാനോട് എത്ര നന്ദി പറഞ്ഞാലും മതിയാവില്ല. വ്യത്യസ്ത സംസ്കാരങ്ങളിൽ ജീവിച്ച് വിവിധ ഭാഷകൾ സംസാരിക്കുന്ന മനുഷ്യരെ ഒന്നിപ്പിക്കുന്ന മാന്ത്രിക നിമിഷങ്ങളാണല്ലോ എല്ലാ യാത്രകളും..!

ആവി വണ്ടിയിൽ ഒരു യാത്ര

മധ്യകാലത്ത് സാമികളും ഫിനിഷുകാരും മാത്രം ജീവിച്ചിരുന്ന സ്ഥലമാണ് ഇന്ന് നോർബോട്ടൻ കൗണ്ടിയായി അറിയപ്പെടുന്നത്. അർവിഡ്ഷോർ നോർബോട്ടണിലെ പട്ടണമാണ്. അവിടമാണ് ഞങ്ങളുടെ അടുത്ത ലക്ഷ്യം. മധ്യകാലഘട്ടം മുതൽ, സ്വീഡിഷ് രാജാക്കന്മാർ കോളനിവൽക്കരിക്കാനും ക്രൈസ്തവവൽക്കരിക്കാനും ശ്രമിച്ച നാടുകളാണ് നോർബോട്ടണിലെ പട്ടണങ്ങൾ.

ട്രെയിനിൽ ഇരുന്നു റീന യാത്രാസഹായിയായ റഫ് ഗൈഡിന്റെ ഓരോ പേജും അരിച്ചുപെറുക്കി വായിക്കുകയാണ്. സ്വീഡന്റെ മുക്കിലും മൂലയിലുമുള്ള ഓരോ കുഞ്ഞുകാഴ്ചകളും അതിൽ വിശദമായി എഴുതിയിട്ടുണ്ട്. ഇതുവരെയുള്ള യാത്രയിൽ വലിയ സഹായം ആയിരുന്നു ഈ പുസ്തകം.

അർവിഡ്ഷോറിലെ വ്യത്യസ്തമായ കാഴ്ചകളിലാണ് റീനയുടെ നോട്ടം. വേനൽക്കാലത്ത് ആഴ്ചയിൽ ഒന്നുരണ്ടു ദിവസം അർവിഡ്ഷോറിൽനിന്നും ഒരു സ്റ്റീം തീവണ്ടി യാത്രയുണ്ട്. ഏതാണ്ട് നൂറ് വർഷത്തിൽ അധികം പഴക്കമുള്ള നീരാവി കൊണ്ടോടുന്ന തീവണ്ടിയിൽ നാല് മണിക്കൂറോളം നീണ്ടുനിൽക്കുന്ന ഒരു യാത്ര. “ഇന്ന് വൈകിട്ട് നമുക്ക് താമസസ്ഥലത്തു ചെക്കിൻ ചെയ്തിട്ട് അതിനു പോയാലോ?” റീന പ്ലാൻ അവതരിപ്പിച്ചു.

ആദ്യമായിട്ടാണ് ഇത്രനാൾ നീണ്ടുനിൽക്കുന്ന ഒരു ബാക്ക്പാക്ക് ട്രിപ്പ്. യാത്ര തുടങ്ങിയപ്പോൾ താമസസ്ഥലങ്ങളും ട്രെയിൻ ടിക്കറ്റും മാത്ര

ആവി വണ്ടിയിലെ എഞ്ചിൻ റൂമിൽ

മാണ് മുൻകൂട്ടി ബുക്ക് ചെയ്തിരുന്നത്. ഓരോ സ്ഥലത്ത് എത്തുമ്പോഴും ചെയ്യേണ്ട കാര്യങ്ങളെപ്പറ്റി ഒരു ഏകദേശധാരണ ഉണ്ടായിരുന്നു. കുട്ടികളെയും കൂട്ടി യാത്ര ചെയ്യുമ്പോൾ അധികം പ്ലാൻ ചെയ്തു പോയാൽ യാത്രയിൽ അത് വലിയ സമ്മർദ്ദം ആയി മാറും. ഈ തിരിച്ചറിവിൽ നിന്നാണ് പ്ലാനിങ് കുറച്ചുള്ള യാത്രയ്ക്കു തയ്യാറെടുത്തത്. ക്രിസ്സും സ്റ്റീവും യാത്ര നന്നായി ആസ്വദിക്കുന്നുണ്ട്. കോവിഡ് കാരണം മാസങ്ങളായി വീട്ടിൽ അടച്ചിട്ടിരുന്നതിന്റെ സമ്മർദ്ദത്തിൽനിന്നും രക്ഷപ്പെടാൻ കൂടിയായിരുന്നു ഈ യാത്ര..

ഇൻലാൻഡ്സ് ബാനൻ തീവണ്ടി അർവിഡ്ഷോറിൽ എത്തിയപ്പോഴേക്കും സമയം നാലുമണി കഴിഞ്ഞിരുന്നു. ഒരു വലിയ ക്യാമ്പിങ് സൈറ്റിൽ ആണ് താമസം ബുക്ക് ചെയ്തിരിക്കുന്നത്. സോഴ്സലെയിൽ കിട്ടിയ പണി ഏതായാലും ഇവിടെ കിട്ടിയില്ല. കാരവൻ യാത്രികരുടെ ഇടത്താവളമാണിത്. നൂറുകണക്കിന് കുഞ്ഞൻ വീടുകൾ. അതിലൊന്നിൽ ഞങ്ങളും.

'അർവിഡ്ഷോർ റെയിൽവേ അസോസിയേഷൻ" തീവണ്ടി പ്രേമികളുടെ ഒരു കൂട്ടായ്മയാണ്. പത്തിരുപതു ആളുകൾ വേനൽക്കാലത്ത് തങ്ങളുടെ പാഷനെ മുറുകെപ്പിടിച്ച് ഈ ട്രെയിൻ സർവീസ് നടത്തുന്നു. 1912ൽ നിർമ്മിച്ച തീവണ്ടി പൂർണ്ണമായും കൽക്കരിയിലാണ് ഓടുന്നത്. മുൻപ്

ഊട്ടിയിലേക്ക് പൈതൃക തീവണ്ടിയിൽ പോയതിന്റെ ഓർമ്മപുതുക്കൽ കൂടി ആയിരുന്നു ഇതിലെ യാത്ര.

കൃത്യസമയത്ത് ഞങ്ങളുടെ യാത്ര തുടങ്ങി. പുറമെ കടുംചുവപ്പ നിറവും അകത്ത് കടും പച്ചനിറവുമായിരുന്നു വണ്ടിക്ക്. ഒരുപാട് ബോഗികളും ബോഗികൾക്കുള്ളിൽ ചെറിയ കൂപ്പകളും ഉണ്ടായിരുന്നു. മെല്ലെ മെല്ലെ ഞങ്ങളുടെ തീവണ്ടി സ്ലാഗ്നാസ് എന്ന സ്വീഡിഷ് ഗ്രാമത്തിൽ എത്തി. ഇനിയാണ് പ്രധാന കലാപരിപാടികൾ. തീവണ്ടിയുടെ എൻജിനിൽ എണ്ണയിടുന്നു. അല്പസ്വല്പം മെയിന്റനൻസ് വർക്ക് ഒക്കെ ചെയ്യുന്നു. ഞാൻ മാറി നിന്ന് ഇതെല്ലാം വീക്ഷിച്ചു. ഇവരുടെയെല്ലാം ശരീരമാസകലം കരിഓയിലാണ്. കൈയിലും മുഖത്തും എല്ലാം കരി. അപ്പോഴാണ് ഞെട്ടിക്കുന്ന ആ കാര്യം അറിഞ്ഞത്. സൗജന്യമായിട്ടാണത്രെ ഇവരൊക്കെ ഈ ജോലി ചെയ്യുന്നത്.

യാത്രയിൽ പങ്കെടുക്കുന്നവർക്കെല്ലാം എഞ്ചിൻ റൂമിൽ കയറി പഴയകാല നീരാവി വണ്ടിയുടെ പ്രവർത്തനങ്ങൾ നേരിൽ കാണുവാൻ അവസരം ഉണ്ടായിരുന്നു. ഞാൻ അവസാനത്തെ കാഴ്ചക്കാരനായി എഞ്ചിൻറൂമിനുള്ളിലേക്കു കയറി. ചുട്ടു പൊള്ളുന്ന തീയുടെ മുൻപിൽ അധികനേരം പിടിച്ചുനിൽക്കാനാവാതെ ഞാൻ വേഗമിറങ്ങി.

നദിക്കരയിലെ സോസേജ് ചുടുന്ന തിരക്കിൽ

മടക്കയാത്രയിൽ ഒരു നദിയുടെ സമീപം തീവണ്ടി നിർത്തി. എല്ലാവരും വരിവരിയായി ഇറങ്ങി നദിക്കര ലക്ഷ്യമാക്കി നടന്നു. നദീതീരത്ത് തീ കൂട്ടിയിട്ടുണ്ടായിരുന്നു. സ്വീഡിഷ് ലാപ് ലാൻഡിലെ സായാഹ്നത്തിലെ തണുത്ത കാറ്റിൽ എല്ലാവരും തീയ്ക്ക് ചുറ്റും നിരന്നു. സോസേജ് ഒരു നീളമുള്ള കമ്പിൽ കൊരുത്ത് എല്ലാവർക്കും കൊടുത്തു. തീയുടെ മുകളിൽ പിടിച്ച് എല്ലാവരും അത് ചുട്ടെടുത്തു.

ബണ്ണും സോസും കൂട്ടി സോസേജ് കഴിക്കുന്നതിനിടയിൽ യാത്രക്കാർ പരസ്പരം പരിചയപ്പെട്ടു. അവിടെവെച്ചാണ് ഞാൻ ലൈഫിനെ പരിചയപ്പെടുന്നത്. ഞാൻ ഒന്നുകൂടി എടുത്തു ചോദിച്ചു, അതെ ലൈഫ് (ജീവിതം) തന്നെ. റെയിൽവേ അസോസിയേഷനിൽ മെമ്പർ ആണ്. പെൻഷൻ ആയി വീട്ടിൽ ഇരിക്കുന്ന സമയത്ത് ഇങ്ങനെയുള്ള കാര്യങ്ങൾ ചെയ്ത് സമയം കൊല്ലുന്നു.

"ഞാൻ നാളെ ഉച്ചവരെ ഫ്രീ ആണ്. നിങ്ങൾക്ക് ഞങ്ങളുടെ പട്ടണം കാണണം എന്നുണ്ടെങ്കിൽ രാവിലെ ഞാൻ കൊണ്ടുപോകാം." ലൈഫിന്റെ ഓഫർ....

ആർച്ച് ബിഷപ്പിന്റെ കുറ്റസമ്മതം

ഇന്നലെ പരിചയപ്പെട്ട ലൈഫും, യോരാൻ പറഞ്ഞതുപ്രകാരം ആൻഡ്രേഴ്സും രാവിലെ തന്നെ ഹാജരായി. അടുത്തുള്ള വ്യൂ പോയിന്റ് കാണാനാണ് ആദ്യ പ്ലാൻ. ഞങ്ങൾ രണ്ടു കാറിലാണ് പോകുന്നത്. റീനയും ക്രിസ്സും സ്റ്റീവും ആൻഡ്രേഴ്സിനൊപ്പവും ഞാൻ ലൈഫിനൊപ്പവുമാണ് യാത്ര. പത്തു മിനിട്ട് യാത്രയ്ക്കുശേഷം ഞങ്ങൾ വ്യൂ പോയിന്റിലെത്തി.

പാരിസിലെ ഈഫൽ ഗോപുരത്തിന്റെ മാതൃകയിൽ തടികൊണ്ട് നിർമ്മിച്ച ഒരു ഗോപുരം അവിടെയുണ്ട്. അതിന്റെ മുകളിൽ കയറിനിന്നാൽ അർവിഡ്ഷോർ പട്ടണം കാണാം. ഞങ്ങൾ ഓരോരുത്തരായി മുകളിലേക്ക് കയറി. മനോഹരമായ അർവിഡ്ഷോർ പട്ടണം ഒരു ഹെലികോപ്റ്ററിൽ ഇരുന്നു കാണുന്നപോലെ ഒറ്റ ഫ്രെയ്മിൽ ഞങ്ങളുടെ കൺമുന്നിൽ. വെള്ളി റിബൺ പോലെ പട്ടണത്തെ കീറിമുറിച്ചൊഴുകുന്ന ബിസ്കെ നദി. തടാകങ്ങൾ ആരോ മറന്നുവെച്ച കണ്ണാടിപോലെ തിളങ്ങുന്നു. ഞങ്ങൾക്ക് മുകളിൽ ആകാശം നിശ്ശബ്ദതയെ ആശ്ലേഷിച്ച പരന്നുകിടക്കുന്നു.

ഞങ്ങളുടെ അടുത്ത ലക്ഷ്യം അർവിഡ്ഷോറിന്റെ സ്വന്തം ലാപ്സ്റ്റാഡനാണ്. സാമി വംശജർ ഒരുകാലത്തു ജീവിച്ചിരുന്ന വീടുകൾ അതേപടി നിലനിർത്തിയിരിക്കുന്ന കാഴ്ചകളിലേക്ക് കാറോടിച്ചു.

അർവിഡ്ഷോർ പട്ടണത്തിൽ കൂടി പോകുമ്പോൾ ഞാൻ ശ്രദ്ധിച്ചത് ലാപ്ലാൻഡിലെ വലിയ ഒരു പട്ടണത്തിന്റെ അവസ്ഥയാണ്. നമ്മുടെ പെരു

നാവൂരോചെങ്ങന്നൂരോപൊന്നാനിയോഒക്കെഇതിന്റെപത്തിരട്ടിയുണ്ട്. അർവിഡ്ഷോറിനു സ്വന്തമായി ഒരു എയർപോർട്ട് ഉണ്ട്. അതാണ് ഈ പട്ടണത്തെ നമ്മുടെ നാട്ടുമായി വ്യത്യസ്തമാക്കുന്നത്. വലിയ പ്രൗഢി ഒന്നും അവകാശപ്പെടാനില്ലാത്ത പതിനായിരത്തിൽ താഴെ ആളുകൾ മാത്രം അധിവസിക്കുന്ന തണുപ്പുകാലത്ത് അസ്ഥി മരവിക്കുന്ന കാലാവസ്ഥയുള്ള ഒരു കൊച്ചു പട്ടണം.

"പതിനെട്ടു വർഷമായി കൂന് ബാധിച്ച ഒരു സ്ത്രീയെപ്പറ്റി *ബൈബിളി*ലെ ലൂക്കോസിന്റെ സുവിശേഷത്തിൽ പറയുന്നുണ്ട്. സ്വന്തം കാലിൽ നിവർന്നുനിൽക്കാൻ പ്രാപ്തിയില്ലാതെ നിലത്തേക്കുമാത്രം നോക്കാൻ വിധിക്കപ്പെട്ടവൾ. അവൾ ഒരിക്കലും ആകാശം കണ്ടിട്ടില്ല ചന്ദ്രനെയും നക്ഷത്രങ്ങളെയും അവൾക്കു കേട്ടറിവ് മാത്രമാണുണ്ടായിരുന്നത്. പാവങ്ങളുടെയും സാധാരണക്കാരുടെയും കണ്ണീരൊപ്പാൻ ഭൂമിയിലേക്ക് വന്നവനാണ് ക്രിസ്തു. അവളെ കണ്ടമാത്രയിൽ മുട്ടുകുത്തിനിന്ന് അവളുടെ കണ്ണുകളിലേക്കു നോക്കി. അവളെ തലോടി അവളുടെ കൂന് സൗഖ്യമാക്കി. ചർച്ച് ഓഫ് സ്വീഡന്റെ ആർച്ച് ബിഷപ്പ് എന്ന നിലയിൽ ഞാൻ നിങ്ങളോടു മാപ്പു ചോദിക്കുന്നു. സഭ ഒരിക്കലും നിങ്ങളോടൊപ്പം നിൽക്കുകയോ നിങ്ങളുടെ കണ്ണുകളിലേക്ക് നോക്കുകയോ ചെയ്തിട്ടില്ല. കുറ്റബോധത്താൽ ഞങ്ങളുടെ മുതുകുകൾ കൂനിയിരിക്കുന്നു. നിങ്ങളെ ഞങ്ങൾ അന്യായ

ലാപ്സ്റ്റാഡൻ

മായി ഉപദ്രവിച്ചതിന്റെ നാണക്കേടും വേദനയും ഞങ്ങളുടെ മുതുകിൽ ഒരു കൂനായി നിലകൊള്ളുന്നു. നിങ്ങളെ ഞങ്ങൾ ഉപദ്രവിച്ചപ്പോൾ ഞങ്ങളുടെ സ്രഷ്ടാവിനെയും ഞങ്ങൾ ഉപദ്രവിച്ചു. നമ്മുടെ സാമി സഹോദരങ്ങളിൽ ദൈവത്തെ കണ്ടെത്തുന്നതിനുപകരം ഭൂരിപക്ഷ സംസ്കാരം ഞങ്ങൾ അടിച്ചേല്പിച്ചു. നിങ്ങളുടെ ഭാഷയും കരകൗശല വൈദഗ്ധ്യവും ഞങ്ങൾ ഇല്ലാതാക്കി. ചർച്ച ഓഫ് സ്വീഡൻ സഭയെ പ്രതിനിധീകരിച്ചു ഞാൻ നിങ്ങളോട് ക്ഷമ ചോദിക്കുന്നു."

സ്വീഡനിലെ ഉപ്സാല കത്തീഡ്രലിലും ലൂലിയ കത്തീഡ്രലിലും മാപ്പപേക്ഷിച്ചുകൊണ്ട് ചർച്ച് ഓഫ് സ്വീഡൻ ആർച്ച് ബിഷപ്പ് നടത്തിയ പ്രസംഗത്തിന്റെ സംക്ഷിപ്ത രൂപമാണിത്

ആരാണ് സാമികൾ? സ്വീഡനിലെ സഭ അവരോടു ചെയ്തത് എന്താണ് എന്നറിയണമെങ്കിൽ നൂറ്റാണ്ടുകൾ പിന്നിലേക്ക് സഞ്ചരിക്കേണ്ടിവരും. യൂറോപ്പിലെ ഏക തദ്ദേശീയ വംശജരാണ് സാമികൾ. അവരുടെ പരമ്പരാഗത ഭൂമി സാപ്മി നോർവേയിലും സ്വീഡനിലും ഫിൻലൻഡിലും റഷ്യയിലുമായി പരന്നുകിടക്കുന്നു. ലോകത്താകെയുള്ള ഒരുലക്ഷം സാമികളിൽ നാല്പത്തിനായിരത്തോളം സാമികൾ സ്വീഡനിൽ ജീവിക്കുന്നതായി കണക്കുകൾ സൂചിപ്പിക്കുന്നു. ആയിരക്കണക്കിന് വർഷങ്ങളായി ഈ ഭൂമിയിൽ ജീവിച്ചുപോരുന്നവരാണവർ. സാപ്മിയുടെ കോളനിവൽക്കരണം പതിനാലാം നൂറ്റാണ്ടിൽ ആരംഭിച്ചു. പതിനേഴാം നൂറ്റാണ്ടിൽ വെള്ളി കണ്ടെത്തിയതോടുകൂടി അത് കൂടുതൽ വ്യാപകമായി. വർഷങ്ങളായി തങ്ങൾ ജീവിച്ചിരുന്ന മണ്ണിൽനിന്നും അവർ ആട്ടിപ്പായിക്കപ്പെട്ടു. അധിനിവേശകരും സാമികളും തമ്മിലുള്ള സംഘർഷം കൂടിക്കൂടിവന്നു. സാമികളുടെ അവകാശങ്ങൾ ഹനിക്കപ്പെട്ടു. അവർ ക്രിസ്തുമതത്തിലേക്ക് പരിവർത്തനം ചെയ്യപ്പെട്ടു. പിഴ, തടവ് തുടങ്ങിയ പ്രാകൃതരീതികൾ ഉപയോഗിച്ച് അവരെ ക്രിസ്ത്യാനികളാക്കി മാറ്റുന്നതിൽ ചർച്ച് ഓഫ് സ്വീഡൻ വലിയ പങ്കുവഹിച്ചു. സാമികൾക്കു തങ്ങളുടെ സാംസ്കാരിക സ്വത്വം അടിയറവുചെയ്യേണ്ടിവന്നു. 1913 മുതൽ 1962 വരെ സാമി കുട്ടികൾക്കായി പ്രത്യേക റസിഡൻഷ്യൽ സ്കൂളുകൾ നടത്തുന്നതിൽ സഭ മുൻപന്തിയിൽ നിന്നു. സാമി കുട്ടികളെ സ്വീഡിഷ് സംസ്കാരത്തിലേക്ക് പരിവർത്തനം ചെയ്യുകയായിരുന്നു ഉദ്ദേശ്യം. അവരെ നിർബന്ധിത സ്വീഡിഷ് ഭാഷാപഠനത്തിനു വിധേയരാക്കി അവരുടെ മാതൃഭാഷയായ സാപ്മി ഭാഷയെ ഉൻമൂലനം ചെയ്യുന്നതിൽ സഭ ചെറുതല്ലാത്ത പങ്ക് വഹിച്ചിട്ടുണ്ട്. 2016 ആഗസ്റ്റ് മാസത്തിൽ യുണൈറ്റഡ് നേഷൻസ് തദ്ദേശീയരായ സാമി വംശജരുടെ അവകാശങ്ങൾ ഹനിക്കപ്പെടുന്നതിൽ ആശങ്ക പങ്കുവെച്ചുകൊണ്ടൊരു കത്ത് പ്രസിദ്ധീകരിക്കുകയുണ്ടായി.

യോഹാന പതാകയുമായി

പതിനേഴാം നൂറ്റാണ്ടിൽ ഇവിടുത്തെ പള്ളികളിൽ നിർബന്ധിത ഹാജർ സംവിധാനം നിലവിൽ ഉണ്ടായിരുന്നു. എന്നാൽ കാട്ടുകളിൽ താമസിച്ചിരുന്ന സാമി വംശജർക്ക് പള്ളികളിൽ വന്നുപോവുക എളുപ്പമായിരുന്നില്ല. അങ്ങനെയാണ് പള്ളിയോടൊപ്പമുള്ള സെറ്റിൽമെന്റുകൾ രൂപപ്പെടുന്നത്. അന്ന് തടിയിൽ നിർമ്മിച്ച വീടുകളാണ് ഇന്നും അതേപടി നിലനിർത്തിയിരിക്കുന്നത്. സ്കാൻഡിനേവിയൻ ചിത്രങ്ങളിൽ ഒക്കെ കണ്ടിട്ടുള്ളതുപോലെ വലിയ മരക്കാലുകൾ അടുക്കിവെച്ച് പണിത വീടുകൾ. ചിലത് കൂടാരം പോലെ തടികൾ അടുക്കിയാണ് പണിതിരിക്കുന്നത്. മറ്റു ചിലത് വീടിന്റെ ആകൃതിയിലും.

നമ്മുടെ നാട്ടിൽ ആയിരുന്നെങ്കിൽ ഇവയെല്ലാം ഏതെങ്കിലും വലിയ അപ്പാർട്ട്മെന്റിനോ ഷോപ്പിങ് കോംപ്ലക്സിനോ വഴിമാറേണ്ട നിർമ്മിതികളായേനെ. ഭരണാധികാരികളുടെ നിശ്ചയദാർഢ്യവും ജനങ്ങളുടെ ചരിത്രബോധവുമെല്ലാം ഒത്തുചേരുന്നതിന്റെ മറ്റൊരു അടയാളപ്പെടുത്തൽ.

പ്രായമുള്ള ഒരു സ്ത്രീ അവിടെയിരുന്ന പോസ്റ്റ്കാർഡുകൾ വിൽക്കുന്നത് ഞങ്ങളുടെ കണ്ണിൽ പെട്ടു. അവരുടെ സ്വന്തം കോട്ടേജ് ആണത്.. യോഹാന എന്നാണ് അവരുടെ പേര്. ഞങ്ങൾ ഇന്ത്യക്കാർ ആണെന്നറിഞ്ഞതിന്റെ സന്തോഷം അവരുടെ മുഖത്തുനിന്ന് ഞങ്ങൾ വായിച്ചെടുത്തു. സാധാരണ ഗതിയിൽ ഇന്ത്യയിൽനിന്നും ആളുകൾ ഇവിടെ വരാറി

ല്ല. അവർ സ്നേഹപൂർവം കുറച്ച പോസ്റ്റ് കാർഡുകൾ ഞങ്ങൾക്ക് തന്നു. പണം കൊടുക്കാൻ തുനിഞ്ഞപ്പോൾ വേണ്ടെന്നുപറഞ്ഞ് ലാപ്സ്റ്റാഡ ന്റെ കഥകളിലേക്കും ചരിത്രത്തിലേക്കും ഞങ്ങളെ കൂട്ടിക്കൊണ്ടു പോയി.

സാമികൾക്ക് സ്വന്തമായി ഒരു പതാകയുണ്ട്. അതിനെപ്പറ്റിയായി അവരുടെ സംസാരം. ചുവപ്പും നീലയും പച്ചയും മഞ്ഞയും നിറങ്ങളുള്ള ആ പതാക കൈയിലെടുത്ത് അവർ ഓരോ നിറങ്ങളുടെയും അർഥം വി വരിച്ചുതന്നു. സാമി വൈദികനായ ആൻഡേർസ് ഫെൽനർ എഴുതിയ കവിത Päiven Parne യിൽ സാമികളെ സൂര്യന്റെ മക്കളായി ചിത്രീകരി ക്കുന്നുണ്ട്. സാമി പതാകയിലുള്ള വലിയ വൃത്തം ചുവപ്പും നീലയും നിറ ങ്ങളിലായി യഥാക്രമം സൂര്യന്റെയും ചന്ദ്രന്റെയും പ്രതീകങ്ങളാണ്. ചുവപ്പ്, നീല, പച്ച, മഞ്ഞ എന്നീ നിറങ്ങൾ സാമിയുടെ ദേശീയ വേഷവിധാനത്തെ പ്രതിഫലിപ്പിക്കുന്നു. പ്രകൃതിയെയും അഗ്നിയുടെയും പ്രതിഫലിപ്പിക്കുന്ന അവരുടെ പതാക തന്നെ അവർ എത്രമാത്രം പ്രകൃതിയോട് ഇണങ്ങി ജീവിക്കുന്നവരാണെന്ന് വരച്ചുകാട്ടുന്നു.

1993 ജനവരി ഒന്നാംതീയതി മുതൽ സ്വീഡനിൽ സാമികൾക്കു പ്ര ത്യേക ഭരണഘടന അവകാശം നൽകുകയുണ്ടായി. അതിന്റെ ഫലമായി സ്വീഡനിലെ കിരുണ ആസ്ഥാനമായി പ്രത്യേക സാമി പാർലമെന്റ് നിലവിൽ വന്നു. സ്വീഡനിലും ഫിൻലൻഡിലും പാർലമെന്റിലെ സീ റ്റുകൾക്കുപോലും സാമി പതാകയിലെ നിറങ്ങൾ ആണ് നൽകിയിരി ക്കുന്നത്. നോർബോട്ടൻ, വാസ്റ്റർബോട്ടൻ കൗണ്ടികളിലായി രജിസ്റ്റർ ചെയ്തിരിക്കുന്ന ഏതാണ്ട് പതിനായിരത്തോളം സാമി വോട്ടർമാരിൽ നിന്നാണ് പാർലമെന്റ് അംഗങ്ങളെ തിരഞ്ഞെടുക്കുന്നത്.

പറഞ്ഞാലും പറഞ്ഞാലും തീരാത്തത്ര കഥകളുണ്ട് യോഹന്നായു ടെ കൈയിൽ. സമയക്കുറവുകാരണം അവരോടു നന്ദി പറഞ്ഞു ഞങ്ങൾ മുന്നോട്ടു നടന്നു.

കൂടാരം പോലെയുള്ള വീടുകൾ ഭക്ഷണം പാകം ചെയ്യാനും ഒരുമി ച്ചിരുന്നു ഭക്ഷണം കഴിക്കാനുമാണ് ഉപയോഗിക്കുന്നത്. മറ്റു കെട്ടിടങ്ങൾ താമസത്തിനും. ഇന്ന് കാണുന്ന ഈ കെട്ടിടങ്ങൾ പലതും തലമുറകളാ യി കൈമാറി വന്നതാണ്. ഇവയുടെ അവകാശം പല സാമി കുടുംബങ്ങ ൾക്കാണ്. അവരാണ് സർക്കാർ സഹായത്തോടുകൂടി ഇവ പരിപാലിക്കു ന്നത്.

തൊട്ടടുത്ത കോട്ടേജിൽ ഒരു മുത്തശ്ശിയും കൊച്ചു മകൾ എന്ന് തോന്നിക്കുന്ന കുട്ടിയും മുത്തുകൾ കോർത്ത് മനോഹരമായ ബ്രേസ്ലെറ്റ് നിർമ്മിക്കുന്നു. നമ്മുടെ സർക്കസ് കൂടാരം പോലെ മരക്കാലുകൾ ചേർത്തു വെച്ച ഒരു കൂടാരത്തിന്റെ മുൻപിൽ ചെറിയ ഒരു ടേബിളിൽ ബ്രേസ്ലെറ്റുകൾ വിൽപ്പനയ്ക്കായി വെച്ചിട്ടുണ്ട്. ഇരുന്നൂറു സ്വീഡിഷ് ക്രോണർ ഏതാണ്ട്

മുത്തശ്ശിയും കൊച്ചുമകൾ എന്നു തോന്നിക്കുന്ന കുട്ടിയും

ആയിരത്തി അഞ്ഞൂറ് ഇന്ത്യൻ രൂപ നൽകി ഞങ്ങൾ ഒരു ബ്രേസ് ലെറ്റ് വാങ്ങി ലാപ്സ്റ്റാഡന്റെ പുറത്തേക്കിറങ്ങി.

അർവിഡ്ഷോറിൽ പ്രാദേശികമായി നിർമ്മിച്ച കൈകൊണ്ടു തുന്നിയ കമ്പിളി വസ്ത്രങ്ങൾ, കരകൗശല വസ്തുക്കൾ ഒക്കെ വിൽക്കുന്ന ഒരു കടയിലേക്കാണ് ഞങ്ങളുടെ യാത്ര. നമ്മുടെ നാട്ടിലെ സൊസൈറ്റികൾ പോലെ ഉല്പാദകർ നേരിട്ട് വിപണനം നടത്തുന്ന ഒരിടം. ഇവിടെ കാപ്പി, ചായ തുടങ്ങി പ്രാദേശിക പലഹാരങ്ങൾ ഒക്കെ വിൽക്കുന്നുണ്ട്. രാവിലെ മുതൽ ഞങ്ങളുടെ സന്തത സഹചാരിയും ടൂർ ഗൈഡും ഒക്കെയായി കൂടെനിന്ന ലൈഫിനോട് വിടപറയേണ്ട സമയമായി. ഞങ്ങൾ എല്ലാവരും ഒരു സ്വീഡിഷ് ഫികയ്ക്കു ശേഷം ലൈഫിനോട് നന്ദി പറഞ്ഞു പിരിഞ്ഞു.

അവിടെനിന്നും ആൻഡേഴ്സ് ഞങ്ങളെ കൂട്ടിക്കൊണ്ടുപോയത് അന്ന ലിസ സുവനീർ ഷോപ്പിലേക്കാണ്. ഓരോ നാട്ടിൽ ചെല്ലുമ്പോഴും അവിടത്തെ ഓർമ്മയ്ക്കായിട്ട് എന്തെങ്കിലും ചെറിയ സുവനീർ വാങ്ങുന്ന ശീലമുണ്ട്. നോർവേ വാസം കഴിഞ്ഞു നാട്ടിലേക്ക് പോയപ്പോൾ അവയെല്ലാം കൊണ്ടുപോയി നാട്ടിൽ വെച്ചു. മിക്കവയും ഫ്രിഡ്ജിൽ ഒട്ടിച്ചു വെക്കുന്ന മാഗ്നറ്റുകൾ ആണ്. നമ്മുടെ നാട്ടിൽ അവയ്ക്ക് അത്ര പ്രചാരമില്ല. ഓരോ നാടിനെയും അടയാളപ്പെടുത്തിവെക്കുന്ന ആ മാഗ്നറ്റുകൾ യാത്രകളുടെ ഒരു ഓർമ്മപുതുക്കൽ കൂടിയാണ്.

അതൊരു ഞായറാഴ്ച ആയിരുന്നു. കൃത്യം മൂന്നുമണിക്ക് കടയ്ക്ക് ഷട്ടർ വീഴും എന്ന് ഗൂഗിൾ ഇടയ്ക്കിടയ്ക്ക് ഓർമ്മിപ്പിച്ചുകൊണ്ടിരുന്നു.

അർവിഡ്ഷോർ സന്ദർശിക്കുന്ന ആളുകളുടെ ഒരു പ്രിയപ്പെട്ട ഇടമാണ് അന്ന ലിസ സുവനീർ ഷോപ്പ്. സ്വീഡന്റെ വടക്കൻ പട്ടണങ്ങളുടെ തനതായ സംസ്കാരം വിളിച്ചോതുന്ന സുവനീറുകളാണ് ഇവിടെ വിൽക്കുന്നത്.

യാത്ര തുടങ്ങിയപ്പോൾ മുതൽ പല കടകളിൽ കയറുമ്പോഴും ഞാൻ നോക്കിവെച്ച ഒരു കത്തി വീണ്ടും വീണ്ടും എടുത്തുനോക്കുന്നതു കണ്ട റീന "ഇഷ്ടപ്പെട്ടെങ്കിൽ വാങ്ങിക്കൂടെ.." എന്ന് ചോദിച്ചു. സാമി വംശജർ നിർമ്മിക്കുന്ന തനതായ കത്തി ആയിരുന്നു അത്. വില അല്പം കൂടുതൽ ആണ്. ഏതാണ്ട് അയ്യായിരം ഇന്ത്യൻ രൂപ. പൊതുവെ അത്തരം വിലകൂടിയ സുവനീർ ഞാൻ വാങ്ങാറില്ല. എന്നാൽ സാമികളുടെ നാട്ടിൽ എത്തിയിട്ട് അതിലൊരെണ്ണം വാങ്ങാതെ പോകുന്നത് എങ്ങനെയാണെന്ന ചിന്ത എന്നെ അലട്ടിക്കൊണ്ടിരുന്നു. ഒടുവിൽ ഞാൻ രണ്ടും കല്പിച്ച് ഒരെണ്ണം വാങ്ങി. റെയിൻഡീറിന്റെ കൊമ്പിൽ പിച്ചള പിടി പിടിപ്പിച്ച മനോഹരമായ ഒരു കത്തി.

കട മുതലാളി ഇടയ്ക്കിടയ്ക്ക് വാച്ചിൽ നോക്കുന്നുണ്ട്. അവരുടെ അടിക്കടിയുള്ള വാച്ച് നോട്ടം ഒരു സൂചനയാണ്. നമ്മുടെ നാട്ടിലെപ്പോലെ 'കട അടയ്ക്കുവാൻ പോകുന്നു വെളിയിൽ ഇറങ്ങൂ' എന്ന് ഇവിടുത്തുകാർ എടുത്തടിച്ച പോലെ പറയില്ല. സൂചന മനസ്സിലാക്കിയ ഞങ്ങൾ കടയിൽനിന്നിറങ്ങി. പുറത്ത് സൂര്യൻ അർവിഡ്ഷോർ പട്ടണത്തെ സ്വർണ്ണം പൂശുന്നുണ്ട്.

അർവിഡ്ഷോറിലെ ഫ്രോഗ് സ്പ്രിങ്

ഇവിടെയടുത്ത് ഗ്രുഡ്ഷല്ലൻ (Grodkällan) എന്ന് സ്വീഡിഷ് ഭാഷയിൽ പേരുള്ള ഒരു അരുവി ഉണ്ട്. ഫ്രോഗ് സ്പ്രിങ് എന്നാണ് അതിന്റെ ഇംഗ്ലീഷ് പരിഭാഷ. ഫ്രോഗ് സ്പ്രിങ്, സ്വീഡനിലെ നാഷണൽ റിസർവിൽ പെടുന്ന ഒന്നാണ്. മുപ്പതു കിലോമീറ്ററോളം വണ്ടി ഓടിച്ചു വേണം അവിടേക്കെത്താൻ.

ഗ്രാമപാതകൾ പിന്നിട്ടു ഞങ്ങൾ ഫ്രോഗ് സ്പ്രിങ്ങിന്റെ അടുത്തെത്തി. ഏതാണ്ട് മുക്കാൽ കിലോമീറ്ററോളം ചതുപ്പുനിലത്തുകൂടി നടന്നു വേണം അവിടേക്കെത്താൻ. മറ്റു യൂറോപ്യൻ രാജ്യങ്ങളിൽ നിന്നുള്ള ബൈക്ക് യാത്രികർ കാഴ്ചകൾ കണ്ടു തിരികെ പോകാൻ തയ്യാറെടുക്കുന്നുണ്ടായിരുന്നു. ചിലർ തങ്ങളുടെ വളർത്തു നായയെയൊക്കെ കൂട്ടിയാണ് ഇവിടം കാണാൻ വന്നിരിക്കുന്നത്. ചതുപ്പുനിലം ആയതുകൊണ്ട് തന്നെ വഴിയിൽ പലകകൾ വിരിച്ചിട്ടുണ്ടായിരുന്നു. ആൻഡ്രേഴ്സ് നേതാവിനെ പോലെ മുന്നേ നടക്കുന്നുണ്ട്. താഴെ പാകിയിരിക്കുന്ന തടിയിലൂടെ ഒരാൾക്ക് കഷ്ടിച്ച് നടന്നുപോകാം. അല്പസ്വല്പം ട്രപ്പീസ് ഒക്കെ വശമുണ്ടേൽ നടത്തം എളുപ്പമായിരിക്കുമെന്ന് ഞാൻ മനസ്സിൽ കരുതി. ദൂരെ നിന്നും എതിരെ ആളുകൾ വരുമ്പോൾ ചിരിച്ചുകൊണ്ട് അവർക്കായി ഒഴിഞ്ഞു നിൽക്കാൻ മത്സരമാണ്. നടന്നുപോകുന്ന വഴിയിൽ ബ്ലൂബെറിയും ക്ലൗഡ്ബെറിയുമൊക്കെ പഴുത്തു നിൽപ്പുണ്ട്. അതൊക്കെ പറിച്ചെടുത്ത് കഴിച്ചാണ് ഞങ്ങളുടെ നടത്തം.

പച്ചയും നീലയും കലർന്ന നിറത്തിൽ വെള്ളം നിറഞ്ഞുകിടക്കുന്ന ഒരു തടാകം. ചുറ്റുമുള്ള മരങ്ങളുടെ പ്രതിബിംബം ജലത്തിന്റെ തെളിമയിൽ

ഫ്രോഗ് സ്പ്രിങ്

ചിത്രം വരച്ചിരിക്കുന്നു . തടാകത്തിന് ചുറ്റും നോക്കെത്താദൂരത്തോളം പരന്നുകിടക്കുന്ന സ്വീഡിഷ് ഭൂപ്രകൃതി. സഞ്ചാരികൾ കൂടി നിൽപ്പുണ്ട്. ചിലർ ചിത്രങ്ങൾ പകർത്തുന്ന തിരക്കിലാണ്. മറ്റു ചിലർ തടാകത്തിലേക്ക് കണ്ണുംനട്ട് എന്തോ നിരീക്ഷിക്കുന്നു. എല്ലാവരുടെയും ശ്രദ്ധ അടിത്തട്ടിൽ നിന്ന് ഉത്ഭവിക്കുന്ന ഉറവയിലാണ്. ചിലർ തടാകക്കരയിൽ കിടന്ന് കപ്പിൽ വെള്ളം കോരിയെടുക്കുന്നു. ക്രിസ്സ് ഒരു ഒഴിഞ്ഞ കുപ്പി ഉപയോഗിച്ച് വെള്ളം കോരിയെടുത്തു. എല്ലാവരും വെള്ളം രുചിച്ചു. നല്ല തണുപ്പും രുചിയുമുള്ള വെള്ളം.

ഒരു കാട്ടുകുതിരയെപ്പോലെ സമയം മുന്നോട്ട് കുതിച്ചു. ഇനി പട്ടണത്തിൽ എത്തി ഉച്ചഭക്ഷണം കഴിഞ്ഞതിനുശേഷം ട്രെയിൻ പിടിക്കണം. അപ്പോൾ റീനയാണ് നിർദേശം വെച്ചത്. ഉച്ചഭക്ഷണത്തിനു നമുക്ക് ആൻഡ്രേഴ്സിന്റെ ഭാര്യയെയും വിളിക്കാം. ആൻഡ്രേഴ്സും ഭാര്യയും അർവിഡ്ഷോറിൽ തനിച്ചാണ് താമസം. അവർക്കു കുട്ടികൾ ഇല്ല.

"ആൾ അല്പം നാണക്കാരിയാണ് അതുകൊണ്ടാണ് ഇതുവരെ വരാതിരുന്നത്." ആൻഡ്രേഴ്സ് ഭാര്യ ഇതുവരെ വരാത്തതിന്റെ കാരണം ബോധിപ്പിച്ചു.

അയാൾ ഭാര്യയെ ഫോണിൽ വിളിച്ചു സ്വീഡിഷിൽ എന്തൊക്കെയോ സംസാരിച്ചു. ഭാര്യ ലഞ്ചിന് വരാമെന്നു സമ്മതിച്ചു. ഞങ്ങൾ പോയത് അർവിഡ്ഷോറിലെ പിസ ഷോപ്പിലാണ്. അവിടെ അയാളുടെ ഭാര്യ കൃത്യസമയത്തു തന്നെ വന്നു ഇരിപ്പുറപ്പിച്ചിട്ടുണ്ടായിരുന്നു. ക്രിസ്സിനെയും സ്റ്റീവിനെയും അവർ വാത്സല്യപൂർവം ആലിംഗനം ചെയ്തു.

പിസ ഓർഡർ ചെയ്യാനായി മെനു കാർഡ് വാങ്ങിയ ഞങ്ങൾ അല്പം ഒന്ന് സന്ദേഹിച്ചു. റെയിൻഡീർ പിസ, മൂസ്സ് പിസ തുടങ്ങി വെറൈറ്റി ഐറ്റംസ് ആണ് ഇവിടത്തെ സ്പെഷ്യൽ. ഒടുവിൽ റെയിൻഡീറിന്റെയും മൂസ്സിന്റെയും ഇറച്ചികൾ ചേർത്ത പിസ തന്നെ ഓർഡർ ചെയ്തു. പാമ്പിനെ തിന്നുന്ന നാട്ടിൽ ചെന്നാൽ നടുക്കഷ്ണം പോരട്ടെ..

ഭക്ഷണം കഴിച്ച പുറത്തേക്കിറങ്ങിയപ്പോൾ ആൻഡേഴ്സിന്റെ ഭാര്യക്ക് ഒരേ നിർബന്ധം ആൻഡേഴ്സിന്റെ ഷൂ റിപ്പയർ ഷോപ്പിൽ ഒന്ന് കയറിയിട്ട് പോകാമെന്ന്. അവിടെ ഷൂ മാത്രമല്ല ലെതർ ജാക്കറ്റ്, ബാഗുകൾ തുടങ്ങിയവയെല്ലാം റിപ്പയർ ചെയ്യും. ഞങ്ങൾ കടയിൽ നിന്ന് ഇറങ്ങുമ്പോൾ ആൻഡേഴ്സിന്റെ വക ഒരു ജാക്കറ്റ് ഞങ്ങൾക്ക് സ്നേഹസമ്മാനമായി ലഭിച്ചു.

അർവിഡ്ഷോർ സ്റ്റേഷനിൽനിന്നും ട്രെയിൻ പുറപ്പെടാൻ സമയമായി. സ്വന്തം കുടുംബാംഗങ്ങൾ യാത്ര പറഞ്ഞു പോകുന്നതിന്റെ സങ്കടം രണ്ടുപേരുടെയും മുഖത്തു വായിച്ചെടുക്കാം. എന്നെങ്കിലും നമ്മുടെ നാട് കാണുവാൻ വരുന്ന അന്യദേശക്കാർക്കു പ്രത്യുപകാരം ചെയ്യണമെന്ന് മനസ്സിൽ കുറിച്ചിട്ടു ഞങ്ങൾ യാത്ര തുടർന്നു.

ഇനി ഒരു നീണ്ട യാത്രയാണ്. ആർട്ടിക് സർക്കിൾ കടന്ന് ഇൻലാൻഡ്സ് ബാനൻ ട്രെയിനിന്റെ അവസാനത്തെ സ്റ്റോപ്പായ യല്ലിവരെയിലേക്ക്.

വെൽക്കം ടു ആർട്ടിക് സർക്കിൾ

മുൻപ് കണ്ട ഹോസ്റ്റിൽനിന്നും അല്പം ഗൗരവഭാവമാണ് ട്രെയിനിലെ പുതിയ ഹോസ്റ്റിന്. അതുകൊണ്ടു തന്നെ ഞങ്ങൾ അധികം ചോദ്യങ്ങൾ ചോദിച്ച് അവരുടെ ഗൗരവം കൂട്ടാൻ നിന്നില്ല . വണ്ടി നിറയെ യാത്രികരുണ്ട്. സീറ്റിലിരുന്നു ഞാൻ ഒന്ന് മയങ്ങി. ഹോസ്റ്റിന്റെ അറിയിപ്പ് കേട്ടാണ് പിന്നെ ഉണർന്നത്. താല്പര്യമുള്ളവർക്ക് പുറത്തിറങ്ങി കാഴ്ചകൾ കാണാം.... ട്രെയിൻ നിർത്തിയിട്ടിരിക്കുന്നു. യാത്രികർ എല്ലാവരും പുറത്തേക്കിറങ്ങാനുള്ള തിരക്കിലാണ്. ഞാൻ ജനാലയിൽക്കൂടി പുറത്തേക്കു നോക്കി. ആദ്യം ഇറങ്ങിയവർ ഒരു കുറ്റൻ ബോർഡിന്റെ മുന്നിൽനിന്ന് തകൃതിയായി ചിത്രങ്ങൾ പകർത്തുന്നുണ്ട്. ബോർഡിൽ വലിയ അക്ഷരത്തിൽ എഴുതിയിരിക്കുന്നത് ഞാൻ വായിച്ചെടുത്തു, 'വെൽക്കം ടു ആർട്ടിക് സർക്കിൾ'.

ട്രെയിൻ നിർത്തിയിരിക്കുന്നത് ആർട്ടിക് വൃത്തത്തിൽ ആണ്...! ചിത്രങ്ങളിലൂടെ അത് അടയാളപ്പെടുത്തുന്ന തിരക്കിലാണ് യാത്രികരിൽ പലരും. ഞങ്ങളും ചിത്രങ്ങൾ പകർത്താനായി പുറത്തേക്കിറങ്ങി. ഭൂമിയുടെ ഏതാണ്ട് ആറിലൊരു ഭാഗം ഉൾപ്പെടുന്ന ആർട്ടിക് വൃത്തം കടന്നുപോകുന്നത് ഗ്രീൻലാൻഡ്, നോർവേ, കാനഡ, അമേരിക്ക, ഫിൻലാൻഡ്, സ്വീഡൻ തുടങ്ങിയ രാജ്യങ്ങളിൽ കൂടിയാണ്. എന്നാൽ ഈ ആറിലൊരു ഭാഗത്തു താമസിക്കുന്ന ആളുകളുടെ എണ്ണമാവട്ടെ ഏതാണ്ട് നാല് ദശലക്ഷം മാത്രം. എങ്ങനെ താമസിക്കും.. അത്രയ്ക്കും തണുപ്പും ഇരുട്ടും ഒക്കെയാണ് ശൈത്യകാലത്ത്.

മഞ്ഞിന്റെ പടം എടുത്തു സോഷ്യൽ മീഡിയയിൽ ഇടാൻ നല്ല ഭംഗിയാണ്. എന്നാൽ ഈ സ്ഥലങ്ങളിലെ ജീവിതം അതികഠിനം ആണ്. ആർട്ടിക് വൃത്തങ്ങളിൽ ഞാനിത് രണ്ടാം തവണയാണ്. മുൻപ് നോർവേയിൽ ജോലി ചെയ്തിരുന്ന സമയത്ത് നോർതേൺ ലൈറ്റ് കാണാൻ ട്രോംസോയിൽ പോയിട്ടുണ്ട്. മഞ്ഞിന്റെ ആവരണത്തിൽ പുതച്ചു കിടക്കുന്ന അവിടത്തെ കാഴ്ചകൾ ഇപ്പോഴും കണ്ണിൽ നിന്ന് മായുന്നില്ല. സ്വീഡനിൽ നോർതേൺ ലൈറ്റ് കാണാൻ പറ്റിയത് ആർട്ടിക് വൃത്തങ്ങളിൽ ഉൾപ്പെട്ട സ്ഥലങ്ങളിൽ ആണ്.

വണ്ടി വീണ്ടും നീങ്ങിത്തുടങ്ങി. വീണ്ടും ഹോസ്റ്റിന്റെ വക അറിയിപ്പ്. "അഭിനന്ദനങ്ങൾ... നിങ്ങൾ വിജയകരമായി ആർട്ടിക് സർക്കിൾ കടന്നിരിക്കുന്നു. അതിന്റെ ഓർമ്മയ്ക്കായിട്ട് എല്ലാവർക്കും ഇപ്പോൾ സർട്ടിഫിക്കറ്റ് വിതരണം ചെയ്യുന്നതായിരിക്കും." ഇതൊക്കെ അത്ര വലിയ കാര്യമാണോ എന്നാണ് ആദ്യം ഞാൻ ചിന്തിച്ചത്. എങ്കിലും പിന്നീട് ആലോചിച്ചപ്പോൾ അതൊക്കെ വലിയ കാര്യങ്ങളാണെന്ന് എനിക്കു മനസ്സിലായി. പാശ്ചാത്യർ ഇത്തരത്തിലുള്ള പ്രവൃത്തികളിലൂടെ ഈ ടൂറിസം പദ്ധതിക്ക് കൂടുതൽ പ്രചാരം ഉണ്ടാക്കിയെടുക്കുകയാണ്. ക്രിസ്സിനും സ്റ്റീവിനും സർട്ടിഫിക്കറ്റ് ലഭിച്ചപ്പോൾ പറഞ്ഞറിയിക്കാനാവാത്ത്ര സന്തോഷം. നമുക്ക് ടൂറിസം വളർത്തുന്നതിൽ പാശ്ചാത്യരിൽ നിന്നേറെ പഠിക്കാനുണ്ടെന്നു തോന്നിയ സന്ദർഭമായിരുന്നു അത്.

ഞങ്ങളുടെ ട്രെയിൻ റൂട്ടിൽ ആർട്ടിക് സർക്കിളിലെ ആദ്യ സ്റ്റേഷൻ ആണ് യോക്മോക്ക്. യാത്രികരിൽ നല്ലൊരു ശതമാനം അവിടെയിറങ്ങി. ഞങ്ങളാകട്ടെ അവസാന സ്റ്റോപ്പായ യല്ലിവരെ പോയി അവിടത്തെ കാഴ്ചകളൊക്കെ കണ്ട് തിരികെ വരുമ്പോൾ ഇവിടെ ഇറങ്ങാമെന്നാണ് കരുതുന്നത്. യോക്മോക്കിൽ ആളുകൾ ഇറങ്ങിയതോടുകൂടി ട്രെയിൻ കാലിയായി.

സമയം രാത്രി എട്ടുമണി കഴിഞ്ഞിരിക്കുന്നു. പാതിരാസൂര്യൻ ഇപ്പോഴും അസ്തമിക്കാൻ മടിച്ചു നിൽക്കുന്നു. ട്രെയിൻ അവസാന സ്റ്റോപ്പായ യല്ലിവരെയിൽ കിതച്ചു കിതച്ചു നിന്നു. ഞങ്ങൾ പുറത്തേക്കിറങ്ങി. സ്റ്റോക്ക്ഹോം 1313 കിലോമീറ്റർ ... വലിയ ബോർഡിൽ ഞങ്ങൾ താണ്ടിയ ദൂരം അടയാളപ്പെടുത്തിയിരിക്കുന്നു.

സ്റ്റേഷന് പുറത്തേക്ക് വന്ന ഞങ്ങളെ കാത്ത് താമസസ്ഥലം ബുക്ക് ചെയ്തിരുന്നിടത്തെ ഹോസ്റ്റ് നിൽപ്പുണ്ടായിരുന്നു. സുദീർഘമായ യാത്ര കഴിഞ്ഞെത്തുന്ന ഞങ്ങളെ വീണ്ടും ബുദ്ധിമുട്ടിക്കേണ്ട എന്ന് കരുതി ആയിരിക്കണം അവർ റെയിൽവേ സ്റ്റേഷനിൽ വന്നത്. ഫ്രയാ, അവർ സ്വയം പരിചയപ്പെടുത്തി. ഏതാണ്ട് അറുപതുകളിൽ എത്തിനിൽക്കുന്ന അവർ വളരെ ചുറുചുറുക്കോടെയാണ് കാര്യങ്ങൾ ചെയ്യുന്നത്. ഞങ്ങൾ ബാഗ്

ആർട്ടിക് വൃത്തത്തിൽ

കാറിൽ വെച്ച കയറേണ്ട താമസം കാർ വേഗത്തിൽ ലക്ഷ്യത്തിലേക്ക് നീങ്ങി. കുത്തനെയുള്ള ഒരു കയറ്റത്തിന്റെ മുകളിലാണ് താമസം. ഇവിടെ നിന്ന് നോക്കിയാൽ യല്ലിവരെയുടെ മനോഹരമായ കാഴ്ച കാണാം. വലിയ ഒരു ബംഗ്ലാവും അതിനോട്ടുചേർന്നുള്ള മൂന്നനാല് ഔട്ട്ഹൗസുകളും. ആ ഔട്ട് ഹൗസുകളിൽ ഒന്നിലാണ് ഞങ്ങൾക്ക് താമസം ഒരുക്കിയിരിക്കുന്നത്. കുറച്ച അതിഥികൾക്ക് താമസം ബംഗ്ലാവിൽ ആണ്. ഇതെല്ലം ഒറ്റയ്ക്കാണ് ഫ്രയാ നോക്കിനടത്തുന്നത്. രാവിലെ അതിഥികൾക്ക് പ്രഭാതഭക്ഷണവും വിളമ്പാറുണ്ട്. ഇരുപത് വർഷത്തോളമായി അവർ ഈ ബിസിനസ്സ് ചെയ്യുന്നു.

യല്ലിവരെയിലെ രണ്ടാം ദിവസം. വെയിൽ നിറഞ്ഞ പ്രഭാതം.

അല്പം വൈകിയാണ് ഞങ്ങൾ ഉണർന്നത്. തുടർച്ചയായുള്ള യാത്ര എല്ലാവരെയും ക്ഷീണിതരാക്കിയിരുന്നു. പ്രഭാതഭക്ഷണം താമസസ്ഥലത്തു തന്നെ പറഞ്ഞുവെച്ചിരുന്നു. ബംഗ്ലാവിലെ ഒരു വലിയ മുറിയിലാണ് അതിഥികൾക്കായി ഭക്ഷണം ഒരുക്കിവെച്ചിട്ടുള്ളത്. ഹോട്ടലുകളിലെ ബുഫെയെ അനുസ്മരിപ്പിക്കുന്ന തരത്തിലുള്ള ഭക്ഷണവൈവിധ്യങ്ങൾ. നീളൻ മേശയുടെ ഒരറ്റം മുതൽ മറ്റേ അറ്റംവരെ വിവിധ തരത്തിലുള്ള ഭക്ഷണങ്ങൾ ഒരുക്കിവെച്ചിട്ടുണ്ട്. ഭക്ഷണം എടുക്കുന്ന തിരക്കിനിടയിലാണ് ഒരു ഓസ്ട്രേലിയൻ യാത്രികനെ പരിചയപ്പെട്ടത്. അദ്ദേഹം യല്ലിവരെയിൽ ട്രെക്കിങ്ങിനു വന്നതാണ്. ഒരു മാസത്തോളം നീണ്ടു നിൽക്കുന്ന യാത്രയുടെ അവസാന ലാപ്പിൽ ആണ് അദ്ദേഹം ഇവിടെയെത്തിയത്. ഓസ്ട്രേലിയയിലെ മെൽബൺ നിവാസിയാണ്. പേര് തോമസ്. ഓരോ വർഷവും തോമസ് അവധിയെടുത്തു ലോകരാജ്യങ്ങൾ ചുറ്റിക്കറങ്ങും. ഇത്തവണ സ്വീഡനിലാണ് അവധിക്കാലം ചെലവഴിക്കുന്നത്.

ഞങ്ങൾ ഭക്ഷണമെടുത്ത് പൂന്തോട്ടത്തിൽ സജ്ജമാക്കിയിരുന്ന മേശയ്ക്ക് ചുറ്റും ഇടംപിടിച്ചു. യൂറോപ്യൻ പ്രഭാതഭക്ഷണത്തിലെ എല്ലാ ചേരുവകളും ഞങ്ങളുടെ പ്ലേറ്റിലുണ്ട്. പുഴുങ്ങിയ മുട്ട, സോസേജ്, ബ്രെഡ്, ചീസ്, ബട്ടർ, ചതുരാകൃതിയിൽ മുറിച്ച പഴങ്ങൾ, പച്ചക്കറികൾ അങ്ങനെവൈറ്റമിൻസും മിനറൽസുംകൊണ്ട് സമീകൃതമാണ് ഭക്ഷണം.

പൂന്തോട്ടത്തിൽ മറ്റു ചില ഗ്രൂപ്പുകളും ഭക്ഷണം കഴിച്ചുകൊണ്ട് പൊതുകാര്യങ്ങൾ പറഞ്ഞുകൊണ്ടിരിക്കുന്നു. മിക്കവരും തങ്ങളുടെ ജീവിത സായാഹ്നത്തിൽ യാത്രയുടെ രുചി നുകരാൻ വന്നവരാണ്. പലരും വന്നിരിക്കുന്നത് സ്വീഡിഷ് ലാപ് ലാൻഡിന്റെ പ്രകൃതി ഭംഗി ആസ്വദിക്കാനാണ്. ഏതോ യൂറോപ്യൻ ഭാഷയിലാണ് സംസാരം. ചൂട് അസ്സഹനീയമായതിനാലാവാം മിക്കവരും നേർത്ത പരുത്തി വസ്ത്രങ്ങളാണ് ധരിച്ചിരിക്കുന്നത്. സംസാരത്തിനിടയിൽ പൊട്ടിച്ചിരികളും കേൾക്കാം. യാത്രകൾ ആഘോഷമാക്കി മാറ്റുകയാണവർ.

പൂന്തോട്ടത്തിൽ നിന്നുള്ള പട്ടണത്തിന്റെ വിദൂരക്കാഴ്ച പ്രഭാതഭക്ഷണത്തിന്റെ രുചി വർധിപ്പിക്കുന്നതായി. യല്ലിവരെയിലെ റെയിൽവേ സ്റ്റേഷനിൽ ടൂറിസ്റ്റ് ഇൻഫർമേഷൻ സെന്റർ ഉണ്ട്. അവിടെ പോയാൽ ഒറ്റ ദിവസംകൊണ്ട് കാണേണ്ട കാഴ്ചകളെപ്പറ്റിയുള്ള വ്യക്തമായ ഒരു ധാരണ കിട്ടും.

സ്വീഡനിലെ ചെർണോബിൽ

ടൂറിസ്റ്റ് ഇൻഫർമേഷൻ സെന്റർ സ്ഥിതിചെയ്യുന്നത് റെയിൽവേ സ്റ്റേഷൻ കെട്ടിടത്തിലെ ഒരു മുറിയിലാണ്. കറുത്ത ചായം പൂശി തടിയിൽ നിർമ്മിച്ച ഈ കെട്ടിടം കാണാൻ തന്നെ നല്ല ഭംഗിയാണ്. ഇന്നലെ ഇവിടെ വന്നിരുന്നെങ്കിലും അത് ശ്രദ്ധയിൽപ്പെട്ടിരുന്നില്ല. കെട്ടിടത്തിന്റെ വാതിൽപ്പടികൾ പിന്നിട്ട് അകത്തേക്ക് കയറിയപ്പോൾ ഒരു ചെറുപ്പക്കാരൻ ഞങ്ങളെ സ്വാഗതം ചെയ്തു.

“ഐ ഡോണ്ട് സ്പീക്ക് സ്വീഡിഷ്” ഞാൻ മുൻകൂർ ജാമ്യം എടുത്തു. ഉടൻ മറുപടിയെത്തി. “നോ പ്രൊബ്ലം... ഐ ക്യാൻ സ്പീക്ക് ഇംഗ്ലീഷ്, ഹൗ ക്യാൻ ഐ ഹെൽപ്പ് യു ?”

“ഇവിടെ കാണാനുള്ള കാഴ്ചകളെപ്പറ്റി ഞങ്ങൾക്ക് വ്യക്തമായ ധാരണ ഇല്ല... താങ്കൾക്ക് സഹായിക്കാൻ പറ്റുമോ...” ഞാൻ ചോദിച്ചു.

“യല്ലിവരെയിൽ ആളുകൾ വരുന്നത് കൂടുതലും മിഡ്നൈറ്റ് സൺ കാണുവാനാണ്. ഇവിടെ ഒരു അരുവിയുണ്ട്. അതിനു ചുറ്റും ഒരു നീളൻ നടപ്പാതയുണ്ട്. സമയം ഉണ്ടെങ്കിൽ, നടക്കുവാൻ താല്പര്യം ഉണ്ടെങ്കിൽ നിങ്ങൾക്കതും പരീക്ഷിക്കാവുന്നതാണ്. മറ്റൊരു പ്രധാനപ്പെട്ട കാഴ്ച യെല്ലിവരെയിൽനിന്നും അഞ്ചുകിലോമീറ്റർ അകലെയുള്ള ഉപേക്ഷിക്കപ്പെട്ട ഒരു പട്ടണമാണ് ....”

കൂടുതൽ ചോദ്യങ്ങളിലേക്കു കടക്കുന്നതിനു മുൻപായി ആ ചെറുപ്പക്കാരൻ പറഞ്ഞു തുടങ്ങി:

“ചെർണോബിൽ ദുരന്തത്തെപ്പറ്റി നിങ്ങൾ കേട്ടിട്ടില്ലേ? ചെർണോബിൽ നിലനിന്നിരുന്ന പ്രിപ്യാറ്റ് ഇന്നൊരു പ്രേതനഗരമാണ്. ഒരു സു

സ്വീഡനിലെ ചെർണോബിൽ-ഇടിച്ചുനിരത്താൻ തയ്യാറായി നിൽക്കുന്ന ഫ്ലാറ്റ് സമുച്ചയം

പ്രഭാതത്തിൽ എല്ലാം ഉപേക്ഷിച്ച് മറ്റൊരു നാട്ടിലേക്ക് ഓടിപ്പോകേണ്ടി വന്ന മനുഷ്യരുടെ നാട്. "

അത് ഇപ്പോൾ ഇവിടെ പറയാൻ കാരണം? ഞാൻ മനസ്സിൽ ഓർത്തു.

അയാൾ തുടർന്നു. "ചെർണോബിലിന് സമാനമായ ഒരു കാഴ്ചയാണ് അവിടെ നിങ്ങളെ കാത്തിരിക്കുന്നത്."

യെല്ലിവരെ നഗരാതിർത്തിക്കപ്പുറമുള്ള ആ പട്ടണത്തിന്റെ പേര് മാൽബറിയറ്റ് എന്നാണ്.

ചരിത്രത്തിലെ ഏറ്റവും വലിയ ആണവ ദുരന്തത്തിന്റെ അടയാളം പേറുന്ന ചെർണോബിൽ ദുരന്തത്തെപ്പറ്റി വായിച്ചറിഞ്ഞിട്ടുണ്ട്. എച്ച് ബി ഓ സ്ട്രീമിങ്ങിൽ കണ്ട ചെർണോബിൽ കാഴ്ചകളുടെ ഭീകരതയും മനസ്സിൽ മായാതെ നിൽക്കുന്നുണ്ട്. ബസ്സിൽ മാൽബറിയറ്റിലേക്ക് യാത്ര ചെയ്യുമ്പോഴും എന്റെ മനസ്സ് ചെർണോബിലെ പ്രിപ്യാറ്റ് നഗരത്തിലൂടെ സഞ്ചരിക്കുകയായിരുന്നു. നിസ്സഹായരായ എത്രയോ മനുഷ്യർ സ്വന്തം വീട് വിട്ടു ഓടിപ്പോകേണ്ടി വന്നിട്ടുണ്ട് അവിടെ നിന്നും. മാൽബറിയറ്റ് ബസ് സ്റ്റാൻഡിൽ ബസ് എത്തിയപ്പോൾ ഞാൻ ചുറ്റുമൊന്നു പരതി. ഒട്ടു മുക്കാൽ കെട്ടിടങ്ങളും ഒരു കൂന കോൺക്രീറ്റ് അവശിഷ്ടങ്ങൾ ആയിമാറിക്കഴിഞ്ഞിരിക്കുന്നു. അവശിഷ്ടങ്ങൾക്കിടയിൽ ഹുങ്കാര ശബ്ദത്തോടെ ലോഹങ്ങൾ വേർതിരിക്കുന്ന യന്ത്രങ്ങൾ.. നിർബന്ധിത കുടിയൊഴിപ്പിക്കലിന്റെ സമരപ്പന്തലുകളോ കൊടിതോരണങ്ങളോ എങ്ങും കാണാനില്ല.

സന്തോഷത്തോടെ പിറന്ന മണ്ണ് വിട്ടു ഓടിപ്പോകുന്ന മനുഷ്യരോ?

വഴിയിലെങ്ങും പൊടിപാറിച്ചുകൊണ്ടു നീങ്ങുന്ന യന്ത്രങ്ങൾ. സ്കൂളുകൾ, ആശുപത്രികൾ, സൂപ്പർമാർക്കറ്റുകൾ, വീടുകൾ എല്ലാം കോൺക്രീറ്റ് തുണ്ടുകൾ ആയി മാറാൻ ഊഴം കാത്തുകിടക്കുന്നു.

സ്വീഡനിലെ ഖനി വ്യവസായത്തിന് പേര് കേട്ടതാണ് മാൽബറിയറ്റ്. ഇവിടത്തെ ആദ്യ ഇരുമ്പു ഖനനം 1735 ലായിരുന്നു. ഇരുമ്പിന്റെ ലഭ്യത ഈ പ്രദേശത്തെ ഖനി വ്യവസായത്തിന്റെ കേന്ദ്രമാക്കി മാറ്റി. പത്തൊൻപതാം നൂറ്റാണ്ടിന്റെ അവസാനത്തിൽ മാൽബാനൻ തീവണ്ടിപ്പാതയുടെ നിർമ്മാണത്തോടുകൂടി ഇവിടം കൂടുതൽ വികസിച്ചു. അനേകം ആളുകൾ ജോലിക്കായി ഇവിടേക്ക് പറിച്ചു നടപ്പെട്ടു. വലിയ കെട്ടിടങ്ങൾ, ആശുപത്രികൾ, സ്കൂളുകൾ, സൂപ്പർമാർക്കറ്റുകൾ... പട്ടണത്തിന്റെ മുഖച്ഛായ തന്നെ മാറി.

പിന്നീട് മാൽബറിയറ്റിന്റെ പരിസ്ഥിതിയിൽ ചില മാറ്റങ്ങൾ സംഭവിച്ചുതുടങ്ങി. കാലങ്ങളായുള്ള ഭൂഗർഭ ഖനനം പ്രദേശത്ത് വലിയ ഗർത്തങ്ങൾ രൂപപ്പെടാൻ കാരണമായി. 'ഗ്രോപൻ' എന്ന് വിളിക്കപ്പെടുന്ന ഒരു ഗർത്തമാണ് ഇപ്പോഴത്തെ ആശങ്ക. ഇത് ദിനംപ്രതി വലുതായിക്കൊണ്ടിരിക്കുകയാണ്.

ഏതു നിമിഷവും നിലംപൊത്താൻ സാധ്യതയുള്ള കെട്ടിടങ്ങളിൽനിന്ന് ആളുകളെ മാറ്റിപ്പാർപ്പിക്കുന്ന ജോലിയാണ് ഇപ്പോൾ ഇവിടെ നടന്നുകൊണ്ടിരിക്കുന്നത്. ചരിത്ര പ്രാധാന്യമുള്ള മുപ്പതോളം കെട്ടിടങ്ങൾ പൊളിച്ചുമാറ്റാതെ അതുപോലെതന്നെയാണ് ഇവിടെനിന്നും മാറ്റുന്നത്. മറ്റുള്ളവ ഇടിച്ചു നിരപ്പാക്കുന്നു.

ഒരു ലാഗോം കഥ

മിക്ക സ്വീഡിഷുകാരും കർഷകരോ വൈക്കിങ്ങുകളോ ആയിരുന്ന പഴയ കാലത്തുനിന്നാണ് ലാഗോം എന്ന വാക്ക് ഉത്ഭവിച്ചതെന്ന് പറയപ്പെടുന്നു. ഇന്ന് ലാഗോം ഒരു സ്വീഡിഷ് ജീവിത രീതിയാണ്. ഈ വാക്കിന്റെ അർഥം മിതമായത് അല്ലെങ്കിൽ ശരിയായത് എന്നാണ്. ജീവിതത്തിൽ എന്തിനോടും ഒരു മിതത്വം പാലിക്കുന്ന സ്വീഡിഷുകാർ സ്വന്തം ജീവിത സാഹചര്യത്തിൽ പൊതുവെ സംതൃപ്തരാണ്.

മറ്റുള്ളവരുമായും പരിസ്ഥിതിയുമായുമുള്ള ബന്ധങ്ങൾ ഉൾപ്പെടെ, ജീവിതത്തിന്റെ എല്ലാ മേഖലകളിലുമുള്ള സന്തുലിതാവസ്ഥയാണ് ലാഗോം ജീവിതരീതി. ബാലൻസ് ഉണ്ടായിരിക്കുക എന്നതിനർഥം സ്വയം ആസ്വദിക്കുന്നതും സംതൃപ്തി തോന്നുന്നതുമായ കാര്യങ്ങൾ ചെയ്യാൻ സമയം കണ്ടെത്തുക. കുടുംബാംഗങ്ങളുമായും സുഹൃത്തുക്കളുമായും സമയം ചെലവഴിക്കുക, ജോലി ചെയ്യുക, സന്നദ്ധസേവനം ചെയ്യുക, വ്യായാമം ചെയ്യുക, വിശ്രമിക്കുക, ഹോബികളിൽ ഏർപ്പെടുക, അങ്ങനെ ഒരു സന്തുലിത ജീവിതം നയിക്കുക. ഭക്ഷണം, പാർപ്പിടം, വസ്ത്രം തുടങ്ങി എല്ലാ അർഥത്തിലും മിതത്വം പാലിക്കുന്ന ഒരു ജീവിത രീതിയാണ് ലാഗോം മുന്നോട്ടു വെക്കുന്നത്.

നമ്മുടെ നാട്ടിലെ പോലെ വീടിനോടോ വസ്തുവിനോടോ ഉള്ള വൈകാരിക ബന്ധം പലപ്പോഴും സ്വീഡിഷ് ജീവിതത്തിൽ കാണാൻ സാധിക്കില്ല. സ്വീഡിഷുകാർ അവരുടെ ഇപ്പോഴത്തെ ആവശ്യം കണ്ടുകൊണ്ടാണ് വീടുകൾ വാങ്ങുന്നത്. ഭാര്യയും ഭർത്താവും മാത്രമുള്ളപ്പോൾ വാങ്ങുന്നത് ഒരു ബെഡ്റൂം മാത്രമുള്ള കുഞ്ഞൻ ഫ്ലാറ്റുകൾ ആവും. കുട്ടികൾ

ഉണ്ടാവുന്നതോടുകൂടി അവ വിറ്റ് കൂടുതൽ വലിയ സൗകര്യങ്ങളിലേക്ക മാറുകയും പിന്നീട് കുട്ടികൾ വലുതായി സ്വന്തം കാലിൽ നിൽക്കാറാവു മ്പോൾ മാതാപിതാക്കൾ വലിയ താമസ സ്ഥലം വിറ്റ് ചെറിയ സൗകര്യ ത്തിലേക്ക് മാറുകയും ചെയ്യും. ഇതാണ് പതിവ്. നിലവിലുള്ള ആവശ്യം അനുസരിച്ച് ജീവിക്കുന്ന ഒരു ജീവിത രീതി. താമസസ്ഥലങ്ങൾ പലത വണ കൈമാറി ജീവിക്കുന്നതുവഴി ഇവർക്ക് ഒരു പ്രത്യേക സ്ഥലത്തോട് വൈകാരികമായ അടുപ്പം ഇല്ലാതിരിക്കാം എന്നാണ് എന്റെ തോന്നൽ.

1970 കളിൽ, സ്വീഡൻ 'ഭാവിയിലെ ഒരു കുടുംബം' എന്ന ഒരു ആശയം അവതരിപ്പിച്ചു: യഥാർഥ സ്നേഹം പരസ്പരം സ്വതന്ത്രരായ രണ്ട് വ്യക്തികൾക്കിടയിൽ മാത്രം ആണെന്നായിരുന്നു അതിന്റെ ഉള്ള ടക്കം. ഇതിന്റെ അടിസ്ഥാനത്തിലാണ് സ്വീഡൻ ഓരോ വ്യക്തിക്കും മാനസികമായി, സാമ്പത്തികമായി, പ്രായോഗികമായി സ്വതന്ത്രമായി ജീവിക്കാൻ സഹായിക്കുന്ന ഒരു സാമൂഹിക മാതൃക രൂപപ്പെടുത്തിയി രിക്കുന്നത്.

ഉദാഹരണത്തിന്, പ്രായപൂർത്തിയാവുന്ന കുട്ടികൾ മാതാപിതാക്കളി ൽനിന്നും മാറി താമസിക്കുന്നതിന് വേണ്ട പിന്തുണകൾ നൽകുക, കൃത്രിമ ഗർഭധാരണത്തിലൂടെ അല്ലെങ്കിൽ ദത്തെടുക്കൽ വഴി ഏകമാതൃത്വം തെ രഞ്ഞെടുക്കാനുള്ള അവകാശം, ജീവിതത്തിന്റെ അവസാന നാളുകളിൽ ഏറ്റവും കുറഞ്ഞ ആശ്രയത്വത്തോടുകൂടി ജീവിക്കാനുള്ള സംവിധാനം തുടങ്ങിയവയെല്ലാം ഈ ആശയത്തിൽനിന്നും രൂപപ്പെട്ടതാണ്.

നമ്മുടെ സംസ്കാരത്തിൽ സ്നേഹം ആശ്രയത്വത്തിലൂടെയാണ് നമ്മൾ അനുഭവിക്കാൻ ശ്രമിക്കുന്നത്. ഒരുമിച്ച് താമസിക്കുന്നു, പരസ്പരം ഉത്തരവാദിത്വങ്ങൾ പങ്കിടുന്നു ഇവയൊക്കെയാണ് ബന്ധത്തിന്റെ അടി സ്ഥാനങ്ങളായി നമ്മൾ കരുതുന്നത്.

സ്വീഡനിൽ ഭാര്യയും ഭർത്താവും ഒരുമിച്ച് ഒരു ഭക്ഷണശാലയിൽ ഭക്ഷണം കഴിക്കാൻ പോയാൽ ചെലവാകുന്ന തുക തുല്യമായി വീതിക്കു ന്നതിൽ അവർ അല്പംപോലും മടി കാണിക്കാറില്ല. ഇങ്ങനെ തന്നെയാ ണ് സുഹൃത്തുക്കൾ ഒരുമിച്ച് ഭക്ഷണം കഴിക്കാൻ പോയാലും. ഒരുപക്ഷേ നമ്മുടെ സംസ്കാരത്തിൽ നമുക്ക് ഒരിക്കൽപ്പോലും ഇത്തരം കാര്യങ്ങൾ ചിന്തിക്കാൻ പറ്റില്ല.

അമേരിക്കൻ നരവംശ ശാസ്ത്രജ്ഞനായ എഡ്വേഡ് ടി ഹാൾ പല സംസ്കാരങ്ങൾ തമ്മിലുള്ള ഒരു താരതമ്യ പഠനം നടത്തുകയുണ്ടായി. അദ്ദേഹം ആവിഷ്കരിച്ച പദങ്ങളാണ് ഉയർന്ന സന്ദർഭ സംസ്കാരവും താഴ്ന്ന സന്ദർഭ സംസ്കാരവും. നമ്മുടെ നാട്ടിലെ ജീവിതരീതികളും പരസ്യ ങ്ങളും ഒക്കെ ശ്രദ്ധിച്ചാൽ മനസ്സിലാകും നമുക്ക് പലതിനോടുമുള്ള വൈ കാരികമായ അടുപ്പം അതിൽ പ്രതിഫലിക്കുന്നത്. മരണക്കിടക്കയിൽ കിടക്കുന്ന ആളിന്റെ ചുറ്റും കൂടിനിന്ന് കരയുന്ന ബന്ധുക്കൾ മുതൽ നമ്മുടെ

പല വൈകാരിക ബന്ധങ്ങളും നാട്ടിലെ ടെലിവിഷൻ പരസ്യത്തിൽ പ്രതിഫലിക്കുന്നുണ്ട്. സ്കാൻഡിനേവിയക്കാർ പൊതുവെ താഴ്ന്ന സന്ദർഭ സംസ്കാരത്തിൽ ജീവിക്കുന്നവരാണ്. ഒന്നിനോടും വൈകാരികമായ ഒരു അടുപ്പവും സൂക്ഷിക്കാത്ത ജനത.

മുൻപൊരിക്കൽ ജോലി ചെയ്തിരുന്ന സ്ഥാപനത്തിൽ നടന്ന ഒരു സംഭവം സാന്ദർഭികമായി ഞാൻ ഓർത്തുപോയി. ഒരു സ്വീഡിഷ് സഹപ്രവർത്തകൻ ഒരു ദിവസം ജോലിക്കു ഹാജരായില്ല. പിറ്റേ ദിവസം കുശലാന്വേഷണത്തിനിടയിൽ തലേദിവസം ഓഫീസിൽ വരാതിരുന്നതിന്റെ കാരണം ഞാൻ ചോദിച്ചറിയുകയാണ്. പൊതുവെ അത്തരം കുശലാന്വേഷണങ്ങൾ ജോലി സ്ഥലത്തു പതിവില്ലാത്തതാണ്.

"ഇന്നലെ എന്റെ അമ്മ മരിച്ചുപോയി അതാണ് ഞാൻ ഓഫീസിൽ വരാതിരുന്നത്. ശവസംസ്കാര ചടങ്ങുകൾക്ക് ഒരു മാസത്തോളം സമയം എടുക്കും. അതെല്ലാം മുനിസിപ്പാലിറ്റിയാണ് കൈകാര്യം ചെയ്യുന്നത്."

അമ്മ മരിച്ചത് കേട്ടിരുന്ന എന്റെ മുഖത്തെ വിഷാദം പോലും അത് പറയുമ്പോൾ അദ്ദേഹത്തിന്റെ മുഖത്ത് ഞാൻ കണ്ടില്ല. മറ്റുള്ളവരുടെ മുൻപിൽ സന്തോഷം സങ്കടം തുടങ്ങിയ വികാരങ്ങൾ പ്രകടിപ്പിക്കുന്നവർ ഈ സമൂഹത്തിൽ കുറവാണ് എന്നാണ് എനിക്ക് ആ അവസരത്തിൽ തോന്നിയത്.

നമ്മുടെ നാട്ടിലാകട്ടെ എന്തിനോടും ഏതിനോടും നമുക്ക് വൈകാരികമായ അടുപ്പം കൂടുതലാണ്. അത് കുടുംബത്തോടും കുടുംബസ്വത്തിനോടും പാരമ്പര്യമായി കിട്ടിയ വസ്തുക്കളോടും വീടിനോടുമൊക്കെ ഒരു വൈകാരിക ബന്ധം ഉണ്ടാക്കുന്നു. അവിടെനിന്നു ഇറങ്ങിപ്പോകേണ്ട ഒരു ദിവസം അല്ലെങ്കിൽ ഉറ്റവർ നമ്മെ വിട്ടുപോകുന്ന ദിവസം നമ്മളെ സംബന്ധിച്ച് ജീവിതത്തിലെ ഒരു വിഷമഘട്ടം തന്നെയാണ്. കുടുംബസ്വത്തുക്കൾ കൈവിട്ടു പോകുന്നത് ഒഴിവാക്കാൻ സമരങ്ങളും നിയമ പോരാട്ടങ്ങളുമെല്ലാം നടത്തി അവസാനംവരെ നമ്മൾ പൊരുതും.

ആയിരക്കണക്കിന് മനുഷ്യരാണ് വികസനത്തിന്റെ പേരിൽ ഈ ദേശത്തുനിന്നു പലായനം ചെയ്യേണ്ടി വരുന്നത്. കാർബൺ എമിഷനെ പറ്റിയും പ്രകൃതി സംരക്ഷണത്തെ പറ്റിയും വാതോരാതെ സംസാരിക്കുന്ന നാടാണ് സ്വീഡൻ. അവിടെയാണ് ഖനനവും കുടിയൊഴിപ്പിക്കലും തകൃതിയായി നടക്കുന്നത്. പാശ്ചാത്യനാടുകളുടെ ഈ ഇരട്ടത്താപ്പ് നയം എന്നെ സംബന്ധിച്ച് പുതുമ നിറഞ്ഞതായിരുന്നു.

മാൽബറിയറ്റിലെ കുടിയൊഴിപ്പിക്കലിന്റെ നൊമ്പരം പേറുന്ന കാഴ്ചകളും പേറി ഞങ്ങൾ യല്ലിവരെയിലേക്കുള്ള ബസ് പിടിച്ചു.

യല്ലിവരെയിൽ വേനൽക്കാലത്തു നടക്കുന്ന മറ്റൊരു ഗൈഡ് ടൂർ ആണ് മിഡ് നൈറ്റ് സൺ ടൂർ. അതിനെപ്പറ്റി ടൂറിസം ഇൻഫർമേഷൻ സെന്ററിൽനിന്നും രാവിലെ അറിഞ്ഞിരുന്നു. അവിടത്തെ ഒരു കുന്നിൻ

മുകളിൽ പോയി നിന്ന് സൂര്യാസ്തമയവും ഉദയവും സെക്കന്റുകളുടെ വ്യത്യാസത്തിൽ കാണാനാവും. എന്നാൽ മിഡ് സമ്മർ നാളുകളിൽ ആണ് ആ കാഴ്ച അതിന്റെ പരിപൂർണ്ണ മനോഹാരിതയോടുകൂടി ആസ്വദിക്കാൻ കഴിയുന്നത്. ഇത്രയും ദൂരം യാത്രചെയ്തു വന്നിട്ടും ആ മനോഹര കാഴ്ച കാണാൻ അവസരം ലഭിക്കാത്ത അവസ്ഥ എന്നിൽ നിരാശയുണ്ടാക്കി.

ഭക്ഷണശേഷം അല്പനേരം യല്ലിവരെയിലെ വസ്സാര നദിയുടെ ഓരത്തെ ചെറിയ വഴിയിലൂടെ നടക്കാൻ തീരുമാനിച്ചു. ഈ നാടിന്റെ പ്രകൃതിഭംഗി ആസ്വദിക്കുവാൻ ഇതിലും മികച്ചൊരു മാർഗം കാണില്ല. ശാന്തമായൊഴുകുന്ന കൈവഴികളോടൊപ്പം വസ്സാര നദി ലക്ഷ്യമാക്കി ഞങ്ങളും നീങ്ങി. വേനൽക്കാലം സസ്യജാലങ്ങളെ അതിന്റെ പൂർണ്ണമായ മനോഹാരിതയോടും പ്രൗഢിയോടും ആസ്വദിക്കാൻ പറ്റിയ സമയമാണ്. വയലറ്റും ചുവപ്പും പിങ്കും മഞ്ഞയും നിറത്തിലുള്ള വിവിധയിനം പൂക്കൾ തീർക്കുന്ന വർണ്ണപ്പൂരം അരുവിയുടെ ഭംഗി ഇരട്ടിപ്പിച്ചിരിക്കുന്നു. ഒരു വശത്ത് മനോഹരമായ കുന്നിൻചെരുവ്, മറുവശത്ത് യല്ലിവരെ റെയിൽവേ സ്റ്റേഷൻ, അതിനു നടുവിലായി ശാന്തമായി ഒഴുകുന്ന അരുവി. ഇതെല്ലം ആസ്വദിച്ചുനടന്നുനീങ്ങുന്ന മനുഷ്യർ. വേനൽക്കാലത്തിലെ ഏതാനും മാസങ്ങൾ മാത്രം കാണപ്പെടുന്ന അപൂർവ കാഴ്ചകൾക്ക് ഞങ്ങൾ സാക്ഷ്യം വഹിച്ചു.

വസ്സാര നദിയുടെ ഓരത്താണ് യല്ലിവരെയിലെ പഴയ ദേവാലയം. ക്രിസ്തുമതം സ്വീഡനിൽ ശക്തി പ്രാപിച്ചിരുന്ന പതിനെട്ടാം നൂറ്റാണ്ടിൽ പണികഴിപ്പിച്ച ദേവാലയമാണത്. മനോഹരമായ പുൽത്തകിടിയുടെ ഒത്തനടുവിൽ പ്രൗഢിയോടെ തല ഉയർത്തി നിൽക്കുകയാണ് ദേവാലയം. വേനൽക്കാലത്തിലെ മൂന്നു മാസങ്ങളിൽ വിവാഹം, മാമോദീസ, ആദ്യകുർബാന തുടങ്ങിയ ചടങ്ങുകൾക്കു മാത്രമായാണ് ഈ ദേവാലയം ഉപയോഗിക്കുന്നത്. ചുറ്റുമുള്ള പുൽത്തകിടിപോലെ വർഷത്തിൽ ഒൻപതുമാസവും മഞ്ഞിൽ പുതഞ്ഞ് നിദ്രയിൽ മുഴുകുന്ന ദേവാലയം. അതിനകത്തെ കാഴ്ചകൾ അത്ര ത്രസിപ്പിക്കുന്ന ഒന്നായിരുന്നില്ല. കഴുതപ്പുറത്തു വന്ന ക്രിസ്തുവിന്റെ ദേവാലയങ്ങൾ പലതും നമ്മുടെ നാട്ടിൽ ആഡംബരത്തിന്റെ പാരമ്യചിത്രങ്ങളാണ് സമ്മാനിക്കുന്നത്. ആത്മീയതയിൽനിന്നും ഭൗതികതയിലേക്കു സഞ്ചരിക്കുന്ന നാട്ടിലെ ക്രിസ്തുവിന്റെ അനുയായികൾ എന്നേ ഈ ദേവാലയം പൊളിച്ച് ഒരു കോൺക്രീറ്റ് സൗധം പണിതുയർത്തിയേനെ. ഇവിടെയാകട്ടെ തടിയിൽ നിർമ്മിച്ച അൾത്താരയും ഇരിപ്പിടങ്ങളും വേറിട്ടൊരു കാഴ്ച ആയിരുന്നു സമ്മാനിച്ചത്. അവിടെനിന്നും ഇറങ്ങി നദിയുടെ ഓരത്തുടെ നടന്നു തിരികെ യല്ലിവരെ പട്ടണത്തിന്റെ ഹൃദയഭാഗത്ത് എത്തിച്ചേർന്നു. പിന്നെ പാതിരാസൂര്യന്റെ ചൂടിനെ വകവെക്കാതെ താമസസ്ഥലത്തേക്കും.

യോക്മോക്കിലെ കണിശ്ശക്കാരി

യോക് മോക്കിൽ എത്തിയ ഞങ്ങളുടെ പദ്ധതികളെല്ലാം തകിടം മറിക്കുന്ന തരത്തിലായിരുന്നു എയർ ബി എൻ ബിയിലെ വീട്ടുടമസ്ഥയുടെ പ്രതികരണം. ചെക്കിൻ സമയത്തിന് മുൻപേ ബാഗ് പോലും താമസസ്ഥലത്തു വെക്കാൻ അനുവദിക്കാതെ അവർ ഞങ്ങളെ വലച്ചുകളഞ്ഞു. അവരുടെ പെരുമാറ്റത്തിൽ അല്പം അമർഷം തോന്നിയെങ്കിലും നിരാശരാകാതെ ഞങ്ങൾ അവിടത്തെ ടൂറിസം ഇൻഫർമേഷൻ സെന്ററിൽ കയറി പ്രദേശത്ത് കാണാനുള്ള കാഴ്ചകളെപ്പറ്റി ചോദിച്ചറിഞ്ഞു. വളരെ ഹൃദ്യമായ പെരുമാറ്റമായിരുന്നു ഇൻഫർമേഷൻ സെന്ററിലെ ജീവനക്കാരിയുടേത്. ടൂറിസം ഭൂപടത്തിൽ ഒരു നാട് അടയാളപ്പെടുത്തുന്നതിൽ വലിയ ഒരു പങ്കു വഹിക്കുന്നത് സഞ്ചരികളോടുള്ള ഈ സമീപനമാണ്.

പുറത്തെത്തിയപ്പോൾ ആദ്യം കണ്ണിൽ പെട്ടത് ഒരു വലിയ ബോർഡ് ആയിരുന്നു. അതിൽ ഇങ്ങനെ എഴുതിയിരിക്കുന്നു; "രാജ്യത്തെ ഭൂരിപക്ഷ സമൂഹം പിന്തുടരുന്നില്ലെങ്കിൽക്കൂടി കുട്ടികൾക്ക് തങ്ങളുടെ ഭാഷയും സംസ്കാരവും പഠിക്കാനുള്ള അവകാശമുണ്ട്." സാമി വംശജർ ജീവിക്കുന്ന നാട്ടിൽ അവർക്കു ഭാഷയും സംസ്കാരവും പഠിക്കുവാനുള്ള അവകാശത്തെ ഓർമ്മിപ്പിക്കുന്ന ബോർഡ് ഭൂരിപക്ഷ സംസ്കാരവും ഭാഷയും അടിച്ചേല്പിക്കുന്ന ഇന്നത്തെ കാലത്ത് ഏറെ പ്രാധാന്യമേറിയ ഒന്നാണ്.

ടൂറിസ്റ്റ് ഇൻഫർമേഷൻ സെന്ററിന്റെ എതിർവശത്തുള്ള ഫാർമസി കെട്ടിടത്തിൽഇപ്പോൾമരുന്ന്കച്ചവടമില്ല.1901ൽപ്രവർത്തനംആരംഭിച്ച ഈ ഫാർമസി ഇന്ന് പ്രാദേശിക കലാകാരന്മാരുടെ പെയിന്റിങ്ങുകളുടെയും കരകൗശലവസ്തുക്കളുടെയും പ്രദർശനങ്ങളും വിൽപ്പനയും നടക്കു

ന്ന ഒരിടംകൂടിയാണ്. 1982 ൽ ഇവിടത്തെ അവസാന ബാച്ച് ലോഷനുകളും മരുന്നുകളും വിറ്റത് മുതൽ, യോക്മോക്കിലെ ഈ കട ഈവന്റുകളും എക്സിബിഷനുകളും പതിവായി നടത്തുന്ന ഒരു ഓൾറൗണ്ട് കമ്യൂണിറ്റി സെന്റർ ആയി മാറി.

അകത്തേക്ക് ആളുകൾ കയറി വരുന്നത് അറിയിക്കാൻ വാതിലിൽ ഒരു മണി ഘടിപ്പിച്ചിട്ടുണ്ട്. ഏതാണ്ട് അറുപത് വയസ്സിനു മുകളിൽ പ്രായം തോന്നിക്കുന്ന ഒരു സ്ത്രീയാണ് ഇന്നിതിന്റെ നടത്തിപ്പുകാരി. സന്ദർശകരെ പുഞ്ചിരിയോടെ സ്വാഗതം ചെയ്യുന്നതും എക്സിബിഷനിൽ വെച്ചിരിക്കുന്ന സാധനങ്ങൾ പരിചയപ്പെടുത്തിക്കൊടുക്കുന്നതും അവരാണ്. മുടി മുന്നോട്ട് ചീകി കടുംചുവപ്പു നിറത്തിലുള്ള കണ്ണട ധരിച്ച് മനോഹരമായ വേഷവിധാനത്തിലുള്ള അവരെ ആരും ഒന്ന് ശ്രദ്ധിച്ചു പോകും.

വെള്ള ജൂബ്ബയും പൈജാമയും ധരിച്ച ഒരു വൃദ്ധനും അവരോടൊപ്പം നിൽപ്പുണ്ടായിരുന്നു. കടയിലെ തിരക്കൊന്നൊഴിഞ്ഞപ്പോൾ ഞങ്ങൾ അവരെ രണ്ടുപേരെയും പരിചയപ്പെട്ടു. ഇൻഗ്രിഡ് എന്നാണ് ആ സ്ത്രീയുടെ പേര്. ഇൻഗ്രിഡിന്റെ ഭർത്താവാണ് നീളൻ ജൂബ്ബയിട്ട ആൾ. രണ്ടുപേരും നോർവേയിലെ വടക്കൻ പ്രദേശത്തെ മലയിൽ ജീവിക്കുന്നവർ.

വർഷം മുഴുവൻ കരകൗശല വസ്തുക്കൾ, കൈകൊണ്ടു തുന്നിയ കമ്പിളി വസ്ത്രങ്ങൾ എല്ലാം നിർമ്മിച്ച് വേനൽക്കാലത്ത് ഇതുപോലെയുള്ള പ്രദർശനശാലകളിൽക്കൂടി വില്പന നടത്തി ജീവിക്കുന്നു. സംസാരത്തിനിടയിൽ അവർ ഇന്ത്യയിൽ വന്ന കഥകൾ പറഞ്ഞു. വർഷങ്ങൾക്കു മുൻപ് ചെന്നൈയിൽ ഒരു വിവാഹ ചടങ്ങിൽ പങ്കെടുത്തതും ഒക്കെ പറഞ്ഞപ്പോൾ ഇൻഗ്രിഡ് വാചാലയായി. സംസാരത്തിനിടയിൽ കടയിൽ വരുന്ന ആളുകളെ സ്വീകരിക്കുകയും കൈയിലുള്ള സൂചിയും നൂലും ഉപയോഗിച്ച് കമ്പിളി വസ്ത്രങ്ങൾ തുന്നുകയും ചെയ്യുന്നുണ്ട്.

ഞങ്ങളുടെ സംസാരം കുറച്ചധികം നീണ്ടു. അവർ ഈ കടയുടെ നടത്തിപ്പ് രണ്ടാഴ്ചത്തേക്ക് ഏറ്റെടുത്തിരിക്കുകയാണ്. അതിനു പകരമായി അവർ നിർമ്മിച്ച കരകൗശല വസ്തുക്കളും തുണിത്തരങ്ങളുമെല്ലാം വിൽക്കാം. കടയിൽ ജോലി ചെയ്യുന്നതിന് പ്രത്യേക ശമ്പളം ഒന്നുമില്ല. കടയുടെ എല്ലാവിധ മേൽനോട്ടവും ഇവർക്ക് രണ്ടുപേർക്കുമാണ്. പരസ്പര വിശ്വാസത്തിൽ ഊന്നിയുള്ള സ്കാൻഡിനേവിയൻ ജീവിതശൈലിയുടെ മറ്റൊരു നിദർശനം.

ഫാർമസിയിൽ നിന്ന് ഞങ്ങൾ നേരെ പോയത് സാമി മ്യൂസിയത്തിലേക്കാണ്. യോക്മോക്കിലെ സ്വീഡിഷ് മൗണ്ടൻ ആൻഡ് സാമി മ്യൂസിയം അയിറ്റേ പ്രദേശത്തെ തദ്ദേശീയരുടെയും സഹസ്രാബ്ദങ്ങളായി അവർ അധിവസിച്ചിരുന്ന ഭൂപ്രദേശത്തിന്റെയും കഥപറയുന്ന മനോഹരമായ ഒരു ഇടമാണ്. മ്യൂസിയത്തിലെ പ്രദർശനങ്ങളിൽ നമുക്ക്

ഇൻഗ്രിഡിനോടൊപ്പം ഫാർമസി കെട്ടിടത്തിൽ

സാമി സംസ്കാരവും ജീവിതവും കാണാൻ കഴിയും. സ്വീഡനിലും നോർവേയിലും ഫിൻലാൻഡിലും റഷ്യയിലും ജീവിക്കുന്ന സാമി സമൂഹത്തിന്റെ ഏതാണ്ട് ഒത്ത നടുക്കാണ് യോക്മോക്ക് സ്ഥിതിചെയ്യുന്നത്.

ഉത്തര സാമി ഭാഷയിൽ Ájtte എന്നത് ഒരു സംഭരണക്കൂടാണ് - ഭക്ഷ്യവസ്തുക്കളും വിലപ്പെട്ട വസ്തുക്കളും സൂക്ഷിക്കുന്ന പാരമ്പര്യസ്ഥലങ്ങൾ. അതുപോലെതന്നെ ഈ മ്യൂസിയവും ഒരു സാംസ്കാരിക സംഭരണിയായി പ്രവർത്തിക്കുന്നു. മ്യൂസിയത്തിൽ ഇംഗ്ലീഷിനേക്കാൾ സാമി ഭാഷകൾക്കും സ്വീഡിഷ് ഭാഷകൾക്കും മുൻഗണന നൽകിയിട്ടുണ്ട്. പുരാവസ്തുക്കളുടെയും കൗതുകകരമായ കഥകളുടെയും കേന്ദ്രമാണ് സാമി മ്യൂസിയം. 1989 ലാണ് ഈ മ്യൂസിയം പൊതുജനങ്ങൾക്കായി തുറന്നത്. സാമികളുടെ റെയിൻഡീർ പരിപാലനം തുടങ്ങി സാമി സമൂഹത്തിന്റെ പരമ്പരാഗത ജീവിതരീതിയെക്കുറിച്ചുള്ള വിശദമായ അവതരണം കാണാം.

ഗാക്തി (gákti) - സാമി ജനതയുടെ വൈവിധ്യമാർന്ന വസ്ത്രങ്ങൾ, ദുവോജി (duodji) എന്ന ഹാൻഡിക്രാഫ്റ്റ് കല, അവരുടെ സംഗീതരീതിയായ ജോയ്ക് (joik) എന്നിവയും മ്യൂസിയത്തിന്റെ പ്രത്യേകതയാണ്. കുടുംബചരിത്രങ്ങൾ, ചിത്രങ്ങൾ, ജീവിതകഥകൾ തുടങ്ങി ഈ ജനത പ്രകൃതിയുമായി എങ്ങനെയാണ് ജീവിച്ചിരുന്നതെന്നും അറിയാൻ കഴിയും.

കഠിനമായ കാലാവസ്ഥയോട് മനുഷ്യൻ എങ്ങനെയാണ് പൊരുത്തപ്പെട്ടു മുന്നേറിയതെന്നത് വിശദമായി ഇവിടത്തെ പ്രദർശനങ്ങളിൽ നിന്ന് മനസ്സിലാക്കാൻ സാധിക്കും. സാമി സമൂഹം അടിച്ചമർത്തലുകൾക്കുള്ളിൽ നിന്ന് എങ്ങനെ അവരുടെ സംസ്കാരത്തെ സംരക്ഷിച്ചു എന്നത് ചരിത്രപരമായി സമഗ്രമായി ഇവിടെ അവതരിപ്പിക്കുന്നു. ഭൂസമരം, സംസ്കാരനിഷേധം, സാമൂഹിക നീതിയിലേക്കുള്ള പോരാട്ടം എന്നിവയുമായി ബന്ധപ്പെട്ട പ്രദർശനങ്ങൾ ഈ മ്യൂസിയത്തിന്റെ പ്രത്യേകതയാണ്.

സ്വീഡനിലെ ചുരുക്കം ചില സാമി സ്കൂളുകളിൽ ഒന്ന് സ്ഥിതി ചെയ്യുന്നത് യോക്മോക്കിൽ ആണ്. ഇവിടെ കുട്ടികളെ സാമി ഭാഷ പഠിപ്പിക്കുന്നതോടൊപ്പം തന്നെ റെയിൻഡീറുകളെ വളർത്തുന്നതിനും പരമ്പരാഗത കരകൗശല വസ്തുക്കളുടെ നിർമ്മാണത്തിനുമുള്ള പരിശീലനം നൽകുന്നു. യോക്മോക്കിലെ കൂടാതെ മറ്റു നാല് സാമി സ്കൂളുകൾ കൂടി സ്വീഡനിലുണ്ട്. കരേസുവാണ്ടോ, കിറൂന, യല്ലിവരെ, ടെർണബി എന്നിവിടങ്ങളിലാണ് മറ്റു സ്കൂളുകൾ പ്രവർത്തിക്കുന്നത്.

മ്യൂസിയം കണ്ടുതീർന്നപ്പോഴേക്കും ഞങ്ങൾക്ക് താമസസ്ഥലത്ത് ചെക്കിൻ ചെയ്യാനുള്ള സമയമായി. അമ്പിനും വില്ലിനും അടുക്കാത്ത സ്വഭാവം എന്നൊക്കെ നമ്മൾ പൊതുവെ പറയാറുണ്ട്. ഏതാണ്ട് അതുപോലെ ആയിരുന്നു വീട്ടുടമസ്ഥ. നൂറായിരം നിയമങ്ങളും വ്യവസ്ഥകളും ആയിരുന്നു കണ്ടമാത്രയിൽ അവർക്ക് ഞങ്ങളോട് പറയാനുണ്ടായിരുന്നത്.

സ്വീഡന്റെ ടൂറിസം ഭൂപടത്തിൽ യോക്മോക്കിനെ അടയാളപ്പെടുത്തുന്നത് പ്രശസ്തമായ വിന്റർമാർക്കറ്റ് നടക്കുന്ന പട്ടണം എന്ന പേരിലാണ്. ഏതാണ്ട് നാന്നൂറു വർഷങ്ങളായി തുടർച്ചയായി എല്ലാ വർഷവും ഫെബ്രുവരി മാസത്തിലെ ആദ്യ ചൊവ്വാഴ്ച ഇവിടത്തെ വിന്റർമാർക്കറ്റിനു തിരശ്ശീല ഉയരും. സാമി കരകൗശല വസ്തുക്കളുടെ വിശാലമായ ശേഖരം, നാടോടി നൃത്തം, പരമ്പരാഗത സംഗീതം, റെയിൻഡീർ റൈഡുകൾ, പ്രഭാഷണങ്ങൾ അങ്ങനെ യൂറോപ്പിലെ തന്നെ ഏറ്റവും പ്രശസ്തമായ വിന്റർമാർക്കറ്റിനാണ് എല്ലാ വർഷവും യോക്മോക്ക് സാക്ഷ്യംവഹിക്കുന്നത്. കൊടുംവേനലിൽ യോക്മോക്ക് സന്ദർശിക്കാൻ എത്തിയ ഞങ്ങൾക്ക് വിന്റർമാർക്കറ്റിന്റെ വേദി മാത്രം കണ്ടു തൃപ്തിപ്പെടേണ്ടി വന്നു.

ഇവിടെയടുത്ത് തന്നെയാണ് യോക്മോക്ക് ഗാംലഷിർക്കൻ. സ്വീഡിഷിൽ ഗാംല എന്നാൽ പുരാതനം എന്നും ഷിർക്കൻ എന്നാൽ ദേവാലയം എന്നും അർഥം. പല സ്വീഡിഷ് വാക്കുകളും ആദ്യം കേൾക്കുമ്പോൾ ഒരു തമാശയായി തോന്നും. ഷിർക്കൻ എന്ന സ്വീഡിഷ് പദം ഇംഗ്ലീഷിൽ വായിക്കുന്നത് കിർക്കൻ (kyrkan)എന്നാണ്.അങ്ങനെ

എത്രയോ തവണ ഞാൻ വായിച്ചിരിക്കുന്നു. ഓർക്കുമ്പോൾ ചിരിവരും. ഭാഷ വരുത്തുന്ന ഓരോരോ പൊല്ലാപ്പുകൾ...

യോക്മോക്കിലെ ഗാംലഷിർക്കൻ 1753 ൽ നിർമ്മിച്ചതാണ്. എന്നാൽ ഇരുന്നൂറ് വർഷങ്ങൾക്കിപ്പുറം 1972 ൽ പള്ളി പൂർണ്ണമായും കത്തിനശിച്ചു. തുടർന്ന് 1976 ൽ പുനർനിർമ്മിക്കപ്പെട്ടു. പള്ളിയുടെ പുറം ഭാഗം പഴയതുപോലെ തന്നെയാണ് പണിതിട്ടുള്ളത്. ഉൾഭാഗത്ത് ചില മാറ്റങ്ങൾ വരുത്തിയിട്ടുണ്ട്. ചിത്രപ്പണികൾ പ്രധാനമായും നീലയും ചുവപ്പും നിറങ്ങളിലാണ്. പരമ്പരാഗത സാമി വേഷവുമായി ബന്ധപ്പെട്ടതാണ് ഈ നിറങ്ങൾ. വേനൽക്കാലത്തും ശൈത്യകാല വിപണി ആരംഭിക്കുമ്പോഴും മാത്രമാണ് പള്ളി സന്ദർശകർക്കായി തുറന്നുകൊടുക്കുന്നത്.

യോക്മോക്കിൽ മനോഹരമായ സാമി കത്തികൾ നിർമ്മിക്കുന്ന ഇടത്തെക്കുറിച്ച് ഇന്റർനെറ്റിൽ പരതിയപ്പോൾ ആണ് ഈ സ്ഥലത്തെപ്പറ്റി അറിഞ്ഞത്.. കത്തികൾ നിർമ്മിക്കുന്നത് ഒരു സാമി വംശജനാണ്. അദ്ദേഹത്തിന്റെ വീടിനോട് ചേർന്നാണ് ഈ സംരംഭം ഉള്ളത്. എന്നാൽ ഒരാഴ്ചയിൽ അധികമായി അദ്ദേഹം കത്തി നിർമ്മാണത്തിന് അവധി നൽകിയിരിക്കുകയാണ്. കത്തി ഉണ്ടാക്കാൻ വേണ്ട അസംസ്കൃത വസ്തുക്കൾ കിട്ടാനില്ല. സ്വീഡിഷ് മാത്രം വശമുള്ള അദ്ദേഹത്തോട് സംസാരിക്കാൻ ബുദ്ധിമുട്ടിയ ഞങ്ങളുടെ രക്ഷയ്ക്ക് ഇംഗ്ലീഷ് അറിയാവുന്ന ഒരു സ്ത്രീ എത്തി. അന്ന എന്നാണ് പേര്. നിരാശരായി പോകാനിറങ്ങിയ ഞങ്ങളോട് അന്ന ചോദിച്ചു: "ടിൻ ഉപയോഗിച്ച് ആഭരണങ്ങൾ നിർമ്മിക്കുന്ന ഒരാൾ ഇവിടെ അടുത്തുണ്ട്. കാണാൻ താല്പര്യം ഉണ്ടോ?"

അന്ന പറഞ്ഞുതന്ന വഴിയിലൂടെ ഒരുകിലോമീറ്ററോളം നടന്നു ജോക്മോക്സ്ടെൻ എന്ന ആഭരണ നിർമ്മാണശാലയിൽ എത്തി. ജീവനക്കാർ മൂന്നുപേരെ ഉള്ളൂ. അതിൽ ഏറ്റവും മുതിർന്ന ആൾ സ്വീഡിഷ് രാജാവിന്റെ കൂടെനിന്ന് പ്രശസ്തിപത്രം വാങ്ങുന്നതിന്റെ ചിത്രമാണ് അകത്തേക്ക് കയറുന്ന സന്ദർശകരെ വരവേൽക്കുന്നത്. ഏതാണ്ട് എഴുപതു വയസ്സ് പ്രായമുണ്ടാവും അദ്ദേഹത്തിന്. ആഭരണ നിർമ്മാണം, ഡിസൈൻ എന്നിവയുടെ പ്രധാന മസ്തിഷ്കം ആ മനുഷ്യനാണ്. ടിൻ ഉപയോഗിച്ചുള്ള നിർമ്മാണത്തിനായിരുന്നു മുൻതൂക്കമെങ്കിലും ഇപ്പോൾ കൂടുതലും വെള്ളി ആഭരണങ്ങളാണ് നിർമ്മിക്കുന്നത്. 1943 ഫിൻലൻഡിൽ നിന്നുവന്ന ആഭരണ നിർമ്മാണ വിദഗ്ധർ തുടങ്ങിയ ഈ സ്ഥാപനം ഇന്നത്തെ ഉടമസ്ഥൻ വാങ്ങുന്നത് തൊണ്ണൂറുകളിൽ ആണ്. സാമി വംശജരുടെ പാരമ്പര്യവും കരവിരുതും വിളിച്ചോതുന്ന ആഭരണ നിർമ്മാണ ശൈലിയാണ് ഇപ്പോഴും ഇവിടെ അവലംബിച്ചിരിക്കുന്നത്. യോക്മോക്ക് സന്ദർശിച്ചതിന്റെ ഓർമ്മയ്ക്ക് ചെറിയ ഒരു വെള്ളി മോതിരം വാങ്ങി ഞങ്ങൾ പുറത്തേക്കിറങ്ങി.

തിരികെ സ്റ്റോക്ഹോമിലേക്ക്

രാവിലെ ഉണർന്നപ്പോൾ സമയം ഏഴ് കഴിഞ്ഞിരുന്നു. ഇന്ന് തിരിച്ചു പോകുകയാണ്. യോക്മോക്ക് പട്ടണത്തോടു വിട പറയേണ്ട ദിനം. യോക്മോക്ക് സ്റ്റേഷനിലെ അല്പനേരത്തെ കാത്തിരിപ്പിന് വിരാമമിട്ടുകൊണ്ട് ഞങ്ങളുടെ ട്രെയിൻ എത്തി. യോക്മോക്കിൽ നിന്ന് നേരെ പോകുന്നത് സ്റ്റോറുമാനിലേക്കാണ്. ഉച്ചയ്ക്ക് മൂന്നര ആകും അവിടെ എത്താൻ. അവിടെ ഡാനിന്റെ വീട്ടിൽ അന്തിയുറങ്ങിയിട്ട് അടുത്ത ദിവസം മടക്കയാത്ര തുടരും.

ആർട്ടിക് വൃത്തത്തിൽനിന്നും ഞങ്ങളുടെ ട്രെയിൻ പുറത്തുകടന്നു. ട്രെയിനിൽ നിറയെ യാത്രികരുണ്ട്. ചിലർ വന്നിരിക്കുന്നത് തങ്ങളുടെ വളർത്തു നായയെയുംകൊണ്ടാണ്. ചിലർ സൈക്കിളും കൊണ്ടാണ് ട്രെയിനിൽ യാത്ര ചെയ്യുന്നത്. മൂന്ന് സൈക്കിൾ വരെ മുൻകൂട്ടി ബുക്ക് ചെയ്താൽ ട്രെയിനിൽ കൊണ്ടുപോവാം.

ട്രെയിനിന് മുസ്കോസിൽ സ്റ്റേഷനിൽ മുപ്പതു മിനിറ്റ് സ്റ്റോപ്പ് ഉണ്ട്. മുസ്കുസീലെറ്റ് നദിയാൽ ചുറ്റപ്പെട്ട ചെറിയ ഒരു പ്രദേശം. അവിടെ ഇറങ്ങി അവിടത്തെ മ്യൂസിയം സന്ദർശിക്കാം, തൊട്ടടുത്തുള്ള പ്രദേശങ്ങളുടെ പ്രകൃതിഭംഗി ആസ്വദിക്കാം. മുപ്പതു മിനിറ്റ് വിശ്രമത്തിനുശേഷം ട്രെയിൻ യാത്ര തുടർന്നു. ഉച്ചയ്ക്ക് ഭക്ഷണം വേണ്ടവർ ബന്ധപ്പെടണം എന്ന അറിയിപ്പ് ഹോസ്റ്റ് മൈക്കിലൂടെ അറിയിച്ചു. അർവിഡ്ഷോറിലെ ഭക്ഷണശാലയിൽനിന്നും ഓർഡർ പ്രകാരം ഭക്ഷണം ട്രെയിനിൽ എത്തിക്കും.

മലകളും താഴ്വാരങ്ങളും നദികളും ചേർന്ന് തീർക്കുന്ന ഇന്ദ്രജാല കാഴ്ചകൾ പിന്നിട്ടുകൊണ്ടു ഞങ്ങളുടെ ട്രെയിൻ സ്റ്റോറുമാൻ സ്റ്റേഷനിൽ ക്കുകി പാഞ്ഞെത്തി. ഞങ്ങളെയും കാത്ത് ഡാൻ സ്റ്റേഷനിൽത്തന്നെയുണ്ടായിരുന്നു.

മൂന്നാഴ്ച് നീണ്ടുനിന്ന യാത്രാക്ഷീണം തീർക്കാൻ ഞങ്ങൾ പതിവിൽനിന്നും വിഭിന്നമായി വിശ്രമിച്ചു. വൈകി എഴുന്നേറ്റു പ്രഭാതഭക്ഷണവും ഉച്ചഭക്ഷണവും ഒരുമിച്ചു കഴിച്ചു. മഴ അല്പാല്പമായി പൊടിയുന്നുണ്ട്. റീനയും ക്രിസ്സും സ്റ്റീവും വീടിനുള്ളിൽത്തന്നെ കഴിഞ്ഞുകൂടി. ഞാൻ മഴയെ വകവെക്കാതെ ഡാനിന്റെ സൈക്കിളെടുത്തു സ്റ്റോറുമാനിൽ ഒന്നുകൂടി ചുറ്റിക്കറങ്ങി. ആകാശത്തിലെ മേഘങ്ങൾ എന്നോടൊപ്പം സൈക്കിളിൽ യാത്ര ചെയ്തു. മഴ മാറി വീണ്ടും വെയിൽ തെളിഞ്ഞു വന്നു. സ്റ്റോറുമാൻ ഇന്ന് അപരിചിതമായ നാടല്ല. പട്ടണത്തിന്റെ മുക്കും മൂലയും ഞാൻ സൈക്കിളിൽ ചുറ്റിനടന്നു കണ്ടിട്ടുണ്ട്.

വെയിൽ കനത്തപ്പോൾ ഞാൻ താമസസ്ഥലത്തേക്ക് തിരിച്ചെത്തി . ഇനിയുള്ള സമയം ബാഗുകളും മറ്റും പായ്ക്കുചെയ്ത് തിരികെ പോകാനുള്ള തയ്യാറെടുപ്പുകൾ നടത്തണം. ഡാൻ സ്റ്റേഷനിൽ കൊണ്ടുവിടാം എന്ന് പറഞ്ഞിട്ടുണ്ട്.

പറഞ്ഞ സമയത്തിൽനിന്നും അഞ്ചു മിനിട്ട് മുൻപേ ഞങ്ങൾ തയ്യാറായി ഡാനിന്റെ വീട്ടുപടിക്കൽ നിൽപ്പ് തുടങ്ങി. ഡാനിന്റ ഭാര്യ പിയയോടൊപ്പം ഒരു ഫോട്ടോയെടുത്തു ഞങ്ങൾ റെയിൽവേ സ്റ്റേഷനിലേക്ക് തിരിച്ചു.

"ഇനി എന്നാണ് ഞങ്ങളുടെ നാട്ടിലേക്ക്..?" യാത്ര പറഞ്ഞു പിരിയുമ്പോൾ ഡാൻ ചോദിച്ചു.

"ഇനിയും വരും സ്റ്റോറുമാൻ കാണാൻ," ഞാൻ പറഞ്ഞു.

ട്രെയിൻ സ്റ്റോക്ഹോമിലേക്കു കുതിച്ചു. ഒരു ജീവിതകാലം മുഴുവൻ ഓർത്തുവയ്ക്കാനുള്ള ഓർമ്മകളുടെ ഊഷ്മളത ഹൃദയത്തിൽ പേറിക്കൊണ്ടാണ് ഞങ്ങളുടെ മടക്കയാത്ര. മൂന്നാഴ്ച നീണ്ടുനിന്ന യാത്രയിലെ മനോഹര ഓർമ്മകൾ ഇത് എഴുതുമ്പോഴും മനസ്സിൽനിന്ന് മായുന്നില്ല. ആഗ്നേറ്റ, കാരിൻ, യോരാൻ, സൈമൺ, ഡാൻ, ആൻഡ്രേസ്സ്, ലൈഫ് അങ്ങനെ എത്രയെത്ര നല്ല മനുഷ്യരുടെ സൗഹൃദത്തിന്റെ രുചിനുകരാൻ ഈ മൂന്നാഴ്ചക്കാലം ഞങ്ങൾക്ക് സാധിച്ചു. യാത്രയുടെ മാസ്മരിക ലോകത്ത് അലഞ്ഞുതിരിയുന്ന ഓരോ യാത്രികനെയും മത്തു പിടിപ്പിക്കുന്ന എന്തോ ഒന്ന് സ്വീഡിഷ് ലാപ് ലാൻഡിൽ ഉണ്ട്. ഇനിയും ഒരിക്കൽക്കൂടി അവിടേക്കു പോകണം. ഞാൻ മനസ്സിൽ കുറിച്ചിട്ടു.

സൂര്യനുദിക്കാത്ത നാളുകളിലൊന്നിൽ

വെളിയിൽ ആപ്പിൾ മരങ്ങൾ ഇലകൊഴിച്ചു നിൽക്കുന്നു. കഴിഞ്ഞ വേനലിൽ അതിൽനിന്നും എത്ര ആപ്പിൾ പഴങ്ങൾ പറിച്ചതാണ്. തെരുവിലൂടെ നടന്നുപോകുന്നവർ കറുത്ത കമ്പിളി വസ്ത്രങ്ങളിൽ പൊതിഞ്ഞിട്ടുണ്ട്. സ്റ്റോക്ഹോമിൽ ഇത്തവണ നേരത്തെയാണ് ശൈത്യം. പുറത്തെ നരച്ചകാഴ്ചകൾക്ക് വേനലിന്റെ ഭംഗിയില്ല. സൂര്യൻ ഒന്നെത്തിനോക്കിയിട്ട് ദിവസങ്ങളേറെയായി. നവംബർ മാസത്തിൽ ഇതിവിടെ പതിവാണ്. വെറുതെയല്ല ഈ മാസത്തെ ബ്ലാക്ക് നവംബർ എന്ന് വിളിക്കുന്നത്.

യാത്രകളിൽ പലപ്പോഴായി വാങ്ങിയ സുവനീറുകൾ അലമാരയിൽ ഓർമ്മകളുടെ സുഗന്ധം പരത്തുന്നു. അതിൽ സ്വീഡിഷ് ലാപ്ലാൻഡിലെ കാരിൻ മുത്തശ്ശി തന്ന സമ്മാനവുമുണ്ട്.

കഴിഞ്ഞ വേനലിൽ അവരെ കണ്ടതിനുശേഷം പലപ്പോഴായി അവർ സ്വന്തം കൈപ്പടയിൽ കത്തുകൾ എഴുതി അയക്കാറുണ്ടായിരുന്നു. പുതിയ വീട്ടിലേക്ക് ഞങ്ങൾ താമസം മാറിയതിൽപ്പിന്നെ കത്തുകൾ ഒന്നും വന്നിട്ടില്ല.

എത്ര സുന്ദരമായിരുന്നു അവരുടെ പിയാനോ സംഗീതം. ഓർമ്മകളിൽ ഇന്നും അത് തങ്ങിനിൽക്കുന്നുണ്ട്. പ്രായത്തെ തളർത്താത്ത പോരാട്ടവീര്യവുമായി കൊടും ശൈത്യത്തിൽ ഒറ്റയ്ക്കുള്ള അവരുടെ ജീവിതം.

ഉച്ചയ്ക്ക് തപാൽപെട്ടി തുറന്നപ്പോൾ എന്റെ കണ്ണുടക്കിയത് മുഷിഞ്ഞ ഒരു കത്തിലായിരുന്നു. താമസസ്ഥലം മാറിയതിനാൽ വിലാസം പലതവണ തിരുത്തിയെഴുതിയ ആ കത്ത് ചുറ്റിക്കറങ്ങിയാണ് എത്തിയതെന്ന്

അതിന്റെ പുറംചട്ട കണ്ടാലറിയാം. ഇംഗ്ലീഷിൽ എഴുതിയ അതിലെ ഉള്ളടക്കം ഇങ്ങനെ ആയിരുന്നു.

"എന്റെ അമ്മ ഈ ലോകത്തിൽ നിന്ന് വിടപറഞ്ഞു. നിങ്ങളെ ഇതറിയിക്കണം എന്ന് പലതവണ കരുതിയതാണ്. പലപ്പോഴും സമയവും സാഹചര്യവും ഒത്തുവന്നില്ല. അതിനു ഞാൻ ആദ്യമേ തന്നെ ക്ഷമ ചോദിക്കട്ടെ."

കത്തിലെ ഓരോ വാക്കുകളും ഒരു തിരമാലപോലെ ഞങ്ങളെ സങ്കടക്കടലിലേക്ക് വലിച്ചിഴച്ചു.

"കഴിഞ്ഞ വേനൽക്കാലത്ത് നിങ്ങൾ ഞങ്ങളുടെ വീട്ടിൽ വന്നതിനു ശേഷം അമ്മ വളരെ സന്തോഷവതിയായിരുന്നു. നിങ്ങളെപ്പറ്റിയും നിങ്ങളുടെ കുട്ടികളെപ്പറ്റിയും എപ്പോഴും പറയുമായിരുന്നു. അമ്മയുടെ കുറച്ചു പഴയകാല ചിത്രങ്ങൾ ഈ കത്തിനോടൊപ്പം അയക്കുന്നു. ഓർമ്മയ്ക്കായിട്ട് ശ്മശാനത്തിൽ നിങ്ങൾക്ക് പൂക്കൾ സമർപ്പിക്കണമെങ്കിൽ ഇതാണ് അതിനുള്ള ലിങ്ക്."

കാരിൻ മുത്തശ്ശിയുടെ മകൾ കത്രീനയാണ് കത്ത് അയച്ചിരിക്കുന്നത്. കത്ത് വായിച്ച് ഒരുനിമിഷം നിശ്ശബ്ദനായിരുന്ന ഞാൻ റീനയ്ക്ക് കത്ത് കൈമാറി. അവരെക്കുറിച്ചുള്ള ഓർമ്മകൾ ഞങ്ങളുടെ വീട്ടിനുള്ളിൽ നിശ്ശബ്ദതയായി പടർന്നു. ഞങ്ങളുടെ സങ്കടം പുറത്തു മഞ്ഞായ് പൊഴിഞ്ഞു. മഞ്ഞിന്റെ ഭാരം താങ്ങാനാവാതെ ആപ്പിൾ ശിഖരങ്ങൾ തലതാഴ്ത്തി.

ലോകത്തിന്റെ ഹാപ്പിലാൻഡ്

പത്തു വർഷമാകുന്നു സ്കാൻഡിനേവിയയിലെ ജീവിതം തുടങ്ങിയിട്ട്. ആദ്യ നാളുകൾ അമ്പരപ്പ് നിറഞ്ഞതായിരുന്നു. പുതിയ സംസ്കാരം. പുതിയ ആളുകൾ..! കേട്ടിട്ടുള്ളതും വായിച്ചറിഞ്ഞതിൽനിന്നും ഒക്കെ വളരെ വ്യത്യസ്തമാണ് ഞാൻ നേരിട്ടനുഭവിച്ച സ്കാൻഡിനേവിയ. നാട്ടിലെ മത നിഷേധികൾ പറയുന്നപോലെ മതങ്ങൾ ഇല്ലാത്തതുകൊണ്ട് ആളുകൾ സന്തോഷമുള്ളവർ ആയി എന്നോ മതത്തിന്റെ വക്താക്കൾ പറയുന്നപോലെ മതം ഇല്ലാത്തതിനാൽ ആത്മഹത്യകൊണ്ടു പൊറുതിമുട്ടിയ നാടോ അല്ല സ്കാൻഡിനേവിയ. ദൈവവിശ്വാസമല്ല, മറിച്ച് മനുഷ്യവ്യവസ്ഥയാണ് സന്തോഷത്തിന്റെ അടിസ്ഥാനം എന്ന് വിശ്വസിക്കുന്ന മനുഷ്യരുടെ നാട്. മറ്റു ലോകരാജ്യങ്ങളുമായി തട്ടിച്ചു നോക്കുമ്പോൾ അഴിമതി കുറഞ്ഞ, സമത്വം, വിശ്വാസം, സാമൂഹിക പിന്തുണ എന്നീ മൂല്യങ്ങൾ മുറുകെപ്പിടിക്കുന്ന, പൗരസ്വാതന്ത്ര്യത്തിനു വലിയ പ്രാധാന്യം നൽകുന്ന നാട്. ചെറുപ്പകാലം മുതൽ പരാശ്രയം ഇല്ലാതെ ജീവിക്കാൻ ശീലിക്കുന്നവർ. ജീവിതത്തെ പൊതുവെ പോസിറ്റീവ് ആയി കാണുന്നവർ. ഇവിടത്തെ ഇരുട്ടും തണുപ്പും ഒരുപക്ഷേ നമ്മുടെ നാട്ടിൽ ആയിരുന്നു എങ്കിൽ വിഷാദരോഗം ബാധിച്ച മനുഷ്യരുടെ സമൂഹമായി നമ്മൾ മാറിയേനെ. ഒരിക്കൽ ഞാൻ ഒരു ഫിന്നിഷ് സുഹൃത്തിനോട് സന്തോഷ സൂചികയെപ്പറ്റി ചോദിച്ചപ്പോൾ അദ്ദേഹം പറഞ്ഞു, "ഞങ്ങൾ ജീവിതത്തിൽ പൊതുവെ സംതൃപ്തരാണ്. അതുകൊണ്ടായിരിക്കാം സന്തോഷ സൂചികയിൽ ഒന്നാമത് എത്തുന്നത്."

അമേരിക്കൻ സൈക്കോളജിസ്റ്റ് ആയ എബ്രഹാം മാസ്ലോ 1943 ൽ എഴുതിയ *എ തിയറി ഓഫ് ഹ്യൂമൻ മോട്ടിവേഷൻ* എന്ന പ്രബന്ധത്തിൽ അദ്ദേഹം മനുഷ്യരുടെ ആവശ്യങ്ങളുടെ ഒരു പിരമിഡ് അവതരിപ്പിക്കുന്നുണ്ട്. അതിൽ അദ്ദേഹം അടിസ്ഥാന ആവശ്യങ്ങളെ പലതായി തരം തിരിച്ചിരിക്കുന്നു. ഭക്ഷണം, വെള്ളം, പാർപ്പിടം, വിശ്രമം എന്നിവയാണ് ഒരു മനുഷ്യന് ഏറ്റവും അടിസ്ഥാനമായി വേണ്ടത്. രണ്ടാമതായി സുരക്ഷയും. ഇവ മനുഷ്യനുവേണ്ട ഏറ്റവും പ്രധാന ഘടകങ്ങൾ ആണെന്നു അദ്ദേഹം പറയുന്നു. മനുഷ്യന്റെ അടിസ്ഥാന ആവശ്യങ്ങൾ നിറവേറ്റുന്ന സർക്കാർ ഈ സ്കാൻഡിനേവിയൻ രാഷ്ട്രങ്ങളുടെ പ്രത്യേകതയാണെന്ന് പലപ്പോഴും തോന്നിയിട്ടുണ്ട്. ഒരുപക്ഷേ, സന്തോഷ സൂചികയിൽ അവയെല്ലാം പ്രതിഫലിക്കുന്നുണ്ടാവാം.

വിദ്യാഭ്യാസരംഗത്ത് സർക്കാർ നടത്തുന്ന ഇടപെടലുകൾ ശ്ലാഘനീയമാണ്. വിദ്യാഭ്യാസമെന്നാൽ മാർക്കുകൾ വാരിക്കൂട്ടലല്ലെന്നും ഒരു മനുഷ്യനെ സ്വതന്ത്രമായി ചിന്തിക്കുവാനും ശരിയായ തീരുമാനങ്ങൾ എടുക്കാനും പ്രാപ്തനാക്കുന്നതാണെന്നും ഇവർ കരുതുന്നു. വിശ്വാസത്തിനപ്പുറം വസ്തുതകൾ വിശകലനം ചെയ്ത് അതിൽ ഊന്നിയുള്ള തീരുമാനങ്ങൾ എടുക്കുവാനാണ് ഇന്നാട്ടുകാർ താല്പര്യം കാണിക്കുന്നത്.

സന്തുലിതമായ ജീവിതചര്യ സ്കാൻഡിനേവിയക്കാരുടെ രക്തത്തിൽ അലിഞ്ഞുചേർന്നിട്ടുള്ളതാണ്. ജീവിതത്തിൽ കൂടുതൽ കാര്യങ്ങൾ നിരന്തരം ആഗ്രഹിക്കുന്നതിനുപകരം മിതത്വം കണ്ടെത്തുന്നവരാണ് സ്വീഡിഷുകാർ. ലാഗോം ജീവിതരീതി തന്നെ അതാണ്. സംതൃപ്തമായ ജീവിതമാണ് ലാഗോം കൊണ്ട് അർഥമാക്കുന്നത്.

സ്കാൻഡിനേവിയ എല്ലാം തികഞ്ഞ ഒരു നാടാണെന്ന് എനിക്ക് തോന്നിയിട്ടില്ല. വൈക്കിങ്ങുകളുടെ പാരമ്പര്യം ഉയർത്തിപ്പിടിച്ചുകൊണ്ട് ആ ദേശീയബോധത്തിൽ അഭിമാനിച്ച് ജീവിക്കുന്ന ഒരുകൂട്ടം മനുഷ്യരുടെ നാട്. മറ്റു സംസ്കാരങ്ങളിൽ നിന്ന് വരുന്നവരെ ഒരല്പം സംശയദൃഷ്ടിയോടുകൂടി നോക്കുന്നവർ. എല്ലാം തികഞ്ഞ ഒരു നാട് ലോകത്തൊരിടത്തും കാണാൻ സാധിച്ചെന്ന് വരില്ല. എങ്കിലും തങ്ങളുടെ സാംസ്കാരിക സ്വത്വത്തെ മുറുകെ പിടിച്ചുകൊണ്ടു ജീവിക്കുന്നതിൽ ഇവരെ നമ്മൾ അഭിനന്ദിക്കേണ്ടിയിരിക്കുന്നു.

ലോകത്തിൽത്തന്നെ ഏറ്റവുമധികം ആത്മഹത്യനിരക്ക് ഉള്ള നാടുകൾ ആണ് സ്വീഡൻ ഉൾപ്പെടുന്ന സ്കാൻഡിനേവിയൻ രാജ്യങ്ങൾ. മതങ്ങൾ ഇല്ലാത്തതിനാൽ സ്കാൻഡിനേവിയയിൽ ആത്മഹത്യകൂടുന്നു എന്നൊരു വാദഗതി പല മതവിശ്വാസികളും ഉയർത്തുന്നുണ്ട്. അങ്ങനെയുള്ള വാദങ്ങൾ ശരിയാണെങ്കിൽ മതങ്ങൾ ശക്തമായുള്ള രാജ്യങ്ങളിൽ ആത്മഹത്യ കുറയേണ്ടതല്ലേ എന്നൊരു മറുവാദം നിരീശ്വരവാദികൾ ഉയർത്തുന്നുണ്ട്.

സ്കാൻഡിനേവിയയിലെ കഠിനമായ കാലാവസ്ഥയും ഒറ്റപ്പെട്ട ജീവിതവും പലരെയും വിഷാദരോഗത്തിലേക്കു തള്ളിവിടുന്നു എന്ന് വേണം കരുതാൻ. മനുഷ്യൻ ഒരു സാമൂഹിക ജീവിയാണ്. സ്കാൻഡിനേവിയയുടെ വടക്കൻ പ്രദേശങ്ങൾ പരിശോധിച്ചാൽ ഒരു ചതുരശ്ര കിലോമീറ്ററിൽ ഒരു വീട് മാത്രമുള്ള എത്രയോ പ്രദേശങ്ങൾ ഉണ്ട്. ഒറ്റയ്ക്കുള്ള ജീവിതവും, ആറു മാസത്തെ ഇരുട്ടും, വൈറ്റമിൻ ഡി യുടെ അഭാവവുമെല്ലാം പലരെയും വിഷാദ രോഗങ്ങളിലേക്കും ആത്മഹത്യയിലേക്കു തള്ളിവിടുന്നു എന്നുവേണം കരുതാൻ.

2016 ൽ സ്വീഡിഷ് സർക്കാർ ഒരു നാഷണൽ മെന്റൽ ഹെൽത്ത് സ്ട്രാറ്റജി അവതരിപ്പിച്ചു. 2020 ൽ അതിൽ പല ഭേദഗതികളും വരുത്തുകയുണ്ടായി. കഴിഞ്ഞ മുപ്പതു വർഷത്തിൽ ആത്മഹത്യാ നിരക്കിൽ ഏതാണ്ട് അറുപതുശതമാനത്തോളം കുറവ് വരുത്തുവാൻ സർക്കാരിന്റെ പല നടപടികളും സഹായിച്ചുവെന്നാണ് കണക്കുകൾ സൂചിപ്പിക്കുന്നത്. 1990 ൽ ലക്ഷത്തിൽ 28.2 ആളുകൾ ഒരു വർഷം ആത്മഹത്യ ചെയ്തിരുന്നുവെങ്കിൽ 2021 ൽ അത് 17.4 ലേക്ക് കുറയ്ക്കുവാൻ പല സർക്കാർ നടപടികൾ വഴി സാധിച്ചിട്ടുണ്ട്.

2008 ൽ സ്വീഡിഷ് പാർലമെന്റിൽ അവതരിപ്പിച്ച ആത്മഹത്യ തടയുന്നതിനുള്ള ദേശീയ കർമ്മപദ്ധതി ഫലം കാണുന്നുവെന്നാണ് കണക്കുകൾ സൂചിപ്പിക്കുന്നത്. മാനസികാരോഗ്യത്തെ പറ്റിയുള്ള അവബോധം വളർത്താൻ വിദ്യാഭ്യാസരംഗത്തും ജോലിസ്ഥലങ്ങളിലും പല നടപടികളും സർക്കാർ കൈക്കൊണ്ടിട്ടുണ്ട്. മറ്റുരോഗങ്ങളെപ്പോലെ തന്നെയാണ് വിഷാദരോഗങ്ങളെയും ഇവിടത്തെ ജനങ്ങൾ കാണുന്നത്. മുൻപൊരിക്കൽ ജോലിചെയ്തിരുന്ന സ്ഥലത്ത് കൂടെ ജോലി ചെയ്തിരുന്ന ആൾ കുറച്ചു നാളേക്ക് അവധിയിൽ പ്രവേശിക്കുകയുണ്ടായി. പിന്നീട് സുഹൃത്തിനോട് ഞാൻ ഇക്കാര്യം ചോദിച്ചപ്പോൾ, അയാൾക്ക് വിഷാദരോഗമായിരുന്നു, അതുകൊണ്ടാണ് ജോലിക്കു വരാതിരുന്നത് എന്ന മറുപടിയാണ് ലഭിച്ചത്. ഇതേ അവസ്ഥ നമ്മുടെ നാട്ടിൽ ആണെങ്കിൽ ഒന്ന് ചിന്തിച്ചുനോക്കൂ.

എല്ലാം തികഞ്ഞ സമത്വ സുന്ദരമായ ഒരു നാട് ഒരു ഉട്ടോപ്യ ആണ്. നമുക്ക് സ്വപ്നങ്ങളിൽ മാത്രം കാണാൻ സാധിക്കുന്ന ഒന്ന്. ചില കാര്യങ്ങൾ കാണുമ്പോൾ ഹാപ്പിനെസ് ഇൻഡക്സ് വലിയൊരു നുണയാണ് എന്ന് പലപ്പോഴും തോന്നിപ്പോകാറുണ്ട്. എന്നാൽ സ്കാൻഡിനേവിയൻ ജീവിതം എനിക്ക് എന്നെത്തന്നെ കാണാനും തിരുത്താനുമുള്ള കണ്ണാടി ആയിരുന്നു. അതിന് ഞാൻ ഈ നാടിനോട് കടപ്പെട്ടിരിക്കുന്നു...

താക്-സോ-മിക്കേ സ്കാൻഡിനേവിയ.....!

www.ingramcontent.com/pod-product-compliance
Lightning Source LLC
LaVergne TN
LVHW100826051026
849519LV00006B/2194
* 9 7 8 9 3 7 5 8 7 9 3 9 8 *